'THE INDIAN SOLDIER' या इंग्रजी पुस्तकाचा अनुवाद

भारतीय सैनिक

विश्वासाची कथा

सुशांत सैनी

अनुवाद
जुई कुलकर्णी

मेहता पब्लिशिंग हाऊस

Please contact us at **Mehta Publishing House,** Pune 411030.
✆ +91 020-24476924 / 24460313 / Mob. No. 9545000513
Email : production@mehtapublishinghouse.com
Website : www.mehtapublishinghouse.com

◆ *या पुस्तकातील लेखकाची मते, घटना, वर्णने ही त्या लेखकाची असून त्याच्याशी प्रकाशक सहमत असतीलच असे नाही.*

THE INDIAN SOLDIER by SUSHANT SAINI

Translated into Marathi Language by Jui Kulkarni

भारतीय सैनिक / अनुवादित कादंबरी

अनुवाद : जुई कुलकर्णी

Email : author@mehtapublishinghouse.com

प्रकाशक : सुनील अनिल मेहता, मेहता पब्लिशिंग हाऊस,
१९४१, सदाशिव पेठ, माडीवाले कॉलनी, पुणे - ४११०३०.

मुद्रक : ट्रिनिटी अ‍ॅकॅडमी फॉर कॉर्पोरेट ट्रेनिंग लिमिटेड

मुखपृष्ठ : चंद्रमोहन कुलकर्णी

प्रथमावृत्ती : ऑगस्ट, २०२१

किंमत : ₹ ३२०

P Book ISBN 9789391151386
E Book ISBN 9789391151393
E Books available on : amazonkindle Apple Books Google Play Books

---

माझी आई सुमन,
माझी पत्नी रश्मी,
माझा जीव की प्राण असलेल्या माझ्या
जुळ्या मुली माया आणि मीरा,
माझा भाचा अद्वैत, आणि सगळ्यांत महत्त्वाचं
म्हणजे माझा प्रिय देश - भारत, यांच्यासाठी-

अनुक्रमणिका

आभार

शुद्ध फिक्शन असं काही नसतं. प्रत्येक फिक्शन वास्तवातल्या माणसांवरून आणि वास्तवातल्या घटनांवरून प्रेरणा घेतं, त्यांना बघूनच साकारलं जातं.

हे पुस्तकही तसंच लिहिलं आहे.

ज्यांनी ज्यांनी मला प्रेरित केलं त्या सगळ्यांना मी इथं धन्यवाद देऊ इच्छितो.

आई आणि बाबा. तुमच्या कधीच न संपणाऱ्या सपोर्टसाठी थँक्स. रश्मी माझी मैत्रीण आणि बायकोही, माझ्या पाठीशी चढउतारांमध्ये उभी राहिलीस म्हणून थँक्स. उमेश, माझा भाऊ, आयुष्यात कितीही अडचणी येऊ दे, तुझा उत्साह कधीही टीचभर कमी होत नाही. तू मला नेहमीच प्रेरित करतोस. माया आणि मीरा म्हणजे माझ्या आयुष्यातल्या देवदूत आहेत. तुम्ही भेटण्याआधी प्रेम म्हणजे काय असतं हे मला माहीत होतं असं मला वाटत होतं पण ते खोटं होतं.

रश्मी, अंशुल आणि अर्जिता हे माझे पहिले परीक्षक आणि एडिटर्स होते. तुमच्या मदतीसाठी, आयडियांसाठी आणि प्रोत्साहनासाठी थँक्स.

रायनीट्स (शाळा), डिफॉल्टर्स (इंजिनिअरिंग), कंजारस (USA), कोंडास (USA) आणि अमेय शाह (मुंबई), माझे क्रेझी मित्र म्हणजे माझी फॅमिलीच आहे.

मालिनी, याशी आणि लीडस्टार्ट पब्लिशिंगची सगळी टीम, माझ्यावर विश्वास ठेवलात आणि मला हा पहिला ब्रेक दिलात म्हणून थँक्स. या प्रोसेसमधल्या तुमच्या मदतीसाठी आणि गायडन्ससाठी थँक्स.

१

ड्रिंक्स घ्यायला कुठे जाऊया!

मी तीनदा घड्याळाचा गजर बंद केला होता. खरं सांगायचं तर मी काही झोपलेलो नव्हतो. पण मला उठायचा कंटाळा आला होता, इतकंच. आता सात वाजले होते, म्हणजे आई कुठल्याही क्षणी माझ्या खोलीत टपकणार होती.

आईचा खोलीमध्ये होणारा प्रवेश मला नेहमी जुन्या फिल्म्समधल्या वॉर सीन्सची आठवण करून देत असे. मला ती कडक लष्करी युनिफॉर्ममध्ये दिसायलाही लागली. तिच्या युनिफॉर्मला साजेसं हेल्मेट तिनं घातलेलं होतं आणि रोखलेलं बायोनेटदेखील होतं. तिचा चेहरा संतापानं फुलला होता आणि तोंड माझ्यावर ओरडण्यासाठी वासलेलं होतं. ती आतडी पिळवटेपर्यंत ओरडत होती आणि समोर येणारी प्रत्येक वस्तू उधळून लावत होती.

तिचं ते तार स्वरातलं बेंबीपासून किंचाळणं ती खोलीत येण्याआधीच मला ऐकू आलं.

ते किंचाळणं म्हणजे भीती दाखवण्यासाठी केलेली खेळी असे. मी तिला बघण्याआधीच तिची भीती वाटायला हवी म्हणून ती अशी खेकसत असे.

"अरे देवा! माझ्याच नशिबी असला मुलगा का आला? अर्जुन, तू अगदी कुचकामी मुलगा आहेस! कशाला मी दुसऱ्या मुलासाठी चान्स घेतला कोण जाणे!" असंच काहीबाही ती बडबडत असे.

कुठलाही शहाणासुरता माणूस आईच्या या असल्या टाकून बोलण्यानं निराशच झाला असता. पण आम्ही मुलं फार चिवट होतो. काही काळानंतर जसे जंतू अँटिबायोटिक्सना दाद देईनासे

होतात तसे आम्ही झालो होतो.

आईच्या दिनक्रमात रोज सकाळी माझ्या बिछान्याशेजारी उभं राहून दोन मिनिटं मला इशारा देणं हे कामच होतं.

आई म्हणत असे, 'मी पाच मिनिटांत परत येतेय. तोवर तू उठलेला असायला हवायंस.'

मला उठवण्यासाठी ही रोजची प्रोसेस आई तीनदा तरी करत असे आणि तरीही मी उठलो नाही, तर शेवटचं शस्त्र उगारत असे. आता, तिच्या तीन फेऱ्या झाल्या होत्या. ती माझ्या बाजूला उभी होती आणि तिच्या चेहऱ्यावरच्या संतापाच्या जागी एक कुत्सित हसू झळकत होतं. तिला पक्कं ठाऊक होतं, की तिचा यापुढचा उपाय कधीच अयशस्वी ठरत नाही. जेव्हा मी आणि माझा भाऊ आईला अतीच त्रास द्यायचो, तेव्हा हा तिचा अगदी निर्वाणीचा उपाय होता. तिच्या चेहऱ्यावर एक प्रकारचं कुत्सित हसू येई आणि मग असे काही शब्द ती उच्चारायची की जे तिच्यासाठी एखाद्या संगीतासारखे असायचे, पण जगातल्या बहुतेक मुलांना भीतिदायक वाटावे–

"आता बाबा तुला उठवायला येतायत."

एवढं एकच वाक्य बोलून आई शांतपणे आणि आरामात निघून गेली. तिचा सगळा त्रास तिनं बाबा नावाच्या अजून एका संतापी जिवाकडं ढकलून दिला.

बाबा हा सगळा प्रकार शांतपणे ऐकत आणि निरखत होते. जणू फुटबॉल टीमचे फायटर खेळाडू असल्याप्रमाणं ते आईची आणि माझी प्रत्येक हालचाल बघत होते किंवा माझी कुठलीच हालचाल नसणं निरखत होते. फुकट जाणाऱ्या प्रत्येक सेकंदासह त्यांचा संताप वाढत होता आणि ते जणू मी उठू नये अशीच मनातल्या मनात प्रार्थना करत होते. कारण त्यामुळं बाबांना त्यांच्या संतापाचा स्फोट करण्यासाठी चांगलं कारण मिळणार होतं. आईच्या निर्वाणीच्या हाकेनंतर मी उठत नाहीये हे बघून ते सगळा साठलेला संताप माझ्यावर काढू शकणार होते. मागच्या वेळेच्या शाब्दिक हल्ल्यानंतर त्यांच्याकडं जे काय मला बोलायचं साचलं असेल ते सगळं मग बाहेर पडलं असतं. माझ्या उशिरापर्यंत चालणाऱ्या पार्ट्या, पोरी, तासन्‌तास फोनवर घालवणं, माझ्या ज्युनिअर कॉलेजमधून आलेल्या तक्रारी सगळं सगळं माझ्यावर कोसळलं असतं.

आता पुढचं विश्वयुद्ध टाळायचा एकच उपाय होता : डोळे सताड उघडणं. मी जणू माझ्या मृतदेहाला संजीवनी मिळाली आहे अशा रीतीने डोळे उघडतो. बाबा बोलत असतात तेव्हा माझे हात आणि जीभ बांधली जाईल अशी एकतर्फी विधानं करणं मला टाळायचं असतं. माझ्या अनुभवानुसार बाबांशी ही अशी थेट

संभाषणं टाळणं सगळ्यात उत्तम असतं. अशा परिस्थितीत कुठलाच इशारा न देता बॉम्ब कधीही फुटू शकतो.

बिछान्यातून बाहेर येणं खरंच किती अवघड काम असतं यार! मुलांनापण काय काय सहन करावं लागतं. सकाळी ज्युनिअर कॉलेज, दुपारी ट्यूशन्स, संध्याकाळी क्रिकेट खेळणं आणि रात्री टीव्ही बघणं. या बिझी शेड्यूलमध्ये फेसबुक स्टेटस अपडेट करणं, नवनवीन जोक्स वाचणं आणि फॉरवर्ड करणं ही कामंपण असतात. इतक्या सगळ्या जबाबदाऱ्या पार पडायच्या म्हणजे काय खायचं काम नाही. त्यामुळे वेळेवर झोपणं अवघडच असतं. पण एकदा का मी बिछान्यातून बाहेर पडलो, की तसा बरा वागतो.

मी आज तीनदा घड्याळाचा गजर झाल्यावरही उठलो नाही आणि तीनदा तिच्याकडं दुर्लक्ष केलं, हे काही तिला आवडलं नाही, तिला म्हणजे तुम्हाला कळलंच असेल– आईला. ही संधी आई हातून दवडणार नव्हतीच. आता एक मोठं भाषण देणं, खरपूस बोलणी खाऊ घालणं आणि बाबांकडून कडक इशारे देणं हे सगळं तिच्या दृष्टीनं अगदीच गरजेचं होतं.

निराश झाल्याचा वाईट अभिनय करत आई म्हणाली, ''निदान आज तरी तू स्वतःहून वेळेवर उठायला हवं होतंस.''

तिनं बाबांकडं आशेनं नजर टाकली.

तिच्यासाठी ही खरंच एक सुवर्णसंधी होती. ती एखाद्या जादूगारासारखी दिसत होती. आपली पुढची जादू कशी होतेय याविषयी एक्सायटेड असलेला एखादा जादूगार. प्रेक्षकांना मूर्ख बनवून हवी तशी प्रतिक्रिया मिळवू पाहणारा जादूगार.

अँड येस, इट वर्क्ड!

बाबांनी त्यांच्या हातातला पेपर खाली ठेवला आणि माझ्याकडं गंभीरपणं नजर टाकली. ते खुर्चीत पुढे सरकले. एक मोठं, कंटाळवाणं आणि अपमानास्पद शब्दांनी भरलेलं लेक्चर त्यांना मला द्यायचं होतं. आईनं तिच्या हातातली कामं बाजूला ठेवली आणि बसायला एक खुर्ची घेतली. ती घाईघाईनं खुर्चीत बसली. तिच्या एका हातात पॉपकॉर्न होते आणि दुसऱ्या हातात चहा होता. आता सुरू होणाऱ्या मनोरंजक आणि सुखद प्रसंगासाठी ती पुरेपूर तयार होती.

या भाषणांविषयी सगळ्यात तापदायक बाब असे ती म्हणजे त्यात केली जाणारी विधानं. 'माझ्यावर विश्वास ठेव आणि हा अपमान आम्ही तुझ्या भल्यासाठीच करतो आहोत. आम्ही तुझा आत्मविश्वास नियमितपणे असं बोलून बोलून चिरडत असलो, तरी एक ना एक दिवस तू चांगला कॉन्फिडन्ट मनुष्य होणार आहेस.' असं या भाषणात सांगितलं जात असे.

आता मी निरागस चेहरा करून भाषणबाजी ऐकायला तयार होतो, तर बाबा थांबले, ते खुर्चीत मागे सरकले आणि पुन्हा त्यांनी त्यांच्या पेपरमध्ये डोकं घातलं. हे भलतंच अनपेक्षित होतं. या पृथ्वीवरच्या माझ्या अठरा वर्षांच्या वास्तव्यात पहिल्यांदाच असं घडलं होतं, की बाबांनी चक्क मला सोडून दिलं. त्यांच्या मनात काय विचार आला होता, की त्यांनी आज मला न बोलता सोडून द्यायचं ठरवलं असेल? आज त्यांनी माझा मान कसा राखला या विचारात मी गढून गेलो. आज पेपरमधे IIT चे निकाल जाहीर होणार होते म्हणूनही असेल.

ज्या प्रसंगामुळं आईला बाबांनी चिडायला हवं होतं, त्याच प्रसंगामुळं बाबा शांत झाले होते.

याची कदाचित दोन कारणं असू शकतात : एक, कुठेतरी खोलवर बाबांना अजूनही वाटत असेल, की मी ती परीक्षा पास होईन. (माझ्या अलीकडच्या परफॉर्मन्सनंतर हे जरा अशक्यच वाटत होतं.) दुसरं खरं असायची सर्वाधिक शक्यता असलेलं कारण म्हणजे बाबा वाट बघत असावेत, की त्या निकालानंतर एका दमातच काय ते मला बोलावं. दोनदा कुठे त्याच त्याच कामावर एनर्जी वाया घालवायची, असा विचार त्यांनी केला असेल.

कशानं का होईना पण मी जरा सुटकेचा श्वास घेतला. एखादी बंदुकीची गोळीच मला चाटून गेली इतपत मला हायसं वाटलं. माझा कॉन्फिडन्स हळूहळू परत आला. मी आईकडं पाहिलं.

मी नजरेनंच आईला आव्हान दिलं. 'आता काय करशील? आता कुठलं शस्त्र आहे तुझ्याकडं?'

तिच्या चेहऱ्यावरचे भाव एकदमच बदलले. आधी पाच वर्षांचं मूल डिस्नेची कार्टून्स बघतं तेव्हा त्याचा चेहरा असतो ना, तसा चेहरा होता तिचा. आता काही सेकंदांत एकदम पंचवीस वर्षं जेलमध्ये घालवल्यासारखा चेहरा झाला.

मला हा बदल अगदीच जाणवला. आई आणि बाबा दोघंही नेहमीसारखे वागत नव्हते. आईबापासाठी त्यांच्या मुलानं IIT मध्ये जाणं म्हणजे जणू WWE Royal Rumble जिंकण्यासारखं असतं. जणू ते आईवडिलांच्या कर्तव्यपूर्तीसाठी दिलेलं प्रशस्तिपत्रक असतं. जरी आईबाप म्हणून त्यांनी फार काहीच केलेलं नसतं! फक्त ते मुलाला हवा तेवढा टीव्ही बघू देतात आणि भरपूर लॅपटॉप वापरू देतात. ते बाहेर मित्रमंडळींसोबत दारू प्यायला जातात, तेव्हा मुलाकडून कबूल करून घेतात की अजिबात त्रास देणार नाही. वर मूल वाढवताना किती त्याग करायला लागतो म्हणून कुरकुरत बसतात.

स्कॉटलंडची सिंगल माल्ट व्हिस्की, लूई व्हिटनची महागडी बॅग, लास

व्हेगासमधली बॅचलर ट्रीप, बंगलोरमध्ये रस्ते रिकामे असणं, लॉटरी लागणं, सुंदर शेजारीण तुमच्याकडं बघून हसणं या कुठल्याच गोष्टीनं तो आनंद होत नाही, जो तुमचं मूल IIT मध्ये जाण्यानं होतो.

तुम्ही लहान मूल असलात तरी जसजसे मोठे होत जाता तसतसं तुम्हाला जाणवतं की आपली कपॅसिटी काय आहे. बहुतेक मुलांना हे माहीत असतं, की ते IIT ची एंट्रन्स परीक्षा पास होणार नाहीयेत. पण आईवडिलांचं मन मोडू नये म्हणून ते कोर्स करतात. मीदेखील अशाच पोरांपैकी होतो.

मला बहुतेक प्रश्न तर कळतच नसत. ते सोडवणं तर दूरच राहिलं. मी माझ्यापरीनं खूप प्रयत्न करत असे पण मला काही सुधरत नसे. हे सगळं लवकरच संपणार होतं. एकदा माझ्या आईबाबांनी माझा रिझल्ट पहिला, की हा IIT नावाचा छळ कायमचा संपणार होता. मी पुन्हा ट्राय करावं अशा चर्चा होण्याची शक्यता होती कदाचित; पण माझे बेत वेगळे होते.

आता बाईक घेऊन घराबाहेर पडायची वेळ झाली होती. सगळ्या IIT उत्सुक मुलांमध्ये फार भीती आणि चिंतेचं वातावरण असल्याचं कानावर पडत होतं. सोशल मीडियावर याच बातम्यांची रेलचेल होती. त्यातल्या बहुतेक बातम्या खोट्या निघत होत्या.

माझ्या शाळेच्या ग्रुपमधले फक्त दोघे IIT प्रीलिम पास झाले, तेही खूप कमी मार्कांनी.

तुम्ही ग्रुपमधले बेस्ट स्टुडंट असता तेव्हा तुमचं आयुष्य फार सोपं असतं. तुम्ही स्टार असता. पालकांच्या डोळ्यांमधलं स्वप्न असता. तुमचं उदाहरण इतर मुलांना सांगितलं जातं.

पॅरेन्ट टीचर मीटिंगची इतरांना भीती वाटत असेल; पण तुम्ही मात्र या मीटिंगची वाट बघत असता. फक्त तुम्हाला खरं काय आहे ते माहीत असतं. तुम्ही उत्तम आहात असं नाही, पण इतर सगळे जाम बेकार आहेत हेही समजतं. तुम्ही चांगल्या शाळांमधल्या हुशार मुलांशी स्वतःची तुलना करता. आणि वाईट पद्धतीने तोंडावर पडता. मनोमनच देवाचे आभार मानता, की या शाळांची प्रवेश परीक्षा तुम्ही नापास झाला, ते एका अर्थी बरंच झालं.

***

मला माझ्या मित्राला अर्णवला सायबर कॅफेसमोर भेटायचं होतं.

आम्ही आमचे रिझल्ट एकत्र बघायचं ठरवलं होतं. खरंतर हे २०१० साल होतं आणि प्रत्येक जण मोबाईलवरून इंटरनेट वापरू शकत होता; पण अर्णवला या जुन्या पद्धतीनं रिझल्ट बघायचा होता. त्याची या कॅफेवर अंधश्रद्धा होती. इथं रिझल्ट पाहिला तर तो पास असेल असं त्याला वाटत होतं.

मी अर्णवसाठी एक्सायटेड होतो. अर्णव असा मुलगा होता ज्याला वय वर्ष पाचपासून काय करायचं आहे हे नीटच ठाऊक होतं. दररोज तो आम्हाला आमच्या आयुष्यातल्या निरनिराळ्या ऑप्शन्सविषयी सांगत असायचा. अशा गोष्टी ज्यांचा आम्हाला पत्ताही नसायचा. परदेशात जाणं, उच्च शिक्षण घेणं, स्टार्टअप कंपनी सुरू करणं असं काय काय त्याला सुचत असायचं. त्यानं त्याची मागची चार वर्षं या परीक्षेच्या तयारीत घालवली होती. एका उत्तम इन्स्टिट्यूटमधून कोचिंग घेतलं होतं. त्यानं विचारलेले काही IIT चे प्रश्न आम्ही सोडवूही शकलो नव्हतो.

मी माझ्या बाइकवर बसून अर्णवची वाट बघत होतो. त्याच वेळी अर्णव उड्या मारत चालत येताना दिसला. या आनंदाच्या उड्या होत्या. प्रत्येक पावलासोबत तो त्याच्या आयुष्यातल्या ऑब्जेक्टिव्हच्या जवळ जात होता. अर्णवच्या तुलनेत आमच्या बाकीच्या दोस्तगँगचं चालणं म्हणजे नुसती गोंधळत, चाचपडत करत असलेली वाटचाल होती. काही जण नुसतेच रमतगमत भटकत होतो, व्हॉट द हेल!

अर्णवनं हसत विचारलं, ''ऑल सेट, मिस्टर शर्मा?''

मीपण हसत म्हणालो, ''यप!''

अर्णव म्हणाला, ''आपण दोघं पास झालेलो असू तर आपण एकाच ठिकाणच्या आयआयटीत जाऊयात, मग धमाल येईल.''

''येस, शुअर! मला वाटतं दिल्ली हा बेस्ट ऑप्शन आहे. आपल्याला बाकीच्या दोस्तांनापण कधीही भेटता येईल.''

तो जोरात हसत म्हणाला, ''ड्यूड! अरे, इथं मी आयआयटीच्या गप्पा करतोय आणि तू त्या लूजर मित्रांबद्दल कशाला विचार करतोयस.''

मी फाडकन म्हणालो, ''अरे, ते लूजर आहेत म्हणून तर आपल्यासारख्या लूजर्ससोबत फिरतात.''

तोही हळूच हसत म्हणाला, ''हो, पॉइंट आहे तुझ्या बोलण्यात.''

मी त्याला विचारलं, ''नर्व्हस?''

तो म्हणाला, ''हो यार! चार वर्षं घालवलीयत मी याची तयारी करण्यात.''

मी त्याला चिडवत म्हणालो, ''च्यायला, चार वर्षं? काय प्रॉब्लेम काय आहे तुझ्यात?''

त्यानं विचारलं, ''आणि तुझं काय?''

मी म्हणालो, ''माझं काय! मी आईबाबांसमोर कसं वागायचं ते ठरवतोय. जर ढसाढसा रडलो तर जरा सोपं होईल. मग ते त्यांचं दुःख विसरून मलाच समजवायचं बघतील. पण च्यायला मला रडू कसं येणार? मला तू घरात जायच्या आधी एक सणसणीत थोबाडीत मारशील का रे?''

तो खट्याळपणं हसत म्हणाला, ''चालेल की! त्यापेक्षा गोटीवर एक लाथ

हाणू का?''

कॅफेबाहेर लांबचलांब रांग लागली होती. कॅफेवर अंधश्रद्धा असणारे फक्त आम्हीच नव्हतो.

नॉयडामधले बरेचसे आयआयटीयन्स याच कॅफेनं जन्माला घातले होते म्हणे, म्हणून ही इतकी गर्दी होती.

''चल आधी पटकन रांगेत उभं राहूया.'' लहान पोराच्या उत्साहानं अर्णव म्हणाला. मला कसलीच घाई नव्हती पण त्याच्यासाठी मीही लायनीत उभा राहिलो.

तिथं जमलेले वेगवेगळे नमुने बघायला मजा येत होती. विशेषत: जेव्हा तुम्हाला या स्पर्धेच्या निकालामुळं काहीच फरक पडत नसतो, तेव्हा अशा मोठ्या निकालाच्या दिवशी, हा खेळ बघायला अधिक गंमत येते.

भयंकर नर्व्हस झालेले काही चमे होते. जणू या परीक्षेत नापास झाले तर त्यांचं आयुष्यच इथं संपणार होतं. असले चमे आईबाबांसोबत निदान पाच नातेवाइकांना घेऊन इथं आले होते.

ही बावळट पोरं आकाशात बघत होती. जणू वर बसलेला परमेश्वरच त्यांचा रिझल्ट लावणार आहे. त्यांचे आईबाप तर पोरांपेक्षाही नर्व्हस दिसत होते.

अति कॉन्फिडंट कॅटेगरीतली मुलं वेगळी दिसत होती. काहीही झालं तरी यांच्या चेहऱ्यावर पास होण्याचा फुल कॉन्फिडन्स दिसत होता.

या स्मार्ट पोरांपैकी जर कुणी नापास झालं, तर ही एक्झॅमिनरच्याच बुद्धीवर संशय घेतील किंवा एज्युकेशन सिस्टीमला दोष देतील. ही पोरं मग सिस्टीम बदलायचा दावा करतील.

अशी मुलं सहसा रिझल्ट बघायला एकटीच येतात. अत्यंत कूल दिसतात आणि अजिबात नर्व्हसनेस दाखवत नाहीत.

काही असेही होते, ज्यांना नापास व्हायची जबर भीती वाटत होती; पण तरी ते कूल असल्याचं दाखवत होते, चेहऱ्यावर खोटं हसू आणलेलं आणि हे दर पाच मिनिटांनी घड्याळ चेक करत होते. हा प्रकार लवकरात लवकर संपावा असं त्यांना वाटत होतं आणि अर्थातच उरलेले सगळे माझ्यासारखे होते. इथं माझ्या सारखीच मुलं जास्त प्रमाणात होती. आम्ही वाट बघत होतो, की एकदाचा हा सगळा वैतागवाणा प्रकार चटकन संपावा, आईबापाच्या अपेक्षा मागं टाकाव्यात आणि आमचं आयुष्य पुढं सरकावं.

माझ्यासारखी मुलं सहज सापडू शकतात. आम्ही नेहमीसारखंच वागतो. कूल, शांत, एकूणच मजा करत असतो. या निकालानंतर कुठं जायचं आहे या विचारात आम्ही दंग असतो. नापास झाल्याचं दुःख बुडवायला बीअर मारायला जायचं की अजून कुठे तरंगणार आपली ही डुबती नैया!

पण एकीकडे घरी जाऊन परफेक्ट प्रमाणात दुःख दाखवायचं प्लॅनिंगपण करावं लागतं. परफेक्ट प्रमाणात दुःख दाखवलं तर आईबाबांकडून काहीतरी बऱ्यापैकी भेट मिळायचा चान्स असतो. मे बी, रोज रात्री दहाला घरी परत येण्याचा नियम एखाद्या रात्रीसाठी शिथिल होऊ शकतो.

अचानक आजूबाजूला गडबड उडाली. रिझल्ट लागला होता वाटतं. जागा नव्हती तरी लोकं उगीचच पुढे पुढे सरकायला लागली.

दर पंधरा मिनिटांनी कॅफेचा मालक बाहेर येत होता आणि लोकांना लायनीत उभं राहावं म्हणून खेकसत होता. तो असा वागत होता, की कोण आयआयटीत जाणार आहे हे जणू काही तोच ठरवतो.

आमच्या आधी कॅफेमध्ये शिरलेली मुलं बाहेर पडू लागली. एकाच्याही चेहऱ्यावर हसू नव्हतं. या वर्षी या सायबर कॅफेची जादू संपली वाटतं. एकही आनंदाने आलेली किंचाळी नाही, एकाचंही सेलिब्रेशन नाही, एकही डान्स नाही, आनंदाश्रू ढाळणारे आईबाप नाहीत.

अर्णव पुटपुटला, "एकही जण पास झाला नाही? काय चाललंय काय हे?"

त्याचा आवाज थरथरत होता.

मी सहजपणे उत्तरलो, "काहीच कळत नाही रे! किती वेळ लागेल रे तुझा रिझल्ट बघायला आणि इथून बाहेर पडायला?"

तो बधिरपणे म्हणाला, "ए! 'तुझा' रिझल्ट म्हणजे काय रे? तुझा रिझल्टपण लागणारे की!"

मी कसंतरी हसत म्हणालो, "अरे मित्रा, मला माझा रिझल्ट ठाऊकच आहे की!"

अर्णव चकित होऊन म्हणाला, "हा आपल्या आयुष्यातला सर्वांत महत्त्वाचा दिवस आहे आणि तुला कसली घाई लागलीय?"

मी म्हणालो, "अरे मित्रा! हा तुझ्यासाठी तुझ्या आयुष्यातला सर्वांत महत्त्वाचा दिवस असेल. माझ्यासाठी मात्र हा स्वातंत्र्य दिवस आहे."

अर्णव पुटपुटला, "या लायनीचा स्पीड बघता पंचेचाळीस मिनिटं तरी लागतील आपल्याला आत जायला."

अर्णव परत एकदा विचारांत गढला. तो पुढचं प्लॅनिंग करत असावा. आयआयटीमध्ये गेल्यावर कदाचित लगेच तो पहिल्याच सेमिस्टरमध्ये एखादं स्टार्ट अप व्हेंचर सुरू करेल. ते यशस्वी झालं की मग तो सॉलिड फेमस होईल.

जसजशी लाइन पुढे सरकायला लागली, तसतसं अर्णव प्रचंड नर्व्हस होऊ लागला. त्याच्या आजूबाजूला हवेतही मला टेन्शन जाणवत होतं. त्याचे हात, डोळे, त्याची बॉडी लँग्वेज सगळ्यात टेन्शन भरलेलं होतं.

मित्रांची चेष्टा करणं ही माझी स्पेशालिटी आहे. हे स्किल मी माझ्या आजीकडून शिकलोय. दुसऱ्याच्या टेन्शनमध्ये आपण कशी मजा करायची ते मला भारी जमतं. दुसऱ्याला ताण आलेला असताना आपण धमाल कशी करायची हे मला नीटच माहीत आहे. मी ही संधी हातची जाऊन देणार नव्हतोच.

मी दुसरीकडे बघत पुटपुटलो, “काय रे अर्णव, मग नंतर ड्रिंक्स घ्यायला कुठं जायचं आपण?”

तो वैतागून म्हणाला, “च्यायला, मला नाही माहीत रे!”

मी सोडणार नव्हतो, “आणि जेवायला कुठं जायचं?”

अर्णव पुरता सटकला होता. तो चिडून म्हणाला, “अर्जुन, सीरियसली? मी आता या रिझल्टशिवाय कुठलाही विचार करू शकत नाहीये. माझं टोटल आयुष्य या रिझल्टवर अवलंबून आहे. कितीतरी गोष्टी मी आज IIT entrance पास होतो का नाही यावर ठरणार आहेत. माझ्या घरातले सगळे तिथं फोनपाशी बसलेत, यार! ते सगळे जण फक्त तीन शब्द ऐकायला तिथं बसलेत, ‘मी करून दाखवलं!’ आणि तुला इथं माझी चेष्टामस्करी सुचतेय?”

त्याच्या आवाजात एकाच वेळी संताप, अस्वस्थता आणि ताण या सगळ्याचं मिश्रण होतं.

मला जाणवलं, की आता फालतूपणा थांबवायची वेळ झाली होती. एका पॉइंटला तुम्हाला समजतं, की आता समोरचा मित्र तुमची चेष्टा सहन करू शकत नाही. तो तुमच्याशी बोलायचं बंद करेल किंवा तुमचं डोकं फोडेल हे सांगता येत नाही. त्यामुळं मी ठरवलं, की आता शांत बसणं हीच एक गोष्ट उत्तम ठरेल. निदान हे रिझल्ट बघणं नावाचं प्रकरण संपेपर्यंत तरी चूप बसावं.

फायनली,आम्ही कॅफेत जाऊन एका कॉम्प्युटर समोर बसलो. अर्णव त्याचा रोल नंबर टाइप करून पाहत होता, पण त्याचे हात थरथरत होते. एकदोनदा ट्राय केल्यावर त्याने मलाच त्याचा रोल नंबर सर्च करतो का विचारलं. मी आनंदानं त्याचा रोल नंबर टाइप करून एंटर मारलं.

काही सेकंदात स्क्रीनवर रिझल्ट आला. माझा माझ्या डोळ्यांवर विश्वासच बसेना. अर्णवचाही विश्वास बसेना. अर्णव नापास झाला होता.

अर्णव खचल्यासारखा खुर्चीत बसला होता. पहिल्यांदाच मला जाणवलं, की हा रिझल्ट त्याच्यासाठी किती महत्त्वाचा होता. मी त्याच्या खांद्यावर हात ठेवत त्याला धीर दिला. जे झालंय ते स्वीकारायलाच त्याला काही मिनिटं लागली. त्यानं त्याच्या रिझल्टची प्रिंट आउट काढली.

तो म्हणाला, “ड्यूड! तू तुझ्या रिझल्टची प्रिंटआउट पण काढायला हवीयस.”

हे बरोबरच होतं. अर्णवनं माझा रोल नंबर टाइप करून सर्च केला. काही

सेकंदांत स्क्रीनवर रिझल्ट आला. स्क्रीन बघून आम्ही थक्क झालो. आम्ही इतका वेळ शांत बसलो होतो, की मला वाटलं ती जगाच्या अंतापर्यंतची शांतता असावी. अर्णव माझ्याकडे बघत कसंतरी हसत पुटपुटला, ''कुठे जायचं मग ड्रिंक्स घ्यायला? मित्रा, तू आयआयटी एंट्रन्स पास झालायस.''

हसावं की रडावं । २

"तू करून दाखवलंस!" अर्णव ओरडत सुटला. त्याच्या बुडाला एखादा कीडा चावल्यासारखी त्याने टुणकन उडी मारली. अर्णव इतका खूश झाला होता, की मी नाही, तर तोच पास झाला असावा असं वाटत होतं. त्याचे डोळे एक्साइटमेंट आणि स्वप्नांनी चमकत होते.

तरुणांची ही एक गोष्ट मला फार आवडते. तरुणांचं मन शुद्ध असतं आणि ते सगळ्यांवर अनकंडिशनली प्रेम करू शकतात. हेवा, हाव आणि जीवघेण्या स्पर्धेत वाहवत जाणं हे मॅच्युरिटीसोबत घडतं.

गेल्या तीस सेकंदांत मला हजार व्होल्टपेक्षाही जास्तीचा शॉक बसला होता. मी हलू शकत नव्हतो, माझं तोंड उघडत नव्हतं, काहीही विचार करता येत नव्हता. माझं सगळं लक्ष स्क्रीनवर होतं आणि तिथं माझा रिझल्ट होता.

च्यामारी! हा साला अर्णव खरंच बोलत होता की!

समोर माझी रँक दिसत होती. सगळ्यात मोठा प्रॉब्लेम असा होता, की आता पुढे काय करायचं ते मला ठाऊक नव्हतं.

आता मी 'कोणास ठाऊक हे कसं झालं' टाइप क्रेझी डान्स करू की आईबाबांना फोन करू? का दोस्त गँगला मेसेज करू. पण काहीही करण्याआधी हे सगळं खरंच होतंय का हे बघायला पाहिजे.

मी अर्णवला परत एकदा माझा रोल नंबर टाइप करून सर्च करायला सांगितलं. त्यानं माझ्याकडं काय वेडपट आहे हा अशा नजरेनं पाहिलं. पण मी ठाम होतो. मला परत एकदा बघायचं

होतं. माझा रोल नंबर चुकीचा तर टाइप झाला नाही ना हे बघायचं होतं. वेबसाइटमध्ये एखादा बग येऊन रिझल्टस स्विच झाले असले तर काय करा!

आज्ञाधारक मुलासारखा अर्णवने माझा रोल नंबर टाइप करून सर्च केला. स्क्रीन रिफ्रेश होऊन परत तोच रिझल्ट आला. नंतर मी चेंगटपणे सगळे डिटेल्स पुन्हा पुन्हा चेक केले.

सगळं करेक्ट वाटतं होतं.

मी हळूहळू ॲक्सेप्ट करायला लागलो, की मी बहुतेक IIT एंट्रन्स पास झालो आहे. तरी मी अर्णवला सांगणार होतो, की इतक्यात कुणाला काही अजून सांगू नकोस.

मी खरंच पास झालोय याबद्दल मला शंभर टक्के शुअर असायचं होतं. पण अर्णवला काहीही सांगायला उशीर झाला होता. त्याचं ते उड्या मारणं आणि जोरजोरात बोलणं यामुळे लोकांना समजलंच होतं.

मी मागं वळलो आणि पाहिलं की चार पाच पोरं आमच्याकडेच बघत होती. मी अर्णवचा दंगा शांत करून त्यांना जायला सांगायच्या आधीच अर्णव म्हणाला, "अरे, तो IIT मध्ये चाललाय."

मग त्यानं दोन्ही हात हवेत उडवून खाली झुकवत मला सॅल्यूट केला, जणू काही तो कुणा सेलिब्रिटीसमोर उभा आहे. मी त्याला थांबवायच्या आधीच इतर पोरं आली आणि सगळेच हवेत हात उडवून खाली झुकवत मला सलाम करायला लागले. अचानक त्यांना असं सलाम वगैरे करू नका सांगायची माझी इच्छा गायब झाली. या मुलांचं माझ्यासमोर असं आदरानं झुकणं मला आवडायलाच लागलं. खरं सांगायचं तर एकदम मस्तच वाटायला लागलं.

मनातल्या मनात या फालतू मुलाचं रूपांतर हिरोमध्ये झालं होतं. जेव्हा सगळं जग त्याच्यावर डोळे लावून बसलेलं होतं, तेव्हा हा मुलगा स्वतःचं काम करण्यात बिझी होता. आधी गावातल्या सगळ्यात सुंदर मुलीनं या मुलाला नकार दिला होता, पण नंतर तीच मुलगी तिचा श्रीमंत फियान्सी सोडून या मुलाच्या गळ्यात पडली होती. हा फिल्मचा हिरो होता. हा हिरो देखणा होता आणि एक चांगला माणूस होता. हा हिरो म्हणजे एक असा माणूस होता, की ज्याच्याबद्दल तो वर गेल्यावरही लोकं खूप काळ बोलत राहतील.

माझी बॉडीलँग्वेज एकदमच बदलली. मी फॅक्ट स्वीकारली. माझ्या चालण्यात जबरदस्त ॲटिट्यूड आला. बॉलिवूडच्या एखाद्या रॅपरसारखं मी एकदम स्टाइलमध्ये चालायला लागलो. दुनियेतल्या कुठल्याही ड्रगने या वेळी मला हाय वाटलं नसतं कारण मी ऑलरेडी या यशाच्या नशेतच होतो.

मी माझा हा नवीन अवतार एन्जॉय करत होतो. कॅफेबाहेरचं निराश पब्लिक

चर्चा करत होतं की कुणाकुणाचं कुठं काय चुकलंय.

पण अर्णवनं त्यांना हलवलं आणि तो ओरडला, 'अरे ए! आपल्यामध्ये एक फ्युचर आयआयटीयन आहे.'

च्यायला! एखादा राजा तिथं येत असल्यासारखी अर्णवनं अनाऊंसमेंट केली.

अचानक सगळे जण थांबले, मागे वळले आणि माझ्याकडे पाहत टाळ्या वाजवू लागले. आयुष्यात पहिल्यांदा मला प्रसिद्धी म्हणजे काय असतं ते समजलं. फेमस आणि माजोरड्या ॲक्टर्सविषयीचा माझा राग पळून गेला.

आता मला नीट समजलं, की त्या ॲक्टर्सना कसं वाटत असेल. हा जबरदस्त अनुभव होता यार! तुमचं डोकं अगदी सहज बिघडू शकतं, तुम्हाला महान असल्याचं फीलिंग येतं.

त्या सायबर कॅफेमध्ये मी एकटाच असा होतो जो IIT एंटरन्स पास झाला होता.

सायबर कॅफेच्या मालकालापण हायसं वाटलं. त्याचा कॅफे 'लकी सायबर कॅफे' असल्याचं रेप्यूटेशन धोक्यातच आलं होतं. बरेच जण त्याच्याकडे अशा नजरेनं बघत होते, की ते नापास झाले हा त्या कॅफेच्या मालकाचाच गुन्हा आहे.

अर्णवनं सायबर कॅफे मालकाला पैसे देऊ केले तसे त्याने ते नाकारले.

मालक म्हणाला, "जे पास झालेत त्यांना काही चार्जेस नाहीयेत." मालकाचा चेहरा अभिमानाने चमकत होता.

आम्ही कॅफेमधून बाहेर पडून माझ्या बाईककडे जाऊ लागलो. कसला भारी चालत होतो मी! मला असं वाटायला लागलं, की मी सेलिब्रेटींसारखे भारीपैकी काळे गॉगल्स घातले आहेत. हे खूपच विनोदी होतं. कारण खरंतर मी गॉगल्स घातले नव्हते. मी माझा हात सेलिब्रेटींसारखा हवेत उंचावून गर्दीसाठी हलवणारच होतो पण बळंच खाली घेतला. आम्ही पुढे सरकलो तसे काही उत्सुक चेहरे दिसले. काही क्षणांसाठी त्यांच्या दुःखातून बाहेर पडत ते भविष्यातल्या एका सेलिब्रिटीकडे बघत होते.

काही चिकण्या दिसणाऱ्या पोरीही तिथं होत्या. एरवी या पोरींनी माझ्याकडे कधीच ढुंकूनही पाहिलं नव्हतं. आज या मुली मला स्माइल देत होत्या. कारण आयुष्यभर त्या ज्याची वाट पाहत होत्या तो मीच होतो. जणू त्या मुलींच्या आयुष्याचं ध्येय ही एक्झॅम पास करणं नसून मला भेटणंच होतं. त्या मुली फार बेफिकीर दिसत होत्या. मला तर डाऊटच आला की त्या मुलींनी खरंच IITसाठी ॲप्लाय केलं होतं का नाही.

अरे येस! त्या IIT पास मुलांना गटवण्यासाठी इथं आल्या असणार. अति स्मार्ट पोरं तर तिथं होतीच. ही सगळी आगाऊ गँग असाच काहीतरी विचार करत

असणार की आयला, हा पोरगा कसा काय ही एक्झॅम पास झाला असेल! याच्यात तर अजिबातच एखाद्या आयआयटीयनचं पोटेन्शिअल नाही. उगीच अटेन्शन खेचण्यासाठी हा खोटं तर बोलत नसेल ना? याच्या रँक्स चेक करायला पाहिजेत. IITच्या सिलेक्शन प्रोसेसमध्ये काहीतरी गंडलं असेल का? आय मीन...मी सिलेक्ट झालो नाही पण हा फालतू मुलगा कसा काय झाला? खरंच हा पोरगा सिलेक्ट झालाय का? वगैरे.

तिथं माझ्या टाइपची, रादर एके काळच्या माझ्या टाइपची मुलंपण असणारच. ती मुलं हा मॅटर एकदाचा संपला म्हणून सुटकेच्या आनंदात असणार. ही मुलं जिंकली आणि त्यांचे पॅरेंट्स हरलेत. ही कुणी स्पेशल हुशार, आगाऊ कॅटेगरीतली मुलं नव्हती. ही आपली साधीसुधी, मजा करणारी मुलं होती. टीनएजर्सना तशीही स्वतःच्या करिअरपेक्षा सेलिब्रिटींमध्ये सध्या कोण कपल आहे याची काळजी जास्त असते. त्या सगळ्यांनी माझ्यासाठी खूश होत जल्लोश केला. काही मिनिटांपूर्वी मी त्यांच्यामधलाच एक होतो हे ते विसरून गेले.

एकदाचे आम्ही त्या गर्दीतून बाहेर पडलो. मी हळूहळू जागेवर येत होतो. पण माझी स्टाइल तशीच होती. हा नवीन 'मी' होतो. परत कधीही मी तो नर्व्हस आणि गोंधळलेला जुना मुलगा होणार नव्हतो.

आयुष्य या सिच्यूएशनमध्ये जास्त चांगलं आणि सोपं वाटत होतं. मी बाइकवर बसलो आणि किक मारणार तितक्यात पाहिलं, की काही स्टुडंट्स माझ्याकडेच येताहेत. मला समजलंच की ते काय बोलायला येत असतील. मी झटकन बाइक चालू करून तिथून पळायला बघितलं. मी त्यांच्या प्रश्नांना घाबरलो होतो. फक्त नशिबाची साथ मिळाली म्हणून मी पास झालो होतो हे खरं होतं आणि ते सगळ्यांना कळेल याची मला भीती वाटली. पण उशीर झाला होता.

त्या सगळ्यांनी मला घेरलं. त्या सगळ्यांचे डोळे कुतूहलामुळे चमकत होते.

एक बुटकी आणि जाड चश्मा लावलेली मुलगी पुढे येत म्हणाली, "हाय! काँग्रॅच्युलेशन्स!"

तिचा आवाज ओव्हर एक्सायटेड आणि हाय पीचमध्ये होता.

"थँक्स!" मी पुटपुटलो. माझ्या आवाजातून नर्व्हसनेस टपकत होता.

ती मुलगी म्हणाली, "आम्ही आय.आय.टी.साठी तयारी करतोय. तू आम्हाला पास होण्यासाठी काही टिप्स देशील का?"

हे विचारून तिनं घोळक्यावर नजर फिरवली. हे असं होणार असं वाटलंच होतं. सक्सेसफुल लोकांना असे प्रश्न विचारतात हे मी टीव्हीवर पाहिलंय. मला त्या सक्सेसफुल लोकांची उत्तरं कधी आवडायची नाहीत. मला नेहमी वाटायचं, की मी फेमस आणि सक्सेसफुल झालो, की या मूर्खांपेक्षा भारी उत्तरं देईन. मी

स्मार्ट आहे आणि बोलण्यात हुशार आहे असं मला आपलं वाटायचं. पण त्या दिवशी एका मुलीनं मला एक साधा प्रश्न विचारला, तर मला काही उत्तर देता येत नव्हतं.

उत्तर द्यायला सुरुवात कुठून करू आणि शेवट कसा करू हेच समजेना. एकदम मला वाटलं, की ते टीव्हीवरचे सक्सेसफुल लोकं चांगलं बोलतात. ते बोलतात त्यावर निदान त्यांचा विश्वास असतो, माझ्यासारखं नाही. मी कसा पास झालो हे मलाच ठाऊक नाही. ती सगळी जणं माझ्याकडं अशा काही क्यूरिअस नजरेनं बघत होती, की जणू काही त्यांचं भविष्य माझ्या उत्तरावरच अवलंबून होतं.

अचानक मला जाणवलं की मी जे काही सांगेन ते सगळं काही ही मुलंमुली फॉलो करतील. अत्यंत प्रामाणिकपणे आणि जबाबदारीने त्यांना उत्तर द्यायला हवं असं मला वाटलं.

मी विचार केला की मी पास झालोय म्हणजे काहीतरी असेलच जे मी बरोबर केलं असेल आणि नापास झालेल्यांनी काहीतरी चुकीचं केलं असेल.

थोडासा विचार करून मी बोलायला लागलो, "मला टीचर्स क्लासमध्ये सांगत ती उत्तर कधी समजली नाहीत. इतर स्टुडंट्स असतीलही ज्यांना शिकवलेलं सगळं काही नीट समजत असेल. मे बी, टीचर्सपेक्षा आधीही समजत असेल. पण मला काही समजत नसे. मी घरी जाऊन पुन्हा पुन्हा तो प्रॉब्लेम वाचायचो आणि भरपूर वेळ घालवून स्वतः सोडवायचो. पुस्तकातली अन्सर्स लिहिण्यापेक्षा स्वतःची अन्सर्स स्वतः शोधणं मला महत्त्वाचं वाटलं. बरेचदा मी चुकायचो पण जे काही करायचो ते माझं स्वतःचं असे. मी कधीच मेंढरांसारखं कळपामागं गेलो नाही. मी सोल्यूशन पाहून मग कधी प्रॉब्लेम सोडवला नाही. मी आयआयटी एंटरन्स पास होण्याचं हेच रहस्य असावं. उत्तरं पाठ करायची नाहीत. प्रॉब्लेम्स स्वतः सोडवायचे. तुम्ही चुकत राहिलात तरी चालेल पण हेच करत राहायचं."

मी जे काही उत्तर दिलं ते मला आवडलं. कारण मला खरोखर असंच वाटत होतं. हे उत्तर देऊन मी या सगळ्या स्टुडंट्सना बरोबर गाइड केलं होतं. यांना उत्तर देता देता मला मी कसा पास झालो याचंही उत्तर सापडलं. खूपच वेळ गेला होता इथं. मी बाइक सुरू केली आणि आम्ही निघालो. अर्णव स्कुटरवरून माझ्यामागं येत होता. कधी एकदा घरी जातो आणि सगळ्यांना ही बातमी सांगतो असं झालं होतं मला.

मी इमॅजिनच करू शकत नव्हतो, की मी ही बातमी सांगेन त्या क्षणी घरात काय होईल. त्यांची रिॲक्शन बघण्यासाठी मी तडफडत होतो. बाबा काय म्हणतील? आई काय म्हणेल? दादा फोनवर काय म्हणेल? सगळे नातेवाईक आणि शेजारीपाजारी यांचे चेहरे बघायला तर फार मजा येईल. यातले काही जण

मला आणि माझ्या भावाला पार्टीज आणि गेट टुगेदर्समध्ये एम्बॅरस करत. ते खवचटपणे विचारत, 'मग अर्जुन, आता पुढचा प्लॅन काय आहे? कुठल्या इंजिनिअरिंग कॉलेजमध्ये ॲडमिशन मिळणारे का तुला?'

आता माझ्याकडे त्यांच्या सगळ्या प्रश्नांना उत्तरं आहेत.

घरी यायचा रस्ता नेहमीपेक्षा वेळखाऊ वाटला. घरी आलो तसं काहीतरी वेगळं जाणवलं. दाराबाहेर थोडीशी गर्दी जमलेली होती. ती गर्दी बघून क्षणभर मी जरा घाबरलोच. सगळं काही ठीक असेल ना असं वाटलं. बाइक पार्किंगमध्ये लावून मी गर्दीत घुसलो. मी आत गेलो तर बाबा हातात मिठाई घेऊन उभे होते.

बाबा आनंदानं ओरडले, "काँग्रॅच्युलेशन्स बेटा! तुझ्यामुळे आज किती अभिमान वाटतोय मला! आपल्या कुटुंबातला पहिला आयआयटीयन आहेस तू! खरंतर आपल्या गावातलाही पहिलाच आहेस!"

बाबांचा चेहरा फार उजळला होता आणि त्यांच्या डोळ्यांत जरासं पाणी आलं होतं.

मी जरा चाचरत विचारलं, "पण तुम्हांला कसं कळलं हे?"

बाबा म्हणाले, "त्याची नको काळजी करू तू! घे, तोंड गोड कर, मिठाई खा!"

मी बाबांच्या चेहऱ्यावर असं हसू याआधी कधीच पाहिलं नव्हतं.

मी विचारलं, "आई कुठेय?"

बाबा म्हणाले, "ती तुझ्या आजीशी फोनवर बोलतेय. तिच्या भावांना आणि बहिणींना कळवून झालंय आधीच. काय, कधी, कसं इतके प्रश्न विचारू नको रे! चल, पटापट आवर आता."

मी विचारलं, "अहो, पण कुणासाठी आवरायचंय मी?"

माझ्या चेहऱ्यावरचा गोंधळ जाणवून बाबा म्हणाले, "अरे, आपले नातेवाईक आणि मित्रमंडळी इकडे येतायत. सगळे जण त्यांच्या घरून निघाले असतील. रात्रीपर्यंत सगळे पोचतील."

बाबा बोलतच होते, "तुझे काका, काकू, चुलत भावंडं, त्यांची भावंडं असे सगळे सगळे जण येतायत. गावाहून एक बसभरून लोकं येतायत. सगळे जण आपले नातेवाईक आणि मित्रमंडळी आहेत. आईच्या गावातूनही नातेवाईक येतायत."

मला आत ढकलत बाबा म्हणाले, "अरे, आता कशाची वाट बघतोयस, आवर पटापट!"

बाबांशी बोलण्यात काही अर्थ नाही हे जाणवून मी आत गेलो. ते खूपच आनंदात होते आणि स्वतःच्या आनंदातच गुरफटलेले होते. मला अजूनही समजत नव्हतं, की ही बातमी इतकी फास्ट घरी कशी पोचली.

आमची लिव्हिंग रूम बायकांनी भरून गेलेली होती. त्यातल्या बऱ्याच जणी आईच्या मैत्रिणी होत्या. काही जणी बाबांच्या मित्रांच्या बायका होत्या.

मी दोन्ही खोल्यांकडे पाहिलं.

बाहेर हॉलमध्ये सगळे पुरुष बाबांसोबत बसले होते. आत आईभोवती सगळ्या बायका गोळा झाल्या होत्या. प्रत्येक वेळी हे असं परफेक्ट सेपरेशन करण्यात ही आधीची पिढी एक्स्पर्ट होती. कसं जमतं कोण जाणे! प्रसंग आनंदाचा असो की दुःखाचा, लग्न असो की फ्युनरल हे अगदी असंच घडत असे. पुरुष बाहेरच्या खोलीत बसणार आणि बायका आतल्या खोलीत बसणार. हा जणू इंपोर्टंट प्रोटोकॉलच होता, जो अगदी काटेकोरपणे पाळलाच जायला हवा.

मी आईकडे गेलो. आईच्या डोळ्यांत पाणी होतं.

ती म्हणाली, "अगंबाई, आला हो माझा मुलगा!" मी आजूबाजूला पाहिलं तर तिथल्या तीन चार जणींच्या डोळ्यांतही पाणी होतं. मी तर त्यांना धड ओळखतही नव्हतो.

आईच्या किटी पार्टीला या बायका येत असतील. पण तेव्हा मी त्यांच्याकडे बघून फक्त जरासं फॉर्मली हसायचो. मी काही कुणाशी बोलायचो नाही. आई आणि तिची किटी पार्टी गँग म्हणजे जरा खतरनाक ग्रुप. इंजिनिअरिंग कॉलेजच्या रॅगिंगला तोंड देण्यापेक्षा या ग्रुपमधे जास्त लाजिरवाणं वाटू शकतं. काही जणी तुम्हाला आचरट प्रश्न विचारतात आणि मग तुमची खिल्ली उडवत मोठमोठ्यानं खिदळतात. तिथं उभं राहून शांतपणे हसरा चेहरा ठेवणं इतकंच करता येतं. सहसा या बायका असतील त्या खोलीत मी दोन मिनिटांच्या वर थांबत नाही.

ती दोन मिनिटंदेखील मला लाजवायला पुरेशी असतात. माझ्याच वयाची कुणी मुलगी तिथं आलेली असेल, तर सिच्यूएशन अजूनच अवघड होते.

कुठलीतरी बाई सुचवते, "ए, तुम्ही दोघंच जणं गप्पा का मारत नाही, जरा एकमेकांसोबत वेळ घालवा की!"

हे असं काही करणं खूपच अवघड असतं. कारण आम्ही दोघं एकमेकांना ओळखत नसतो. त्यातून त्या सगळ्या बायका आमच्याकडे बघत असतात आणि हसत असतात. आमच्या अवघडलेल्या अवस्थेबद्दल त्यांना गंमत वाटत असते. मग गर्लफ्रेंड्सबद्दल चौकश्या होतात.

रोचक गोष्ट अशी, की आईला हे सगळं बघायला फार मजा येते. मला तर वाटतं की माझ्या पर्सनल लाइफबद्दल तीच या बायांना टिप्स देते.

अचानक या बायका माझ्या जवळ जवळ येऊ लागल्या. आईचे डोळे तर ओलसर दिसत होतेच. पण तिच्या मैत्रिणीही फारशा आनंदी दिसत नव्हत्या. अगदी इमोशनल, भयंकर जड झालेलं वातावरण होतं त्या रूममध्ये. बस!

कुठलातरी ट्रीगर हवा होता.

मी तिथून हलणार किंवा काहीतरी बोलणार त्याआधीच एकीनं आईचा चेहरा हातात घेतला आणि म्हणाली, ''सुमन, तुझा इतक्या वर्षांचा त्याग फळाला आला बरं का!''

आईनी आम्हाला वाढवताना खूप कष्ट घेतले होते हे मलाही मान्य होतं. पण आम्ही तसे सुखवस्तू होतो. जे काही गरजेचं होतं ते तर मिळायचंच आणि बरेचदा जे काही हवं असेल तेही मिळायचं. तर, आईनं कोणता त्याग केला होता याविषयी मला जरासा डाउट होता; पण आईला बहुतेक हे मान्य होतं. कारण ती रडायला लागली. तिच्या मैत्रिणीपण तिच्यापेक्षा मोठा आवाज काढत रडायला लागल्या. लवकरच त्या खोलीतलं प्रत्येक जण रडत होतं.

मी मख्खासारखा उभा होतो. मी नक्की कसं रिॲक्ट करावं ते समजत नव्हतं. त्या सगळ्या जणी एकमेकींना मिठ्या मारण्यात बिझी असताना मी हळूच त्या खोलीतून कलटी मारली.

मी अजूनही माझ्या भावाला फोन करून कळवलं नव्हतं. आता, उत्तर प्रदेशच्या जवळ जवळ प्रत्येक कानाकोपऱ्यात, ही बातमी इतक्या झपाट्याने पोचली होती, तेव्हा तर मला खात्रीच होती, की कुणीतरी माझ्या भावालापण कळवलंच असणार. मला नवल वाटत होतं, की अजूनपर्यंत त्याचा फोन कसा आलेला नाही.

मे बी, त्याला मी सांगितल्यावर सरप्राइज्ड झाल्यासारखं दाखवायचं असेल.

करण फार हँडसम होता. आम्ही एकाच शाळेत होतो. तेव्हा तो पॉप्यूलर मुलगा होता. लवकरच मला समजलं की बरेचदा मुली माझ्याशी ओळख करत, कारण त्यांना करणशी फ्रेंडशिप करायची असे. इंजिनिअर झाल्यावर तो अमेरिकेत निघून गेला. त्याला तिकडेच राहायला आवडतं असं त्यानं सांगितलं होतं. एकदोनदा त्यानं मलाही अमेरिकेत यायला सुचवलं होतं.

मी त्याला फोन केला, ''मग, तुला न्यूज मिळाली का नाही?''

मला माझी उत्सुकता लपवता येत नव्हती.

करण आश्चर्याने म्हणाला, ''कसली न्यूज?''

मी म्हटलं, ''कम ऑन! उगीच हे सरप्राइज्ड झाल्याचं नाटक करू नकोस. मला माहिती आहे की तुला माहितीय.''

तो वैतागून म्हणाला, ''अरे ए! मी गडबडीत आहे त्यामुळे तुला जर काही सांगायचं असेल तर चटकन सांग. माझ्याकडे आता हे गेम्स खेळत बसायला वेळ नाहीय.''

मी गोंधळून जात म्हणालो, ''ऑ! तुला खरंच माहीत नाहीये?''

करण म्हणाला, "काय माहीत नाहीये?"

मी आश्चर्याने विचारलं, "तुला हे माहीत नाही की मी आय.आय.टी. एंटरन्स पास झालोय?"

मला फारच नवल वाटलं

करण म्हणाला, "काय? नाही, मला कसं कळणार? कुणीच सांगितलं नाही."

मी आश्चर्याने थक्क होऊन म्हणालो, "ग्रेट, म्हणजे आईबाबांनी आपल्या गावातही सगळ्यांना सांगितलंय, पण ते तुला फोन करायला विसरलेत."

मी हे बोलल्यावर दोन सेकंद फोनवर शांतता पसरली होती. आम्हा दोघांनाही एकदमच हसू फुटलं. आम्ही दोघांनी भरपूर हसून घेतलं आणि मग शांत झालो. ही आमची धमाल मी फार मिस करत होतो.

करण माझा मोठा भाऊ कमी होता आणि माझा 'पार्टनर इन क्राइम' जास्त होता. क्रिकेट खेळण्यापासून ते पॉर्न बघण्यापर्यंत आम्ही सगळं काही एकत्र करायचो. आम्ही एकमेकांना नेहमीच पाठीशी घालायचो.

करण म्हणाला, "अरे वा! मला सांगताच येत नाहीये की मला तुझा किती अभिमान वाटतोय ते! आपल्या फॅमिलीतला तू पहिलाच आयआयटीवाला आहेस. आपल्या दूरच्या रिलेटिव्हजमध्येही कुणी आय.आय.टी. पास झालेला नाहीये आणि आपल्या लूजर फ्रेंड्सपैकी तर कुणी डेफिनेटली आय.आय.टी. पास नाहीये. आय एम शुअर की तू नक्कीच भारी इंजिनिअर होशील. चल, आता निघायला लागेल मला. आपण नंतर बोलूया."

"होय भावा! नंतर बोलू." म्हणत मी फोन कट केला.

घरातला हा सगळा गोंधळ सोडून मी ई-मेल चेक करायचं ठरवलं. माझे गेले काही तास जरी या आय.आय.टी.च्या रिझल्टनं खाल्ले होते, तरी मनातून मी कशाची वाट पाहत होतो ते मला पक्कं ठाऊक होतं.

इनबॉक्स ओपन केला तर तिथे ती ई-मेल आलेली होती. समहाउ, मी धैर्य गोळा करून ती ई-मेल उघडली. ती ई-मेल वाचल्यावर मला नक्की समजेना की हसावं का रडावं?

एका दिवसापूर्वी हे पत्र वाचलं असतं तर मी हवेत उडालो असतो आणि आनंदाने रडलो असतो. पण आता काही खरं वाटत नव्हतं. आई-बाबांनी सालं सगळ्या फॅमिलीला इथं बोलवून ठेवलं होतं. सध्या असा विचार केला की हे सगळंच मी माझ्यापुरतंच ठेवलेलं बरं.

आमची फॅमिली हिस्ट्री बघता ही सिच्यूएशन अजून कॉम्प्लिकेटेड करायला नको.

मी ती ई-मेल पुन्हा एकदा वाचली आणि माझ्या नकळत डोळ्यांतून अश्रू

वाहू लागले.

माझा माझ्या डोळ्यांवर विश्वास बसत नव्हता.

माझं स्वप्न खरं झालं होतं.

मला भारतीय सैन्यात प्रवेश मिळालेला होता.

३

एकुलता एक खांब कोसळला

मी अठरा वर्षांचा होतो. जगाचा फारसा अनुभव नसला तरी माझं आतापर्यंतचं आयुष्य खूप स्मूथ गेलंय हे मला माहीत होतं. मी लाइफचे फंडे एकदम सिम्पल आणि सोपे ठेवले होते.

आयुष्याकडून माझ्या फार अपेक्षा नव्हत्या. मला एक साधंसुधं बॅलन्स्ड आयुष्य जगायचं होतं. खूप श्रीमंतीचं नाही आणि खूप गरिबीत नाही असं आयुष्य मला हवं होतं. फारसं कुणाच्या डोळ्यावर येऊ नये असं जगायचं होतं. आपल्या फ्रेंड्स आणि फॅमिलीसोबत लाइफ मस्त एन्जॉय करत जगावं असं वाटत होतं. निवांत बसावं आणि या सगळ्या मित्रमंडळींसोबत वेळ घालवावा यापेक्षा छान काही नव्हतं. मला माझं आयुष्य साधं ठेवायचं होतं. आपल्या आजूबाजूच्या सगळ्यांना खूश ठेवणं ही माझी पहिली प्रायॉरिटी असे.

मी माझ्या खोलीतून मागे वळून पाहिलं आणि मला दिसलं की इथे प्रत्येक जण किती आनंदात आहे. मी ज्यांना ओळखत नाही असे लोकही आनंदात आहेत. आमची फॅमिली हिस्टरी बघता त्यांना मी आर्मी जॉइन करू का हे विचारणं योग्य नव्हतं. मी आजीचा सर्वांत लाडका नातू होतो. यामुळे एकूण गोष्ट अजूनच अवघड होणार होती. माझ्या कुटुंबाचा आनंद माझ्यासाठी सगळ्यांत जास्त महत्त्वाचा होता. मला तो आनंद हिरावून घेणारा माणूस व्हायचं नव्हतं.

आयआयटीतलं आयुष्य फार फारतर किती वैतागवाणं असेल? निदान मला माझं लाइफ एंजॉय करायला मिळेल. फॅमिली आणि फ्रेंड्स सोबत भरपूर वेळ घालवता येईल. पोरींना इंप्रेस करायला

तर हे IIT-कार्ड मस्त आहे. मे बी, मी काही वर्षं परदेशात जाईन. जग बघेन. वेगवेगळ्या कल्चर्सचा अनुभव घेईन. अमेरिकन पायचं लाइफ जगेन- पोरी, अल्कोहोल, लेट नाइट पार्टीज. कदाचित, आर्मी माझ्यासाठी कधीच नव्हती. मी एखादी भारी देशभक्तीची फिल्म बघून वाहवलो होतो.

मी माझ्या विचारांमध्ये हरवलो असताना माझ्या पाठीवर एक मजबूत थाप बसली. ही इतकी दणकट थाप होती की मला जोरदार धक्का बसला आणि मी खाली पडू लागलो. मी जवळपास खाली पडलोच होतो. ज्याने कुणी मला हाणलं होतं त्याला ठोसा हाणायची मला जबर इच्छा झाली.

पण लगेचच समजलं, की अशी परतफेड नाही करता येणार. ती दणकट थाप माझ्या दूरच्या काकांनी म्हणजे सुभाष काकांनी लगावली होती.

या सुभाष काकांना त्यांची ताकद दाखवायची फार खोड होती. त्यांच्या ताकदीचा त्यांना फार अभिमान वाटे.

काका म्हणाले, "अभिनंदन!"

त्यांच्या चेहऱ्यावरचे भाव या शब्दाला मॅचिंग वाटले नाहीत. मी पास झालो याचा सुभाष काकांना फारसा आनंद झाला नसावा. ते पुढे म्हणाले, "मी आणि माझा भाऊ जेव्हा बोर्डाच्या परीक्षेत पहिले आलो होतो तेव्हा..."

मी मनातल्या मनात म्हणालो, सुरू झाली यांची कटकट.

मी लगेचच माझे कान बंद करून टाकले. मी काकांचे हे शहाणपणाचे डोस अनेकदा ऐकले होते. कसे हे सुभाष काका आणि त्यांचा भाऊ परीक्षेत पहिले येत, कसा त्यांच्याकडे पैसा नव्हता, आमच्यासारख्या मुलांकडे असतो तसा फायनान्शिअल सपोर्ट नव्हता. 'आमच्यासारखी मुलं' म्हणजे शहरातली मुलं : शहरात राहत उत्तम शिक्षण घेणारी आणि महागडे कोचिंग क्लासेस लावणारी मुलं. इतकं सगळं मिळूनही आम्ही परीक्षेत पहिले यायचो नाही म्हणून या काकांना फारच वाईट वाटत असे.

मला आणि माझ्या भावाला सुभाष काका घरी येण्याची भीतीच वाटायची. ते मुद्दाम गप्पा मारायला आम्हाला सगळ्यांसमोर बोलवायचे आणि असे प्रश्न विचारायचे ज्याची उत्तरं आम्हाला देता येणार नाहीत हे त्यांना पक्कं ठाऊक असे. आम्ही चारचौघांत ओशाळवाणे होऊन उभे असताना सुभाष काका मस्त आरामात बसून चहा पीत आणि बिस्किटांऐवजी आमचा अभिमान चहासोबत खात बसत.

त्यांच्या चेहऱ्यावरचं ते खत्रूड हसू मी कधीच विसरू शकत नाही. त्या हसण्यातून त्यांना सांगायचं असे, 'अरे! घाणेरड्या जनावरांनो! तुम्ही जगताय तरी कशाला! काय आहे तुमच्या आयुष्याचं ध्येय?'

सुभाष काकांनी फॅमिली रँकिंगही टिकवलं होतं. नातेवाइकांच्या ॲसेट्स

आणि लायबिलिटीज मोजून नेट वर्थ ठरवली जायची. कुटुंबातली मुलं ॲसेट्स होती आणि मुली लायबिलिटीज होत्या.

माझ्या सध्याच्या या डेव्हलपमेंटमुळे माझ्या फॅमिलीला चांगलं रँकिंग मिळालं असणार.

परत एकदा खांद्यावर मजबूत थाप पडली. माझ्या मनात विचार आला, की या फॅमिलीत थाप मारायच्या नावाखाली सगळे एकमेकांना का मारत असतात. आमच्या बाबांकडेपण हे आलं होतं. बाबा जेव्हा हिंदी सिनेमे बघत तेव्हा कुणालाही त्यांच्या शेजारी बसायला आवडत नसे. स्पेशली सलमान खानचा पिक्चर असेल तर काही खरे नसे. ते मोठमोठ्याने हसत आणि शेजारी बसलेल्या माणसाला असेच फटके मारत. त्यांच्या या सवयीमुळे आई तर संतापून एकदा त्यांना थोबाडीतच मारणार होती.

माझ्या बाबांइतके सलमान खानचे पिक्चर एंजॉय करताना मी कुणालाच पाहिलं नाहीये.

आता या वेळी कुणी थाप मारली हे बघायला वळलो, तर माझे दोन काका होते. हे जुळे भाऊ होते. डबल ट्रबल. हे जुळे भाऊ म्हणजे एकाच वेळी धमाल आणि दहशत होते. ते धमाल होते कारण ते पार्टीजची जान होते. ते दहशत यासाठी होते की ते पार्टीजची वाटही लावत. पार्टीज, गेटटूगेदर्समध्ये येताना ते सभ्यपणाने येत, पण जसजसं पोटात अल्कोहोल जात असे, त्यांचे वेगळे रंग दिसायला लागत. चीप डान्स स्टेप्स करत नाचणं, प्रत्येकाला त्याची इच्छा असो नसो, नाचायला खेचून नेणं आणि फ्लर्टिंग करणं वगैरे चाळे ते करत असत. मला वाटतं की त्यांनी कॉलेज लाइफ नीट एंजॉय केलं नसावं म्हणून आता या वयात असले चाळे करून ती कमी भरून काढतात. हे दोघंही सहसा तीन चार मित्र घेऊन येत. कुणीही त्या मित्रांना ओळखत नसे. हे मित्रही बदलत राहत. गावाकडे ज्यांना काही कामधंदा नसेल तो माणूस फुकट फिरणं, फुकटचं खाणं आणि फुकटची दारू मिळते म्हणून यांच्यासोबत येत असे. हे बिघडलेले जुळे भाऊ पार्टी करायला नेहमीच तयार असायचे.

आमच्या फॅमिलीतल्या सगळ्या बायका आल्यावर खरं सेलिब्रेशन सुरू झालं.

सगळ्या जणी प्रचंड उत्साहात होत्या आणि नाचायला फारच उत्सुक होत्या.

माझं सगळं कुटुंब माझ्या भोवताली होतं. हे सगळं जरा वैतागवाणं होतं हे खरंय पण त्यांना आनंद साजरा कसा करायचा ते माहीत होतं. आमच्या फॅमिलीतलं सेलिब्रेशन म्हणजे भरपूर खाणं, भरपूर दारू पिणं, चावट जोक्स सांगणं आणि अर्थातच धमाल डान्स करणं.

आई आणि बाबा एका ग्रुपकडून दुसऱ्या ग्रुपकडे जात होते. प्रत्येक ग्रुपमध्ये लोकं त्यांचं कौतुक करतील याची वाट पाहत होते. जसं काही माझ्याऐवजी तेच पास झालेत.

एके काळी आमच्या फॅमिलीत बायकांनी दारू पिणं अलाउड नव्हतं; पण आता तसं काही राहिली नव्हतं. मला असं वाटतं, की या बायका त्यांची लहान पोरं आणि प्यायलेले नवरे यांची काळजी घेऊन घेऊन थकल्या आणि वैतागल्या होत्या. मग आता झालं ते खूप झालं असं म्हणून त्यांनीपण दारू प्यायला सुरुवात केली. नक्की ही दारू काय चीज असते ते एकदाचं बघू या असंही त्यांना वाटलं असेल. अर्थातच बायका उघडपणे दारू प्यायच्या नाहीत. शेवटी कुटुंबाची परंपरा, इज्जत वगैरे सांभाळायची असते.

बायका मुलांना ऑरेंज ज्यूस आणायला सांगत आणि डोळा मारत. या डोळा मारण्याचा अर्थ काय होतो हे सगळ्या पोरांना नीट ठाऊक होतं. जितक्या वेळा डोळा मारला जायचा तितके पेग व्होडका ऑरेंज ज्यूसमध्ये पडत असे.

कधी कधी पार्टीत धमाल आणायला मुलं ऑरेंज ज्यूसमध्ये थोडीशी जास्त व्होडका ॲड करत.

तर, बायकापण दारू पितात हे काही आता सिक्रेट उरलेलं नव्हतं. बायकांनी कितीही लपवलं तरी दोन चार डान्स स्टेप्समध्ये हे समजतच असे, की त्यांनी दारू प्यायलीय. अल्कोहोल रक्तात पसरलंय.

आमच्या कुटुंबातील दंतकथेनुसार आजी या बायकांच्या ड्रिंकिंग क्लबची लीडर होती. ॲक्चुअली तिनंच या सगळ्या बायकांना दारू प्यायला शिकवलं होतं.

बाप्यांच्या दारू पिण्यातही नियम आणि परंपरा होती. सगळे पुरुष आणि पंधरा वर्षं पूर्ण झालेली पोरं दारू पीत.

तीन ग्रुप्समध्ये पुरुषांची विभागणी होत असे. पहिला ग्रुप सीनिअर्सचा होता. तुम्ही या ग्रुपमध्ये असायला आजोबा असणं आवश्यक होतं. हे सीनिअर्स कधीच दारू मागत नसत किंवा दारू हवी आहे हे खुलेपणानं सांगत नसत. दुसऱ्या ग्रुपकडे यांना दारू पुरवण्याची जबाबदारी असे. दुसरा ग्रुप म्हणजे सगळे बाबा आणि काका लोक. सीनिअर्सना नीट दारू मिळते का हे बघणं त्यांची जबाबदारी होती. या सीनिअर्सना एसी असलेली रूम मिळत असे. सगळं काही त्यांच्यासाठी व्यवस्थित ऑर्गनाइज केलेलं असे. या म्हाताऱ्यांना नीट दारू मिळाली नाही तर ते बाकी कुणाला धड मजा करू देत नसत. एक प्रकारे ही म्हाताऱ्यांना दिलेली लाच असे असं म्हणता येईल. अशी लाच दिली तरच बाकीच्या लोकांना नीट मजा करता येते.

सीनिअर्स ग्रुपचं सगळं काम व्यवस्थित झालं, की मग दुसऱ्या ग्रुपचा कार्यक्रम सुरू होत असे.

हे सगळे स्वतःला 'जंगलातले सिंह' म्हणवून घेत. हे खुलेपणानं भरपूर दारू पिणारे लोक होते. हे सगळ्यांच्या समोर पिणारे आणि पार्टीवर टोटली राज्य करणारे लोक होते. पार्टी होण्याच्या दोन तास आधी हे 'सिंह' त्यांची सगळी व्यवस्था नीट करून ठेवत.

तिसरा ग्रुप होता-बॅचलर्स, बेकार आणि बिचाऱ्या मुलांचा. हा सर्वांत जास्त ऑर्गनाइज्ड ग्रुप होता. यांना प्यायची संधीच कमी मिळत असे. त्यामुळे मिळेल त्या प्रत्येक चान्सचा पुरेपूर वापर केला जाई. या ग्रुपकडे पैसे नसत त्यामुळे दारू चोरण्याचाच ऑप्शन असे. ऑरेंज ज्यूस आणताना दारू चोरणं, सीनिअर्स ग्रुपमधून एखादी बाटली उचलून लपवून आणणं, झिंगलेल्या काकांच्या ग्लासमधून हळूच सीप्स घेणं हे सगळं करावं लागत असे.

लहान मुलं आणि म्हाताऱ्या बायका सोडून सगळ्यांकडे आपापले मार्ग होते.

दारू पोटात जाण्याआधी मुलं, पुरुष आणि म्हातारे अशी विभागणी असली, तरी नंतर एकदा दारू पोटात गेली, की सगळे जण पोरकटच वागत.

तर, बाबांनी जाहीर केलं की उद्या संध्याकाळी मोठं सेलिब्रेशन होणार आहे.

सगळ्यांनी हे ऐकून जल्लोष केला आणि सगळे परत त्यांच्या गप्पा आणि दारूकामाकडे वळले. खरंतर नेहमी मला हे असलं धमाल वातावरण आवडतं. पण आज मात्र हे सगळं काही आवडत नव्हतं. आज मी आनंदात नव्हतो.

ॲक्चुअली माझी वाटच लागली होती. जसा वेळ जात होता तशी मला माझ्या खऱ्या अवस्थेची जाणीव होत होती.

मी आर्मीत जाऊ शकणार नाहीये. मी विचार केला त्यापेक्षा हे खूप पेनफुल वाटत होतं.

कुठल्याही टीनएजरसारखा मीपण हसत, धमाल करत सगळे विचार, चिंता उडवून देत असे. पण हा विचार मनातून जाता जात नव्हता. मी चेहऱ्यावर काही इमोशन्स न दाखवता हसरा चेहरा ठेवला होता. पण ते काही नीट जमत नव्हतं. मला जरा बरं वाटत नाहीये असं म्हणत मी माझ्या रूममध्ये निघून गेलो. रूममध्ये गेल्यावर माझ्या मनात संताप उसळून आला.

मनात विचार येत राहिले. व्हाय इज इट सच ए बिग डील? मुळात मी आर्मीत ॲप्लायच कशाला केलं? मी SSB साठी भोपाळला गेलो होतो आणि याबद्दल आईबाबांशी खोटं का बोललो? मी मित्रांसोबत फिरायला भोपाळला गेलो नव्हतो हे त्यांना कळलं असतं तर ते भयंकर संतापले असते.

मी जेव्हा ॲप्लाय केलं होतं तेव्हा मी फारसा सीरियस नव्हतो. अगदी मी टेस्ट द्यायला भोपाळला गेलो तेव्हादेखील मी फारसा सीरियस नव्हतोच.

मग आता काय बदललंय? मला खूप मोठमोठ्यानं रडावंसं का वाटतंय?

तेवढ्यात आई माझ्या रूममध्ये आली. मला विचारांमधून बाहेर काढत विचारायला लागली, "अर्जुन, बरंय ना रे?"

मो खोटं बोललो, "जरा डोकं दुखतंय, थोड्या वेळात वाटेल बरं."

आईनं संशयानं विचारलं, "नक्की का? तू जरा अजब वागतोयस."

मी वैतागून ओरडलो, "बराय गं मी! जा तू! मला एकट्याला सोड!"

आई माझा चिडका टोन ऐकून दुखावली आणि मागे सरकली. ती रूममधून निघून गेली तसं मला गिल्टी वाटलं. पण माझ्याकडे तिला समजावत बसायची एनर्जी नव्हती. मी बेडवर थोडा वेळ पडून राहिलो. नंतर परत सगळ्या आनंदी कुटुंबात सामील झालो. तसं केलं नसतं तर ते वाईट दिसलं असतं आणि खूप प्रश्न विचारले गेले असते.

आई, बाबा सोडून सगळे जण गोल करून बसले होते. आता बरीच शांतता पसरली होती. उद्या मोठी पार्टी होती म्हणून आज सगळे जरा शांत बसले होते. नेहमीप्रमाणे जुळे काका काहीतरी गमतीशीर गोष्टी सांगत होते. बहुतेकजण त्या दोघांच्या गोष्टी ऐकत होते. मी एक कोपरा बघून आरामशीर बसलो. मी आनंदी आणि इंटरेस्टेड असल्यासारखं जमेल तितकं दाखवत होतो.

मनात विचार आला की हे सगळं काही फार फास्ट स्पीडने होतंय.

माझे आईबाबा सोडून प्रत्येक जण थकलेला होता. आईबाबा उद्याची तयारी करण्यात बिझी होते. बाबा केटररशी वाद घालत होते. त्यांना मोबाईलचा स्पीकर ऑन ठेवून मोठ्यानं बोलायची घाणेरडी सवय होती.

बाबा आईकडे बघत म्हणाले, "८०० रुपये पर डिशला फार जास्त होतात. मी फारतर ६०० रुपये देईन."

केटरर म्हणाला, "अहो ७५० रुपये तर माझी कॉस्ट आहे मी तुम्हाला ६०० मध्ये कशी देणार?"

बाबा ओरडले, "ए, ते काही मला माहीत नाही. तू मिस्टर गुप्तांना ६०० मध्ये दिली होतीस."

केटरर म्हणाला, "सर, मिस्टर गुप्तांसाठी आपण चाट मध्ये फक्त एक डिश ठेवली होती आणि स्वीट्सपण कमी होते सर! आणि पान स्टॉलपण लावला नव्हता."

आता आई बार्गेनिंगमध्ये घुसली. आईने अगदी नाटकीपणाने इमोशनल होत विचारलं, "अहो, आमच्या सगळ्या फॅमिली फंक्शन्समध्ये आम्ही तुमचंच

जेवण घेतो. तुम्ही आमच्यासाठी थोडेसेही भाव कमी करू शकत नाही का?''

केटरर म्हणाला, ''मॅडम, हा फार कमी फायद्याचा बिजनेस असतो हो! मी माझ्या पोराबाळांना काय खाऊ घालणार?''

आई म्हणाली, ''आता तू या घासाघाशीत पोराबाळांचा विषय आणलायस तर आम्ही तुला फार तर १५ रुपये प्रत्येक डिशमागे वाढवून देऊ.''

बाबा आईवर खेकसले, ''अगं, जरा गप्प बस की! मी इथे चांगला भाव मिळवतोय.''

पण आईने त्यांना सपशेल इग्नोर केलं.

दोघजणं बघत होते की कोण स्वस्तातली किंमत मिळवतोय. जो सगळ्यात कमी किमतीत त्या गरीब केटररला डिश द्यायला तयार करेल तो सगळ्यांना ती गोष्ट रंगवून सांगणार होता.

बाबा चिडून ओरडले, ''६०० रुपायांपेक्षा मी एक पैसापण वर देणार नाही.''

केटरर शांतपणे उत्तरला, ''मग तुम्हाला काही पदार्थ कमी ठेवावे लागतील.''

बाबांना समजलं की केटरर बरोबर बोलतो आहे. त्यांनी पान स्टॉल कॅन्सल केला आणि काही मिठाया कमी केल्या. पण बाबा खूश नव्हते.

पान खाणं ही तर आमच्याकडं सेलिब्रेशनमधली एक प्रकारची परंपराच होती. या वेळी ही परंपरा चुकणार होती.

बाकीची फॅमिली नेहमीसारखी सेलिब्रिटीज आणि राजकारण्यांचं गॉसिप चघळण्यात बिझी होती.

देशातलं राजकीय वातावरण अचानक बदलायला लागलं होतं. मला त्या डिस्कशनमध्ये भाग घ्यायचा होता पण मग चूप बसलो.

हळूहळू एकेकाला जांभया येऊ लागल्या. म्हणजे आता लोकांची विश्रांतीची वेळ झाली होती. मला जरा सुटल्यासारखं वाटलं. सतत हा आनंदी चेहरा ठेवणं सोपं नव्हतं. मी माझ्या रूममध्ये गेलो आणि चेहरा ब्लँकेट खाली लपवला. मी दुःखी होतो, प्रचंड होपलेस वाटत होतं आणि माझं रडूही कुणाला दिसणार नव्हतं.

मी झोपायचा प्रयत्न करत होतो पण मनातले विचार थांबत नव्हते. माझ्या मनात नुसतं तुफान सुरू होतं. मी आईबाबांना हे सगळं सांगून टाकू का असा एक विचार आला. कदाचित त्यांच्याशी बोलून आता काय करता येईल ते जरा समजेल. आधी ते दोघं प्रचंड संतापतील हे खरंय. मी खोटं बोललोय आणि त्यांना न सांगता आर्मीची एक्झॅम दिलीय. पण ते नंतर मला समजावतील की आर्मीत जाण्यापेक्षा नॉर्मल कॉलेज लाइफच कसं छान असेल.

पण मग त्या आर्मी हिरोंचं काय करू? मला आर्मीतले शूरवीर नेहमीच फार ग्रेट वाटतात. तो आर्मीचा युनिफॉर्म अंगावर चढवणं कसलं भारी वाटत असेल. काही केल्या हेच सगळे विचार मनातून जात नव्हते. कधीतरी नकळत मला झोप लागली. झोपेत मी आर्मीतल्या आयुष्याचीच स्वप्नं पाहिली.

दुसऱ्या दिवशी सकाळी उठलो तेव्हा बरंच बरं वाटतं होतं. मन रिलॅक्स झालं होतं, विचारांमध्ये क्लॅरिटी आलेली होती. मी बेफिकीरपणे वागणं आता थांबवायला हवंय आणि स्मार्टपणे विचार करायला हवा. मी जे काही मिळवलंय त्याचं महत्त्व मलाच नीट समजलेलं नाही.

आय.आय.टी. एंट्रन्स पास करणं काही लहानसं यश नाहीये. मी लकी आहे म्हणून पास झालो पण म्हणून IITचं महत्त्व कमी होत नाही. मी इतक्या महान इन्स्टिट्यूटचा अपमान करू शकत नाही. आर्मी ऑफिसर होण्यापेक्षा मी टेक्नॉलॉजी मधूनही देशासाठी काहीतरी करू शकतो.

या विचारातच मी लिविंग रूमकडे जाऊ लागलो. घराची अवस्था भाजी मंडईपेक्षा बेकार झाली होती. तेवढ्यात कानावर 'संदेसे आते हैं' गाणं पडलं.

ते एका पॅट्रिऑटिक पिक्चर मधलं अगदी इमोशनल गाणं होतं. लहान मुलं तो पिक्चर टीव्हीवर बघत होती. ते गाणं बघून माझा कंट्रोल सुटला आणि मी संतापून जोरात किंचाळलो.

एकदम सगळे लोक शांत झाले. प्रत्येक जण माझ्याकडे बघायला लागला. माझं मन बधिर झालं होतं. कळलंच नाही की माझ्या आतून 'भारत माता की जय' हे फीलिंग एकदम कसं वर आलं. मी ओरडलो, माझे हात हवेत उंचावले होते. त्या गाण्यानं माझ्यातला देशभक्त जागवला होता. प्रत्येक जण माझ्याकडं विचित्र नजरेनं पाहत होता, पण नंतर ते परत त्यांच्या त्यांच्यात कुजबुजायला लागले.

आई आणि बाबा माझ्याकडे बघत एकमेकांच्या कानात कुजबुजत होते. मी परत पूर्वीच्याच अवस्थेत परत आलो. आर्मीत जायच्या विचारांनी परत डोकं वर काढलं. मी ठरवलं की आता आईबाबांशी बोलायलाच हवं. एकदाचं काहीतरी घडायला हवं.

मी आता अॅडल्ट होतो. पण मला एकट्यानं सगळं काही करता येणार नव्हतं. मला मदतीची गरज होती. मला माहीत होतं की माझे कझिन्स मला सपोर्ट करतील. पण मुलं आणि मोठी माणसं यांच्यामधलं डिस्कशन म्हणजे भारत आणि अमेरिकेतली फुटबॉल मॅच असते. कोण जिंकणार ते गेम सुरू व्हायच्या आधीच ठरलेलं असतं.

एकच आशा होती-माझी आजी. जणू माझ्या मनातली इच्छा ओळखून

त्याच वेळी आजी आली. कोणीतरी ओरडलं, “आजी आली!”

प्रत्येक जण आजीची उत्सुकतेनं वाट पाहत होतं. माझे आजोबा आर्मीत होते. लढताना माझे आजोबा वारले. तेव्हापासून आजीच आमच्या कुटुंबाची प्रमुख होती. तिच्या पिढीतल्या लोकांच्या तुलनेत आजी तिच्या मुलांच्या बाबतीत सौम्य होती. तिच्या मुलांसोबत तिचं मैत्रीपूर्ण रिलेशन होतं. तिच्या आनंदी, सकारात्मक स्वभावामुळेच आमच्या फॅमिलीत नेहमी असं उत्सवी वातावरण असे. आमच्या दूरच्या नातेवाइकांवरही आजीचा प्रभाव पडला होता. आजीला वाटत असे की मुलांनी आयुष्यात स्वत:ची निवड स्वत: करायला हवी. आजीला वाटत असे की मुलांनी स्वत:च्या चुकांमधून स्वत: शिकायला हवं. आजोबा गेल्यानंतर पाच मुलांना वाढवणं आजीसाठी सोपं नव्हतं.

आजीच्या मनात आर्मीबद्दल मात्र कडवटपणा होता. आर्मीबद्दल आणि सरकारबद्दलही आजीचं मत बरं नव्हतं. आजोबा गेल्यानंतर तिला या कुणाकडूनच फारशी मदत मिळाली नव्हती. तिनं हा कडवटपणा मनात दाबून टाकलेला असला तरी कधी कधी तिचा कडवटपणा बाहेर येत असे. स्पेशली ‘तो’ऑरेंज ज्यूस प्यायल्यावर तर येतच असे.

आजीनं तिच्या कुटुंबाला कष्ट आणि कमतरता यापासून वाचवलं होतं. पोरांना आरामशीर आयुष्य दिलं होतं. आजीनं सतत कष्ट केले होते. तिनं तिच्या मुलांना केवळ शिक्षणावर फोकस करायला लावलं होतं. आजीचे सगळे कष्ट आणि त्याग याचं छान फळ तिला मिळालं. आजीच्या सगळ्या मुलांचं आयुष्य छान चाललेलं होतं. सगळे त्यांच्या कुटुंबासह आनंदात आणि आरामात जगत होते. सगळ्यांना वाटायचं की आजीनं आपल्याकडेच राहावं पण तिनं नकार दिला. आमच्या सगळ्यात धाकट्या काकाचं लग्न झाल्यावर आजी गावातल्या घरी निघून गेली. ते घर आमच्या आजोबांचंच होतं. आजीला कुणावर अवलंबून राहायला आवडत नसे. आर्मीचं पेन्शन आणि आजीचं सेव्हिंग यावर आजीचं व्यवस्थित चालत असे. तिच्या मुलांनी तिला थांबवायचे केलेले सगळे प्रयत्न वाया गेले. डोळ्यात पाणी आणून केलेल्या मुलांच्या विनंत्या, नातवंडांनी केलेले क्यूट मेसेजस, सुनांनी ‘तुम्ही आम्हाला मुली समजत नाही’ वगैरे म्हणत केलेला इमोशनल राडा या कशाचाही परिणाम आजीवर झाला नाही. थोड्या दिवसांनी सगळ्यांना आजी गावाकडे असायची सवय झाली. पण आजी प्रत्येक मुलाकडे जात असे. आमच्या घरी येई तशीच प्रत्येक मुलाच्या घरी राहत असे.

आजी सगळ्यांनाच आवडायची पण आजीची एक सवय नाही आवडायची. आजीला प्रत्येकाची चेष्टामस्करी करायची सवय होती. तिच्या खमंग खवचट बोलण्यापासून कुणीच वाचत नसे. अगदी तिची मुलं आणि नातवंडंही वाचत

नसत. वय वर्ष एक ते शंभर यामधल्या सगळ्यांना आजीच्या चेष्टेचा धोका होता. त्यामुळे कदाचित काही लोक आजीला टाळत असत. पण आम्हाला सगळ्यांना आजीचा स्वभाव माहीत होता. माझ्याकडे तिचा हाच चेष्टा करायचा स्वभाव आला होता.

आजी आल्यामुळे मला जरा सुटल्यासारखं वाटलं. मी आजीचा सगळ्यात लाडका नातू होतो हे सगळ्यांना माहीतच होतं. माझ्या चुलत भावंडांनी आजी समोर माझी इमेज खराब करायचे खूप प्रयत्न केले होते. पण काही उपयोग झाला नाही. अगदी माझ्या भावानेपण मला कधी कधी हाणलं होतं, कारण मी आजीचा लाडका होतो.

पण आजोबांना असं मरण आलं होतं की या विषयावर आजीचा सपोर्ट मिळणं मला जरा अवघडच वाटत होतं. पण जर तिचा सपोर्ट मिळाला तर बाकीच्या कुटुंबाचा सपोर्ट सहज मिळेल. आता मी हा विचार करत होतो की आजीला रूममध्ये नेऊन हे सगळं कसं समजावून सांगता येईल.

पण मी असं काही करायच्या आधीच आजी लिविंग रूममध्ये सगळ्यांना उद्देशून बोलायला लागली.

आजी म्हणाली, ''मी आज फार फार आनंदात आहे. माझा नातू आय.आय.टी. मध्ये जाणार आहे. मला कधी एकदा सुधाला भेटते आणि तिला सांगते असं झालंय. मला सुधाचा चेहरा बघायचाय. तिचा नातू तर फक्त सैन्यात गेलाय.''

आजीच्या चेहऱ्यावर तोंडभर हसू पसरलं होतं.

हे ऐकून मला जाणवलं की माझा भरवसा होता तो एकुलता एक खांब कोसळला होता.

पान ४

निराश होऊन मी घराबाहेर पडलो. मला डोकं हलकं करण्याची गरज होती. मला माझ्या शाळेतल्या मित्रांची आठवण आली; पण त्यांच्याशी बोलून काही उपाय सापडणार नव्हता. अजून प्रॉब्लेम्स क्रिएट झाले असते. ते मला काय सांगतील ते मला आधीच माहीत होतं. उदाहरणार्थ : आईबाबांना सगळं काही खरं सांगून टाक. सांग की तुला आर्मीमध्ये जायचंय. IITमध्ये जायचं नाहीय.

प्रॉब्लेम असा होता, की त्यांना व्हॉलेंटिअर व्हायची फार हौस होती. मी आईबाबांशी बोलणार म्हटल्यावर कुणीतरी हे काम केलंच असतं. अर्थात; अनेकदा मला या अति उत्साही फ्रेंड्सची मदतच झाली होती. उदाहरणार्थ : शाळेची पिकनिक आईबाबांना फार महाग वाटली होती तेव्हा काय बोलायचं ते मला समजतच नव्हतं. गोव्याच्या ट्रीपला जायला मी आईबाबांना खूप लहान वाटत होतो तेव्हा वैताग वाटला होता. एक्झॅममध्ये वाट लागल्यावर लेट नाइट पार्टी करायची होती तेव्हा गोची झाली होती. तर अशा अनेक प्रसंगी माझे हे फ्रेंड्स माझ्या आईबाबांसमोर निर्लज्जपणे अगदी लबाड चेहरा करून बसायचे आणि हिमतीनं विचारायचे की मी का जाऊ शकत नाही.

हे फ्रेंड्स आईबाबांच्या डोळ्यात डोळे घालून पाहायचे आणि सतत जादुई शब्द उच्चारत राहायचे, 'प्लिज काका! प्लिज काकू!'

समोरच्या काकाकाकूंचं उत्तर काहीही असू दे.

'प्लिज काका! प्लिज काकू!' हे चालूच राहत असे. शेवटी दोनच ऑप्शन्स उरत. समोरचं कुणीतरी वैतागून तुमच्या टाळक्यात

काहीतरी घालेल किंवा तुमची मागणी पूर्ण होईल.

सहसा आईबाबा मागणी पूर्ण करण्याचाच ऑप्शन निवडत. त्या सगळ्या आठवणींनी मला हसू आलं.

जणू माझे विचार ओळखूनच अनुरागचा फोन आला. तो खूपच एक्सायटेड होता, ''अरे तुझ्या बाबांनी आज रात्री सगळ्यांना पार्टीला बोलावलंय.''

अरे! बाबांना माझ्या सगळ्या मित्रांचे फोन नंबर्स कसे मिळाले ते समजेना.

अनुरागने मला माहिती दिली, की आमची बाकीची सगळी गँग माझ्यावर चिडलीय. मी त्यांचे कुणाचे फोन घेत नव्हतो आणि त्यांच्या मेसेजेसना रिप्लाय करत नव्हतो, त्यामुळे ते सगळे उचकलेत.

अनुराग म्हणाला, की मी त्या सगळ्यांना फोन करून थँक्स म्हणायला पाहिजे. त्या सगळ्यांचं माझ्या आय.आय.टी. पास होण्यात काँट्रिब्युशन आहे. या पार्टीला खरंतर मी त्यांना पर्सनली इनव्हिटेशन द्यायला पाहिजे. पण तरीही एकूण सिच्युएशन बघता ते सगळं त्यांच्या बिझी शेड्यूलमधून माझ्या पार्टीसाठी वेळ काढणार आहेत. पार्टीमध्ये या दोस्तांसाठी भरपूर दारूचा स्टॉक असलेलं एक सेपरेट टेबल असलं तर अजून बरं होईल असंही सुचवण्यात आलं.

मी फोन ठेवला आणि बाबांना माझ्याकडे येताना पाहिलं. एक म्हातारे गृहस्थ बाबांच्या सोबत येत होते. त्यांना मी कधी पाहिल्याचं आठवत नव्हतं. ते एकदम स्मार्ट आणि शार्प दिसत होते. ते स्लिम होते, त्यांनी स्वच्छ दाढी केली होती, केस नीट विंचरलेले होते आणि अगदी उत्तम कपडे घातले होते.

बाबांनी ओळख करून दिली, ''अर्जुन, हे आहेत मिस्टर सिंग. हे IIT दिल्लीतून प्रोफेसर म्हणून रिटायर्ड झालेत. तिथे कॉम्प्युटर सायन्स शिकवायचे. ते आपल्या जवळच राहतात. किती चांगले आहेत बघ. त्यांना तुझ्या आयआयटी एंट्रन्स पास होण्याबद्दल समजलं म्हणून आपणहून भेटायला आलेत.''

मी म्हणालो, ''हॅलो मिस्टर सिंग!''

सहसा मी या वयाच्या माणसांना काका म्हणत असे. पण का कोण जाणे मला त्यांना काका म्हणावंसं वाटलं नाही.

ते म्हणाले, ''हॅलो अर्जुन, प्लिज्ड टू मीट यू! तू राक्षसाला हरवलंस असं ऐकलंय.''

मी रुबाबात उत्तरलो, ''होय!''

त्यांनी विचारलं, ''वेल! मी रिटायर्ड झाल्यापासून माझ्याकडे पुष्कळ मोकळा वेळ असतो आणि मी तुझ्या घराजवळच राहतो. त्यामुळे मनात विचार आला की तुला यापुढे तुझ्यासाठी काय वाढून ठेवलंय ते सांगावं. तुझी जरा मानसिक तयारी करून घ्यावी. आय होप की तुला चालेल?''

मी पुढे झुकत म्हणालो, "नक्कीच सर!"

ते हळूच हसत म्हणाले, "तुला पिक्चर्स बघायला आवडतं ना!"

मी झटकन उत्तर दिलं, "ऑफ कोर्स, थोडाफार मेंदू असलेल्या कुठल्याही माणसाला पिक्चर्स बघायला आवडतातच."

अजून गूढ हसत त्यांनी विचारलं, 'तुला सस्पेन्स थ्रिलर्स आवडतात का, ज्यात सिक्रेट सोसायटीज वगैरे असतात?'

मी उत्तरलो. 'हो, खूपच आवडतात.'

हे संभाषण कुठल्या दिशेनं जात होतं ते मला नीटसं समजत नव्हतं.

मिस्टर सिंग मला डोळा मारत म्हणाले, "एकदा तू आय.आय.टी. जॉईन केलंस ना की जगातल्या सगळ्यात पॉवरफुल सोसायटीचा मेंबर होशील. पण हे काही सिक्रेट नाहीये."

मी म्हणालो, "म्हणजे नक्की काय म्हणायचंय तुम्हाला?"

हे डिस्कशन जरा इंटरेस्टिंग होत चाललं होतं.

ते अभिमानानं म्हणाले, "जरा विचार कर. जगातले मोस्ट टॉप एक्झिक्युटिव्ह्ज, सीईओज, सीएफओज, इन्व्हेस्टमेंट बँकर्स, एंटरप्रून्यर्स आणि सायंटिस्ट हे बरेचदा आय.आय.टी.चे स्टुडंट असतात. एकत्र मिळून ते दुनियेमधील बहुतेक सगळ्या महत्त्वाच्या गोष्टी कंट्रोल करत असतात. भली मोठी कंपनी असो की एखादा देश चालवणं असो. जर आयआयटीयन्सना वाटलं तर ते माणसाच्या जगण्याची पद्धत बदलू शकतात. त्यांच्याकडे एखादा मध्यम आकाराचा देश विकत घेता येईल इतपत पैसा आणि ताकद असते. मग ते त्या देशाला नंबर एकचा देश बनवू शकतात."

मी अशा पद्धतीनं कधी विचार केला नव्हता. पण मिस्टर सिंग बरोबर बोलत होते.

गेली काही वर्षं आय.आय.टी. ग्रॅज्युएट्स सगळीकडे वरच्या पोझिशन्सवर होते. सगळ्या मोठ्या कॉर्पोरेशन्स, बिजनेसेस, सरकार सगळीकडे आयआयटी ग्रॅज्युएट्स मजबूत पैसा आणि सत्ता मिळवत होते.

सिंग पुढे म्हणाले, "आतापासून दहा वर्षांनी बघ, तू आणि तुझे बॅचमेट्स माणसाचं भविष्य घडवत असतील. जगाला चालवायची जबाबदारी तुमच्याच खांद्यांवर असेल. तुम्हाला पैसा आणि लक्झुरिअस लाइफ याची तर काही काळजीच करायला नको. तुम्हा आयआयटीवाल्यांना भरपूर यश आणि प्रसिद्धी मिळेल."

मी खोडकरपणे हसत म्हणालो, "मे बी, त्यांची एखाद्या गूढ बेटावर एखादी सिक्रेट हेडक्वार्टरपण असेल. तिथे बसून ते हे जग कसं काबीज करायचं याचं

प्लॅनिंग करत असतील.''

मिस्टर सिंग दोन मिनिटं बोलायचं थांबले. त्यांनी माझ्या डोळ्यांत पाहिलं आणि विचित्र हसत म्हणाले, ''मे बी, असेलच! यू नेव्हर नो!''

त्यांच्या त्या हसण्यानं माझ्या मेंदूला झिणझिण्या आल्या.

कदाचित खरोखरच अशी सिक्रेट सोसायटी असेल.

या जगात साधेसुधे निर्बुद्ध लोकच खूप प्रमाणात आहेत. मनोरंजन आणि नातीबिती असल्या फालतू विषयांवर वेळ घालवणारे हे निर्बुद्ध लोक असतात. या लोकांना खरे महत्त्वाचे विषय कोणते ते कधीच समजत नाही आणि उगीचच संधी मिळाली की वादविवाद करत बसतात. या लोकांसाठी स्पोर्ट्स म्हणजे पूजा असते आणि ते तासन्तास मॅचेस बघत बसतात.

हे वेडे लोक त्यांच्या आवडत्या टीम्स जिंकल्या की सेलिब्रेट करतात. आवडती टीम हरली की खेळाडूंवर टीका करतात. टीमचं जिंकणं हरणं म्हणजे यांना स्वतःवरचं ओझं असल्यासारखं वाटतं.

मे बी, अशी सिक्रेट सोसायटी खरंच जगाचा ताबा घेईल. मी अशा पॉवरबाज सोसायटीचा पार्ट होऊ शकतो या विचाराने मला क्षणभर माझ्या प्रेमात पडायला झालं आणि मला थोडा माजही वाटायला लागला.

मिस्टर सिंगनी माझ्या खांद्याला हलकेच हलवलं तेव्हा मी माझ्या स्वप्नांतून जागं झालो.

ते म्हणत होते, ''चल, आता मी जातोय. तू एकदा आय.आय.टी. जॉइन केलंस की मला सांगशील. मी तिथल्या काही प्रोफेसर्सशी तुझी ओळख करून देईन.''

त्यांना होकार देत थँक्स म्हणून मी घराकडे परत जायला लागलो. या सगळ्या बोलण्याने माझा सगळ्या सिच्युएशनकडे बघायचा पर्स्पेक्टिव्ह बदलला होता. अचानक आयआयटी पास होणं एकदम हवंहवंसं वाटायला लागलं. माझ्या मनातलं कन्फ्युजन आता वेगळ्याच लेव्हलवर गेलं होतं. मी घरात गेलो आणि थेट माझ्या रूममध्ये गेलो. आता मला माझ्या बेडची फारच गरज वाटत होती. बेडवर पडून राहणं हीच गेल्या दोन दिवसांतली माझी आवडती गोष्ट होती.

च्यायला, झोपून उठलो तर पाच वाजले होते. आयआयटीची जादू झोपेत ओसरली होती. परत माझ्या मनात त्या विचारांचा त्रास सुरू झाला होता. पार्टी सात वाजता होती.

रूममधून बाहेर आलो तर वाटायला लागलं, की आईबाबांनी लग्नाचीच पार्टी ठरवलीय का काय. सगळ्या बायका गडबडीत इकडेतिकडे फिरत होत्या.

प्रत्येकीला दुसरीच्या आधी नटायचं होतं. तरुण पोरी तर अशा नटत होत्या, की त्यांना बॉयफ्रेंड मिळवायची ही शेवटची संधी असावी. तीन वर्षांखालची लहान लहान मुलंबाळं मात्र उघडीनागडीच फिरत होती. त्यांचे आईबाप त्यांना सरळ सरळ विसरलेच होते. कुटुंबातले पुरुष तयार झालेच होते. त्यांना तयार व्हायला फारतर पंधरा मिनटं तर लागतात. कपडे घालायचे, केसांना जेल लावायची आणि रूममधून फुल कॉन्फिडन्समध्ये टकाटक बाहेर पडायचं.

कुटुंबातल्या बहुतेक मोठ्या माणसांनी पाच-पाच वर्षं वापरलेलेच कोट घातले होते. मला ग्लासांची किणकिण आणि त्यासोबत हसण्याचे मोठमोठे आवाज ऐकू आले. डबलट्रबल जुळ्या काकांनी पोर्चखालची रिकामी रूम घेतली होती. सात वर्षांखालच्या पोरांना त्या रूमकडे जायची मनाई होती. सात वर्षांच्या वरची मुलं रॉ-मटेरियल किचनकडून त्या हेल रूमकडे आणत होती.

मग बायकांनी इकडेतिकडे वावरायला दुसरा जिना वापरायचा ठरवलं. बाप्यांनी लवकरच पार्टी सुरू केली म्हणून म्हाताऱ्या बायकांनी त्यांना शिव्या दिल्या. दारू पिता पिता काका लोक प्लॅनिंग करत होते, की व्यवस्थितपणे दारू कशी, कुठून मिळवता येईल. जणू कमांडो कुठल्या तरी मिलिटरी ऑपरेशनची तयारी करत असावेत.

त्यांची सगळी तयारी बघून मला एकाच वेळेस राग येत होता आणि दुःख वाटत होतं. मला असं वाटत होतं, की जणू ते माझं अपयश साजरं करतायत. मी स्वतःच्या स्वप्नासाठी उभं राहून काही बोलू न शकल्याचं अपयश. हे सगळं काही चुकीचं चाललं होतं. मी आईबाबांना कालच सगळं काही सांगायला हवं होतं. पण आता सगळ्यासाठी फार उशीर झालाय. आता पार्टी आहे. सगळे नातेवाईक आलेत. माझ्या बाबांचे बॉस लोक येणारेत. मी तर ऐकलं की एकदोन मिनिस्टर्सनापण बोलावलंय म्हणे. सगळी कॉलनी तयार होऊन येतेय.

मी कुटुंबासाठी केलेला हा महान त्याग आता मला माझ्या गळ्याभोवती बसलेला फास वाटतोय.

हे सगळं कसं काय झालंय? गोष्टी फार फास्ट स्पीडने घडत गेल्या. आईबाबांना माझा आय.आय.टी एंट्रन्सचा रिझल्ट मी घरी येण्याआधीच मिळाला होता. घरी आलो तेव्हाच तर सगळे नाचत होते. मला शांतपणे बसून विचार करायला वेळही मिळाला नव्हता. मला कुणाला काही समजवायची संधीच मिळाली नव्हती.

मी स्वतःशी पुटपुटलो, 'सालं, असं असतं तर डिप्रेशन!'

टीव्हीवर डिप्रेशन वर चर्चा बघायचो आणि उगीच लोकांचा काहीतरी फालतू विकनेस असतो म्हणून तो विषय बाजूला ढकलायचो. आज आयुष्यात पहिल्यांदा

मला समजत होतं की डिप्रेशन म्हणजे काय असतं. हे किती घाणेरडं फीलिंग असतं. शरीराला काहीही होत नसतानादेखील किती आजारी वाटतं!

मला अजिबात तयार व्हावंसं वाटत नव्हतं पण माझ्याकडे ऑप्शन तरी कुठला होता? ज्याचं लग्न बळजबरीनं मनाविरुद्ध लावलं जातंय अशा एखाद्या नवऱ्यासारखं मला वाटत होतं.

या लग्नात नवऱ्याची मर्जी कुणी विचारलीच नसावी. मी लाथ मारून माझ्या रूमचं दार उघडलं.

माझ्या बेडवर तीन व्यक्ती बसल्या होत्या. त्या सगळ्यांचे चेहरे तणावात आणि काळजीत दिसत होते.

काय घाणेरडा दिवस होता हा! माझ्या बेडवर आजी, आई आणि बाबा बसलेले होते.

बाबांनी काळजीनं विचारलं, ''अर्जुन, गेल्या अठरा वर्षांत आम्ही तुला दुःखात असलेला पाहिलंय, चिडलेला पाहिलंय, रडताना पाहिलंय. आम्ही तुला पॉर्न बघतानाही पकडलं होतं, पण तुला असं कधीच पाहिलं नाहीये. तुझ्याकडं बघून असं वाटतंय, की तुझी गर्लफ्रेंड तुमच्या कॉलेजच्या बस ड्रायव्हरबरोबर पळून गेलीय. कुणीतरी तुझ्यासमोरची सगळी बिर्याणी खाऊन टाकलीय. अर्जुन, नक्की काय झालंय?''

आई काळजीत असते तेव्हा प्रचंड बडबडत सुटते. ती एकामागून एक प्रश्न विचारत सुटली, ''अर्जुन हे काहीतरी मुलीचं प्रकरण आहे ना? ती हिंदू आहे का? अमेरिकेतली तर नाहीय ना? ती गोरी फिरंगीण आहे का? ती सध्या भारतात आलीय का?''

बाबा आणि आजी, आईच्या बडबडीकडे हताशपणे पाहत होते.

मी माझं डोकं हलवत म्हणालो, ''नाही आई, कुठल्याही मुलीचं प्रकरण नाहीये.''

आजीनं विचारलं. ''मग काय आहे?''

मी डिस्कशन टाळत म्हणालो, ''काहीच नाहीये. मला जरा एक दोन दिवस द्या. मी ठीक होईन.''

आजीनं काळजीनं विचारलं, ''तुला आय.आय.टी.च्या अभ्यासाचं प्रेशर आलंय का? अरे, तुला नक्कीच झेपेल सगळं.''

मी म्हणालो, ''नाही, तसं काही नाहीये गं आजी!''

बाबांनी वैतागून विचारलं, ''मग काय आहे?''

मी खिडकीतून बाहेर बघत म्हणालो, ''मी नाही सांगू शकत तुम्हाला. तुमच्याशी असं वागणं बरोबर नाहीये.''

आई फुलून येत म्हणाली, ''पण काय बरोबर नाहीये? तू काय कुठल्या मुलाच्या प्रेमात पडलायस का काय? तसं असेल तरी मला काही प्रॉब्लेम नाही बरं का!''

परत एकदा बाबा आणि आजीनं आईकडे नजर टाकली. बाबा आणि आजी नजरेतूनच आईला म्हणाले, ''अगं बाई, वाट्टेल ते काय बोलतेयस तू!''

त्यांच्या भावना जाणून आईनं थोडा वेळ चूप बसायचं ठरवलं.

मला जाणवलं की आता या तिघांपासून काही लपवण्यात अर्थ नाही. ते माझ्यावर खवळणार आहेत. पण थोड्या वेळानं शांत होतील. शेवटी मी त्यांचाच मुलगा आहे, आय.आय.टी. सोडून आर्मी जॉइन करायचा विचार करायची चूक मी करूच शकतो. ते मला समजून घेतील आणि माफ करतील. आता नक्की काय करायचं या महत्त्वाच्या निर्णयावर फोकस करायला मला त्यांची मदतही होईल.

मी एक मोठा श्वास घेऊन बोलायला लागलो. तरी माझा आवाज थरथरत होता. ''मी केवळ IITची परीक्षा दिली नव्हती. कुणालाही न सांगता मी आर्मीचीही परीक्षा दिली होती.''

रूममध्ये पिन ड्रॉप सायलेन्स पसरला. ते तिघेही एकमेकांकडे बघत होते. काही मिनिटांनंतर आजी म्हणाली, ''तुझा प्रॉब्लेम काय आहे ते अजून आम्हाला कळलेलं नाही.''

आय हेट हर! मी आजीला आवडत नाही असं काहीतरी करत असे, तेव्हा ती मला पुन्हा पुन्हा ती चूक कबूल करायला लावत असे.

बाहेरून पार्टीचे आवाज येत होते. आमची ही छोटीशी मीटिंग त्यामुळे डिस्टर्ब झाली. बाहेर कुटुंबातले सगळे जण आम्हाला शोधत होते. पार्टीत जायला आम्हाला उशीर होत होता. बाबांनी सगळ्यांना थांबायला सांगितलं. मग ते माझ्याकडे अपेक्षेनं बघायला लागले.

मी अडखळलो, ''मी...मला''

मी वाक्य पूर्ण करू शकत नव्हतो.

आई मला मदत करण्यासाठी म्हणाली, ''हा, मला...पुढे काय?''

ती मदत अजूनच विचित्र वाटायला लागली.

''काही कारणाने मला IIT जॉइन करायची नाहीये. मला आर्मीमध्ये जायचं आहे.''

एकदाचं मी सांगितलं. मला फार बरं वाटलं.

आजी बाबांकडे पाहत परत एकदा मला म्हणाली, ''पण आम्हाला अजूनही

समजलं नाहीये की तुझा प्रॉब्लेम काय आहे.''

मला फार चीड आली. आजी उगाचच तेच तेच परत परत बोलत होती. मे बी, तिला मला शिक्षा करायची असणार. मी म्हणालो, ''काय प्रॉब्लेम आहे हे दिसत नाहीये का? मला आर्मीमध्ये जायचंय, पण माझ्या कुटुंबाला वाटतंय की मी IITमध्ये जावं. मी मला वाटेल तेच करावं हे बरोबर नाहीये. तसं केलं तर मी तुमच्यासोबत बरोबर वागणार नाही असं मला वाटतंय.''

मला रडायलाच यायला लागलं. कसबसं मी स्वतःला थांबवलं.

परत एकदा शांतता पसरली.

शेवटी आजीच बोलली, ''आपल्या कुटुंबात यशस्वी पुरुष आणि स्त्रिया आहेत. तुझे सगळे काका आणि आत्या बघ. सगळे व्यवस्थित सेटल्ड आहेत. आपल्या कुटुंबात डॉक्टर्स, वकील आहेत. वेगवेगळ्या परीक्षांमध्ये पहिले आलेले आहेत. आपली समाजात इज्जत आहे. लोकं आपल्या कुटुंबाबद्दल आदरानं बोलतात. आपलं कुटुंब इतर सगळ्या पेशांमध्ये काम करून देशाची सेवा करतं आहे, अपवाद एकच आहे. आपल्या कुटुंबातला एकही जण सैन्यात मात्र नाहीये.

''तुझ्या आजोबांच्या नंतर कुणीही सैन्यात गेलेलं नाहीये. मला किती लाजिरवाणं वाटायचं, तुला सांगू शकत नाही मी अर्जुन! शंभर जणांचं कुटुंब असेल आपलं. पण एकही जण सैन्यामध्ये नाहीये. तुला असं का वाटलं की तू आर्मीमध्ये जाण्यानं मी अपसेट होईन?''

मी ओरडलो, ''आजी, तू नेहमी आर्मीवर चिडलेली असायचीस. आपले आजोबा गेल्यानंतर तुला आर्मीकडून नीट मदत मिळाली नाही म्हणून तुझ्या मनात राग असायचा.''

आजी म्हणाली, ''तो राग तर अजूनही आहे. मी हतबल विधवा होते आणि एकाकी आई होते. माझ्या नवऱ्यानं त्याचं आयुष्य देशासाठी दिलं. एकदा तो गेल्यावर कुणी मदत केली नाही. लष्कर, सरकार, नोकरशहा कुणाला आमची फिकीर नव्हती. माझा कायदेशीर अधिकार मिळवायला मला त्यांना कोर्टात खेचावं लागलं. जे मला भेट म्हणून मिळायला हवं होतं त्यासाठी मला भीक मागावी लागली.''

आजीनं हे बोलून सुस्कारा सोडला.

ती पुढे म्हणाली, ''अर्थात, माझ्या मनात राग असला, तरी आपण आपल्या देशाची सेवा करणं थांबवायला पाहिजे असा काही त्याचा अर्थ नाही. जवान बदल्यात काहीतरी मिळावं म्हणून देशासाठी लढत नाहीत. त्यांचं देशावर प्रेम असतं म्हणून ते लढतात.''

हे बोलताना तिच्या मनातला अभिमान दिसला.

मी कन्फ्युज होऊन विचारलं, "पण तू तर मघाशी म्हणालीस की त्या सुधाचा नातू तर फक्त आर्मीत गेलाय."

आजी बाबांकडे पाहत म्हणाली, "अरे, पण मी दुसरं काय करू शकत होते सांग बरं! मला वाटलं तूपण बाकीच्या सगळ्यांसारखाच असशील. इतकी सारी जणं कुटुंबात असूनही आपल्या कुटुंबाचं लष्करात योगदान शून्य आहे याची मला खूप खंत वाटायची. पण यावरून तुला दुखवायला नको असंही मला वाटत होतं. सुधाचा नातू नॅशनल डिफेन्स अकॅडमीमध्ये जातोय हे कळलं तशी मी तिला कितीतरी दिवस टाळत होते. सुधाकडे अभिमानाने मिरवण्यासारखं होतं, जे माझ्याकडे नव्हतं. पण आता मी परत जाईन आणि तिच्या डोळ्यांत डोळे घालून पाहू शकेन."

आजीच्या चेहऱ्यावर अभिमानाचं हसू होतं. आजीच्या परवानगीनं मला आशेचा किरण दिसला.

मी बाबांकडे पाहिलं आणि हळूच विचारलं, "तुमचं काय मत आहे बाबा?"

"वेल! आय डोन्ट केअर. तू माझ्या घरातून बाहेर पडणारेस ना आणि आता मला माझी आयुष्यभराची सेव्हिंग्ज तुझ्यावर खर्चावी लागत नाहीयेत ना! मग मला काही फरक पडत नाही.

"तुझी रूम मी माझ्यासाठी घेईन आणि तिथं बदल करून घेईन. तिथं मी माझ्या दोस्तांसोबत बसून शांतपणे व्हिस्की पिऊ शकेन आणि तुझी आई तिथं मधेमधे येऊन त्रास देणार नाही. ती रूम साउंडप्रूफ करून घ्यावी. अरे, तू आर्मीत जाणारेस तर तुला कन्सेशनल रेटमध्ये आर्मी कॅंटिनमधून दारू मिळेल ना?"

ही बाबांची होकार देण्याची स्टाइल होती.

बाबाही थोडेसे इमोशनल झाल्याचं दिसत होतं. पण गमतीशीर बोलून त्यांना ते दाखवायचं नव्हतं.

अजून एक होकार मिळवण्याची मी वाट बघत होतो. सगळ्यात महत्त्वाचं मत तर यायचं होतं.

युनायटेड नेशन्समध्ये महत्त्वाच्या प्रश्नावर बांगलादेश आणि भूतान या देशांच्या मताला जितपत महत्त्व असतं तितकंच महत्त्व बाबा आणि आजीच्या मताला होतं. युनायटेड नेशनचं मत अजून यायचं होतं आणि त्यांच्याकडं नकाराधिकारपण होता.

आम्ही आईकडं पाहू लागलो. आई जमिनीकडे बघत होती, तिनं तिचे अश्रू रोखून धरले होते.

मला माहीत होतं की हा प्रसंग तिच्यासाठी अवघड होता. माझ्याबाबतीत ती नेहमी फार प्रोटेक्टिव्ह होती. प्रत्येक आई तिच्या मुलांच्या बाबतीत प्रोटेक्टिव्ह

असतेच, पण माझी आई जरा जास्तच प्रोटेक्टिव्ह होती. शेवटी आईनं एकदाचं माझ्याकडे पाहिलं. तिचे डोळे लालभडक झाले होते.

"मला माहीत होतं की एक ना एक दिवस तू आर्मीत जाणार. मी नेहमी विचार करायचे की तो दिवस येईल तेव्हा मी तुझ्याशी काय बोलेन. प्रत्येक आई तिच्या मुलांची चिंता करतच म्हातारी होते. जिथं असेल तिथं तिचं मूल सुरक्षित असावं असं तिला वाटतं. सतत काळजी लागलेली असते, की मूल नीट जेवलं असेल ना, पुरेसं पाणी पीत असेल ना, नीट गाडी चालवत असेल ना! शक्य असतं तर प्रत्येक आईनं तिचं मूल कायम डोळ्यासमोर ठेवलं असतं, म्हणजे सतत मूल सुरक्षित राहील." एवढं बोलून आई शांत झाली.

हे शांततेतले क्षण कधी न संपणारे वाटत होते. तिनं परत एकदा बोलायला सुरुवात केली. परत एकदा माझ्या मनात आशा जागृत झाली. "तुला आर्मीत पाठवणं माझ्यासाठी फार अवघड आहे. आय एम सॉरी! मी तुला कधीच होकार देऊ शकत नाही."

माझ्या हृदयाचा ठोका चुकला. मी आईच्या परवानगीशिवाय कुठे जाऊ शकत नव्हतो.

आई तिचा नकाराधिकार वापरत होती. मी खूप निराश होण्याच्या आधीच आई बोलायला लागली. तिचा आवाज जरा थरथरत होता, "पण तू गेले दोन दिवस या घरात एखाद्या भुतासारखा फिरतोयस, तू एकाही मित्राला फोनही केलेला नाहीस, तू तुझ्या काकांच्या जोक्सवर एकदाही हसला नाहीयेस, तू एकही शब्द बोललेला नाहीस आणि आता इथं सगळं कुटुंब मला सांगतंय की तुला सैन्यामध्ये जायची किती इच्छा आहे. कदाचित, सैन्यात जाणं हे आणि एवढं एकच काम तुला आयुष्यात करायचं असेल. तू सैन्यात जाण्यानं काळजी करून करून मी मरेन कदाचित, पण तुला आयुष्यभर मी असं बघू शकणार नाही. त्यामुळे मी नक्कीच मरेन. आता मला एक वचन दे; शक्य होईल तितका तू कुठल्याही संकटापासून दूर राहशील."

मला काय बोलावं ते सुचेना.

मी माझ्या आईला तिच्या आयुष्यातली सगळ्यात कठीण निवड करायला लावली होती. तिनं तिच्या भीतीला सोडून माझी निवड केली होती.

मी अर्थातच होकार देत मान हलवली.

बाबा रूममधून बाहेर जाऊ लागले.

आईनं विचारलं, "कुठे चाललाय तुम्ही?"

बाबा अभिमानानं म्हणाले. "केटररला फोन करायला. मला ती ७५० रुपयांची डिश पाहिजे. माझा मुलगा सैन्यामध्ये चाललाय."

आई म्हणाली, "हो! पान असल्याशिवाय पार्टी होणार नाही."

माझ्यासाठी डिप्रेशनची जागा आता आनंदाने घेतली. आम्ही पार्टीसाठी खालच्या मजल्यावर गेलो.

काय धमाल पार्टी झाली. नवल म्हणजे माझे फ्रेंड्स, नातेवाईक, सगळेच जण हे ऐकून खूप खूश झाले की मी IIT मध्ये जाणार नसून आर्मीत जाणारे. मी प्रॉमिस केल्याप्रमाणे माझ्या फ्रेंड्सच्या टेबलाखाली भरपूर बाटल्या होत्या. काकांनीपण खूप मजा केली. आजीनंपण इतर बायकांबरोबर भरपूर ऑरेंज ज्यूस प्यायला.

आई एकाच वेळी आनंदी आणि नर्व्हस दिसत होती. बाबा बराच वेळ आईच्या सोबत राहता येईल असं बघत होते. सगळे आनंद साजरा करताना ते तिचा हात धरून बसले होते. आई माझ्याकडे एकटक बघत होती जणू तिला मला जितकं बघता येईल तितकं बघून शोषून घ्यायचंय.

AG | ८

त्या पार्टीनंतर एका महिन्यानंतर, भयंकर उकडणाऱ्या त्या जुलै महिन्यात मी दिल्लीहून पुण्याला जाणाऱ्या रेल्वेमध्ये बसलो होतो.

गेले काही दिवस माझी देशभक्ती, शूरवीरता वगैरे सगळं आता चिडचिड, अस्वस्थता आणि संशयानं घेरली गेली होती. मला अशा मुलासारखं अस्वस्थ वाटत होतं, ज्यानं दुसऱ्या धर्माच्या मुलीला प्रेग्नन्ट केलंय आणि आता त्याला पालकांना तोंड दाखवायचंय. मला अशा मुलीसारखं घाबरायला होत होतं जी अमेरिकेत लग्न करून जायला तयार झालीय आणि आता तिला कुटुंबापासून दूर, हजारो मैल दूर जायची वेळ आलीय.

मी अशा माणसासारख्या विचित्र अवस्थेत होतो, ज्याने ऑफिसमध्ये शू करायचं टाळलंय आणि घरी जाताना तो मरणाच्या ट्रॅफिकमध्ये अडकलाय.

मला आर्मीचं ट्रेनिंग झेपेल का? मी मेंटली आणि फिजिकली तितका स्ट्राँग असेन का? आता हा सगळा विचार करायला फार उशीर झाला होता.

हे सगळं नाटक आणि सेलिब्रेशन यानंतर माझ्यात इतकं धाडस नव्हतं की सगळ्या कुटुंबासमोर उभं राहून हे सांगू, की आता मला खात्री वाटत नाहीये. मी कदाचित उगीचच इतका जास्त विचार करत होतो. असून असून इतकं काय वाईट असणार आहे हे? इतकी सारी मुलं हे ट्रेनिंग पूर्ण करतात.

मी स्पोर्ट्समध्ये कधीच बेस्ट नव्हतो, पण अगदी खराबही नसायचो. नॅशनल डिफेन्स अकॅडमीमध्ये जाऊन मला जरा खेळात झुंजायला आणि शिकायला वेळ मिळेल. या प्रवासाला निघण्याआधी

मी थोडा होमवर्क करायला हवा होता. मी ॲकॅडमी आणि तिथल्या प्रोग्रॅमबद्दल जरा माहिती करून घ्यायला हवी होती. मी हे सगळं फारच कॅज्युअली घेतलं होतं.

मी स्वतःशीच विचार केला, की गेला महिनाभर मी केलं तरी काय! मग मला आठवायला लागलं, गेल्या महिन्यात झोडलेले अनेक डिनर्स आणि केलेल्या पार्टीज. माझ्या कुटुंबाने जेव्हापासून मला आर्मीत जायची परमिशन दिली होती, तेव्हापासून लेट नाइट पार्टीज काही अवघड इशू राहिलेला नव्हता. उलट आता आईबाबा मला बाहेर जाऊन मजा करायला सांगत होते.

प्रत्येक स्टेशनवर ट्रेन थांबली की माझ्या हृदयाचा ठोका चुकत होता.

आजच्या इतकं नर्व्हस मला कधीच वाटलं नव्हतं. अर्थात, जेव्हा मी आईबाबांना आणि आजीला आर्मीबद्दल सांगितलं होतं तो दिवस सोडून.

ट्रेनला एक जोरदार धक्का बसला आणि मी माझ्या विचारांमधून जागा झालो.

माझ्या आजूबाजूचे सगळे जण गप्पा मारण्यात बिझी होते. मन चतुर असतं. काळजी घालवण्यासाठी कधी गप्पाटप्पांमध्ये गुंतवून घ्यायचं हे मनाला बरोबर कळतं. जी माणसं आयुष्यात परत कधीही एकमेकांना भेटणार नसतात, ती ट्रेनमध्ये भेटतात आणि एकमेकांना समजवतात, की ते एकमेकांच्या संपर्कात राहतील. बरेचदा हेच खरं असतं, की तो प्रवास संपतो तसे हे नवीन मित्र तुम्ही विसरून जाता.

आजकालचं लाइफ आपण इतकं सुपर बिझी केलंय, की आपल्याला अशी प्रवासात भेटलेल्या परक्या माणसांशी मैत्री करायला लागते. माझ्या आजूबाजूला इतक्या गप्पा सुरू होत्या, तरी मला कुणाशी बोलावंसं वाटत नव्हतं.

आई, बाबा आणि आजी इतकं बडबडत होते, जणू हा त्यांच्या आयुष्यातला शेवटचा दिवस आहे. समोर बसलेले एक म्हातारे गृहस्थ आणि त्यांची तरुण मुलगीपण या गप्पांमध्ये सहभागी झाली.

मला माहीत होतं, की आता इथं माझी चिंता व्यक्त करणं ही फारशी बरी आयडिया नाहीये. याचा पश्चात्ताप होणार होता. तरी पण मी ठरवलं की हे बोलायचंच.

मी कुजबुजलो, ''आई, मला जरा नर्व्हस वाटतंय.''

मी आईला विचारलेलं असलं तरी कोण उत्तर देणार हे मला माहीतच होतं.

आजीनं मला चिडवायची संधी सोडली नाही, ''अरेरे, काय झालं माझ्या शूर शिपायाला? मला तर वाटलं तू देशाच्या शत्रूंना मारायला तयार असशील; पण आता तर तू PT ला घाबरतोयस?''

आजीच्या समोर असा बावळटपणा दाखवणं म्हणजे तिच्यासाठी मोठाच चान्स असतो. तिला असलं काही असलं की चेष्टामस्करी करायला फार आवडतं. ती असल्या मोमेंट्ससाठीच जगते. इथे माझा बावळटपणा चालला होता आणि ही संधी ती सोडणार नव्हती. मी आता शांत राहायचं ठरवलं.

आजी आता हसत सुटली. मग हसत हसत म्हणाली, "अर्जुन, तुला आता IIT मध्ये परत जायचंय का? का तुला IIT कॅम्पसमध्ये जायचीपण भीती वाटतेय?"

मी बाबांकडे आधारासाठी पाहिलं.

बाबांना कळलं, की मी आता चेष्टामस्करीच्या मूडमध्ये नाहीये. त्यांनी आजीकडे गंभीरपणे पाहिलं. स्वतःच्या शरीराचं वजन जरा पुढे सरकवलं आणि बोलायला तोंड उघडलं.

बाबा आजीला गप्प करणारेत या विचारानेच मला एक्सायटेड वाटायला लागलं. मी माझा फोकस आजीकडून बाबांकडे वळवला.

बाबा खिदळत म्हणाले, "घे अर्जुन, जरा खाऊन घे, अर्रर्र सॉरी बरं का, आता तुला खायच्या पदार्थांचीपण भीती वाटत्येय का?"

या वेळी आईबाबादेखील आजीसोबत मोठमोठ्यानं हसायला लागले.

आमच्या कुटुंबात सगळ्यांनाच कुणाच्याही अस्वस्थ अवस्थेची अशी खिल्ली उडवायची सवयच लागलेली होती. तरी मी आईकडे मदतीसाठी पाहिलं.

आजी पुढे म्हणाली, "काय हे! गप्प बस हो! बिचारं पोरगं किती नर्व्हस झालंय! अर्जुन, तू हे लाडू घे बरं! घे घे लाडूच आहेत, ते बॉम्ब नाहीयेत."

या वेळी तो समोर बसलेला म्हातारा आणि त्याची मुलगीपण हसायला लागले. हे दिसतच होतं, की त्यांना खूप मजा येत होती. पण त्यांना माहीत नव्हतं की आजी एकदा चेष्टा करायला लागली, की तिथं हजर असलेल्या प्रत्येकाची चेष्टा करते. सगळे जण हसत असतात, तेव्हा ती तिचा पुढचा बकरा कोण ते बघत असते.

आजीनं बाबांकडे पाहिलं, ती म्हणाली, "मला एके काळी वाटायचं की माझा मुलगा सैन्यामध्ये जाईल."

आरामशीर लोळत बसलेले बाबा एकदम झटका बसल्यासारखे सरळ बसले. त्यांनी एखाद्या सैनिकासारखा पाठीचा कणा ताठ केला. त्यांच्या डोळ्यांत अभिमान तरळला. बिचाऱ्या बाबांना माहीत नव्हतं की पुढं काय होणार आहे. या कौतुकाचं रूपांतर गमतीजमतीतल्या अपमानात होणार होतं.

आजी पुढे म्हणाली, "... जर आर्मीवाले चमचमीत मसालेदार पदार्थ दिवसभर खायला देत असतील, सोबत ढोसायला कोकाकोला असेल आणि जेवताना तीन

प्रकारचे गोडधोड पदार्थ असतील, तरच हा आर्मीत गेला असता. हां, पण जर कधी सुटलेल्या पोटांची चुरस झाली असती, तर माझ्या या मुलाने आपल्या देशाचं नाव नक्कीच उज्ज्वल केलं असतं बरं का!''

बाबांचं हसू संतापात बदललं आणि त्यांच्या डोळ्यांमध्ये राग दिसायला लागला; पण ते गप्प बसले. आता इथं काहीही बोलणं त्यांच्याविरुद्धच वापरलं गेलं असतं. हे सगळं ऐकून आमच्या कंपार्टमेंटमधला प्रत्येक जण हसत होता, अर्थातच बाबा सोडून. आई तर सगळ्यात मोठ्यानं हसत सुटली होती.

पुढचा नंबर आईचा होता. आजीचं गणित सोपं होतं; जो दुसऱ्याच्या चेष्टेवर सर्वांत मोठ्यानं हसेल तो पुढचा बकरा असे.

आजी खिडकीतून बाहेर बघत तिचा चेहरा हातात लपवत म्हणाली, ''जर शत्रूबरोबर लढाई म्हणून सौंदर्य स्पर्धा करायची असती, तर मग माझी सूनबाई सैन्यामध्ये नक्कीच गेली असती. सगळ्यात उत्तम कपडे घातलेली बाई युद्ध जिंकणार असा नियम करायचा की झालं!''

हळूहळू हसणाऱ्या लोकांची संख्या कमी झाली, लोकं जरा गोंधळले.

आजीचा पुढचा बकरा होता समोर बसलेले म्हातारबुवा. ती त्यांच्याकडे एक डोळा बारीक करून पाहत म्हणाली, ''तुम्ही खूपच हसताय हो! माझ्या विनोदांमुळेच हसताय का, तुम्ही पिताय त्या सोड्याच्या बाटलीत तुमच्या हसण्याचं कारण दडलंय?''

मला एकदम जाणवलं की कंपार्टमेंटमध्ये व्होडकाचा वास पसरला होता आणि ते म्हातारबुवा जरा झिंगलेले वाटत होते. सगळ्यांनाच यामागचं कारण आता समजलं. ते म्हातारबुवा एकदम गप्प बसले. त्यांना यावर काय बोलावं ते सुचेना. ते उठले आणि त्यांच्या बर्थवर जाऊन झोपायचं नाटक करू लागले. त्यांची तरुण मुलगी नर्व्हस होऊन इकडं तिकडं बघायला लागली. तिला समजलं, की आता तिच्यावर काहीतरी कमेंट येणार आहे.

आजी तिच्याकडं हसून बघत म्हणाली, ''काय गं? इथलं शेजारचं टॉयलेट सोडून तू सारखी सारखी त्या पलीकडच्या टॉयलेटकडे का जातेयस?''

हे ऐकताच लाजून ती तिच्या बाबांसारखंच वागली. काहीच न बोलता तिच्या बर्थवर जाऊन पडली. डब्याच्या त्या दुसऱ्या टोकाला तिचा बॉयफ्रेंड बसला होता म्हणे.

आता मी मोठमोठ्यानं हसलो. या वेळी फक्त आजी आणि मीच हसत होतो.

आजीचा मस्करीचा पहिला राउंड संपला होता.

मी डोळे बंद करून झोपायचा प्रयत्न करू लागणार होतो, इतक्यात, आजीनं माझ्याकडं पाहिलं. ती म्हणाली, ''आपल्याला ॲकॅडमीत जायला आता

फक्त दोन तास उरलेत बरं का!"

तिच्या डोळ्यांमध्ये मला दुष्टपणा दिसला.

मी माझ्या चिंतेच्या आणि काळजीच्या विचारांच्या जगात परत गेलो.

सगळ्यांना असं चिडवून आणि भरपूर मजा करून आजी झोपी गेली. आय जस्ट होप की अॅकॅडमीत गेल्यावर तरी आजी असं काही वागणार नाही.

माझ्या मनात विचार आला, जर शब्दांची लढाई लढायची असती तर आजी कसली खतरनाक सैनिक झाली असती. खवचट बोलून बोलून शत्रूच्या अख्ख्या बटालियनला तिनं आत्महत्या करायला लावलं असतं. तिला हे सांगायचा मोह झाला होता पण आता या क्षणी तिरकसपणाच्या या देवीचा कोप मला काही परवडला नसता.

***

NDA मध्ये जायला आम्हाला दोन तास लागले. रेल्वे स्टेशनपासून खडकवासल्यापर्यंतचा प्रवास अगदी शांतपणे झाला. कॅबमध्ये प्रत्येक जण शांत बसला होता. टॅक्सी ड्रायव्हर पण गप्पच बसला होता. कदाचित या काळात NDA कॅडेसना अकॅडमीत घेऊन यायची त्या ड्रायव्हरला सवय असेल.

जेव्हा National Defense Academy च्या गेटमधून मी आत शिरलो तेव्हा माझ्या भीतीची जागा आदर आणि अभिमानानं घेतली. माझ्या कुटुंबातील तिघांच्या डोळ्यांमध्येपण याच भावना होत्या. त्यांचे डोळे भरून आले होते. आम्ही सगळे जण शांत होतो. तशीही ही गप्पा मारायची वेळ नव्हतीच. आपल्याला सोडून गेलेल्या जवानांना आठवायची वेळ होती.

कितीतरी जण अकाली हे जग सोडून गेले असतील. त्या प्रत्येकाच्या आईची वेदना आपल्याला जाणवायला हवी. आपल्या वारलेल्या मुलाला ही आई आजूबाजूच्या मुलांमध्ये शोधत असेल; या जवानाची बहीण प्रत्येक राखी पौर्णिमेला रडत असेल; या जवानाचा भाऊ आता कधी क्रिकेट बघत नसेल; या मुलाचे वडील कधीही हसत नसतील. काही कुटुंबांसाठी सणवार एखाद्या नेहमीसारख्या दिवसासारखेच असतील.

आम्ही सगळ्यांनी एकमेकांचे हात धरले होते. जेव्हा तुम्ही NDA कॅम्पसमध्ये पहिल्यांदा प्रवेश करता, तेव्हा असंच एक अजब फीलिंग मनात येतं. तो एकाच वेळी आनंदी, दु:खी, कृतज्ञ आणि भावनिक करणारा क्षण असतो. तुमच्या अंगातून रक्तप्रवाह जोरदार वाहू लागतो. मातृभूमीच्या संरक्षणासाठी काहीही करण्याची भावना उसळून येते.

एकदा त्या NDA च्या गेट्समधून आत गेलात की परत फिरायचं नाही, कधीच नाही.

आई, बाबा आणि आजीला आजोबांची आठवण आली. मी त्यांना कधीच पाहिलं नव्हतं. फक्त त्यांचा एक फोटो आमच्या घरी होता. आजी आमच्या सगळ्यांपासून दूर गेली आणि एका बाकावर बसली. आम्हीही तिला थोडा वेळ द्यायचं ठरवलं.

NDA कॅम्पसचं ते पहिलं दर्शन मी कधीच विसरणार नाही.

एका मोठ्या ब्राऊन कलरच्या बिल्डिंगने या कॅम्पसमधल्या इतर इमारती झाकून टाकल्या आहेत. ती बिल्डिंग सिमिट्रिकल दिसते. बिल्डिंगचे तीन मजले मधल्या भल्या मोठ्या डोमनं झाकून टाकले आहेत. दोन्ही बाजूंनी रूम्स आहेत. ती बिल्डिंग एका विशाल पक्ष्यासारखी वाटते. तो डोम म्हणजे जणू त्या पक्ष्याचं डोकं आहे आणि रूम्स म्हणजे पंख आहेत.

या डोमच्या खाली खूप सारे झेंडे लावलेले आहेत. त्यातले बरेचसे झेंडे आपल्याला ओळखता येत नाहीत. डोमखाली दोन सारखी दिसणारी, चकाकणारी, मेटलची चिन्हं लावलेली आहेत.

ती चिन्हं खूप चमकतात आणि त्यांच्यावर बऱ्याच गोष्टी कोरलेल्या आहेत, त्या लांबून समजत नाहीत.

ती बिल्डिंग दगडांनी बांधलेली आहे, त्यामुळे एकदम क्लासिक दिसते. आम्ही जवळ गेलो तसं आम्हांला दिसलं, की त्या बिल्डिंगवर 'सुदान' असं लिहलंय.

ते वाचून मी अजूनच कन्फ्युज झालो. त्या बिल्डिंगमध्ये काय होतं ते लवकरात लवकर माहीत करून घ्यायला हवं होतं.

आमच्यात आणि त्या बिल्डिंगमध्ये हिरवीगार झाडं आणि बागा पसरल्या होत्या. एक मोठं फायटर जेट थेट समोरच उभं केलेलं होतं. जेटच्या मागे कारंजं होतं. एकूण सगळं काही फार सुंदर फोटोजेनिक दिसत होतं. फ्रंट गेटपासून त्या 'सुदान' बिल्डिंगपर्यंत व्हॉलेंटिअर्स होते. ते सगळ्यांना रजिस्ट्रेशन काउंटरपर्यंत जायला मदत करत होते.

ही ॲकॅडमीमधली पहिली पायरी होती.

व्हॉलेंटिअर्स माझ्या कुटुंबासोबत मैत्रीपूर्ण आणि सभ्यतेनं वागत होते, पण मला पाहिल्यावर मात्र त्यांचे चेहरे ताणले गेले. जणू त्यांना म्हणायचं होतं, की 'तुला बघून घेतो आता!'

मला अस्वस्थ वाटेल इतका वेळ व्हॉलेंटिअर्स माझ्याकडे बघत होते. तिकडे आई, बाबा आणि आजी त्यांच्या स्वागतानं खूश झालेले दिसले.

इतरांच्या कुटुंबीयांसारखंच आम्हाला एका मोठ्या हॉलमध्ये बसायला सांगितलं. त्या हॉलमध्ये नजर फिरवली तर सगळे अभिमानी देशप्रेमी भारतीय दिसत होते.

रजिस्ट्रेशन झालं, की पालकांनी तिथून निघून जायचं आहे असं सांगण्यात आलं.

थोड्याच वेळानंतर मी तिथं एकटा असणार आहे हे जाणवून मी चांगलाच हबकलो. गेला एक महिना मी आईबाबांशिवाय जगण्याची कल्पना करत होतो. अशा जगाची कल्पना करत होतो, जिथे मी मला हवं ते करू शकतोय. सगळं काही माझ्या तालावर करायचं. दुसऱ्या कुणाचीही उगीचच मध्येमध्ये लुडबूड नाही. या विचारानंच मस्त वाटायचं, पण आज जेव्हा ते स्वप्न खरं होत होतं तेव्हा वाटत होतं की मला त्यांची खूप आठवण येणार आहे.

कसेबसे मी माझे अश्रू थांबवले. आईबाबांनी मला रडताना पाहावं असं मला वाटत नव्हतं आणि त्यांचीही तीच अवस्था होती. आजी आणि आई कठोर चेहरा ठेवायचा प्रयत्न करत होत्या.

आम्ही आमच्या मनाची तयारी केली आणि लायनीत उभे होतो तेवढा वेळ काहीतरी फालतू विषयांवर गप्पा मारल्या. शेवटी एकदाचं माझं रजिस्ट्रेशन झालं. अर्ध्या तासानंतर गुडबाय म्हणायची वेळ आली होती.

त्या हॉलमध्ये खूप गर्दी होती आणि लोकांच्या बडबडीमुळे खूप आवाज होता.

पण मला फक्त आई, बाबा आणि आजीच दिसत होते आणि त्यांचाच आवाज ऐकू येत होते.

मी त्या तिघांनाही खूप वेळ घट्ट मिठ्या मारल्या; मला काही झालं तरी खचून जायचं नव्हतं.

मला वाटत होतं की अशा इमोशनल प्रसंगांमध्ये मी खूप स्ट्राँग वागेन पण तसं दिसत नव्हतं.

आजी गंमत करत म्हणाली, ''इथून पळून जाऊ नकोस बरं का!''

हे ऐकून सगळे जण हसले.

आईबाबा आणि आजी निघून गेले. मी त्यांच्या गेलेल्या आकृत्यांकडे बघत राहिलो.

कुणीतरी मागून म्हणालं, ''खूप अवघड असतं ना हे?''

मी अजूनही माझ्या कुटुंबीयांच्या गेलेल्या आकृत्यांकडेच पाहत होतो. सावरून मागे वळून बघायला मला चांगले तीसेक सेकंद लागले असतील.

तो मुलगा चांगला ५'५ किंवा ५'६ फूट उंच असेल. त्याच्याबाबतीत प्रत्येक गोष्ट गोलमटोल होती. त्याचा चेहरा, त्याचं शरीर आणि त्याचा चश्मा सगळं गोल होतं. त्याची हेअर स्टाइल मजेशीर होती, तोंडापर्यंत येणारे केस होते. त्या केसांचा त्याने मधोमध नीट भांग पाडलेला होता.

तो म्हणाला, ''हाय! मी अभिजित घोष!''

मी म्हणालो, “अर्जुन शर्मा!”

त्यानं हसत विचारलं, “तू कुठून आलायस?”

मी उत्तर दिलं, “दिल्ली.”

त्याचे प्रश्न सुरूच होते, “दिल्लीमधून कुठून?”

मी म्हणालो, “नॉयडा.”

अभिजित खांदे उडवत म्हणाला, “ओह! म्हणजे तू यूपीतून आलायस!”

वैतागानं माझा आवाज चढला. "NCR"

माझ्या एक्सप्लनेशनला कंप्लिट इग्नोर मारत तो म्हणाला, “म्हणजे बेसिकली यूपीच!”

मी विचारलं, “आणि तुझं काय?”

तो म्हणाला, “माझं काय?”

माझा पेशन्स जरा कमीच झाला होता, मी वैतागून विचारलं, ‘अरे, म्हणजे तू कुठून आलायस?’

तो अभिमानानं म्हणाला, “ओह! मी कोलकत्याहून आलोय.”

हे बोलणं पुढे चालत राहावं म्हणून मी म्हणालो, “नर्व्हस का?”

अभिजित दोन्ही हातांनी त्याचे केस विंचरत म्हणाला, “हो ना! मोस्टली आता मी माझे केस गमावणार म्हणून नर्व्हस वाटतंय. या केसांमुळेच मी हँडसम दिसतो.”

मी हसू दाबत म्हणालो. “हो हो, खरंच आहे हे.”

तो म्हणाला, “तू मला AG म्हण ना!”

मी विचारलं, “AG?”

तो खदाखदा हसत म्हणाला, “हो, हे म्हणजे अगदी ‘एजी सुनते हो!’ टाइप वाटतंय ना!”

अभिजित थोडा वेळ वेड्यासारखा हसत राहिला. मग तो कुजबुजत म्हणाला. “हे बघ, आपल्याला पुढचे काही दिवस जरा केअरफुल राहायला हवंय. जर त्या ‘टिक्किज’नी आपल्याला पकडलं तर प्रॉब्लेम होईल.”

मी त्याच्याकडे संशयानं पाहिलं, “टिक्की? कोण टिक्की?”

तो म्हणाला “तिसऱ्या टर्मची मुलं”

मी विचारायची हिंमत केली, “टर्म म्हणजे काय असतं?”

AG अवाक झाला, “अरे ए! तू काय आताच या जगात अवतरलायस की काय? तू ॲकॅडमी जॉईन करायला आलायस ना? आणि तुला इथली काहीही माहिती नाहीये?”

हा पोरगा मला फारच संताप आणत होता. मी काही कारण देण्याआधीच

AGने बोलायला सुरुवात केली. "ओके, लेट मी एक्स्प्लेन. तू ज्या ॲकॅडमीत उभा आहेस, त्याला NDA-National Defence Academy म्हणतात. आर्मी, नेव्ही आणि एअर फोर्स या तिन्ही सर्व्हिसेसमधले कॅडेट्स इथं येतात. कॅडेट्सना त्यांच्या स्पेशॅलिटी ब्रँचेसमध्ये जाण्याआधी इथं ट्रेनिंग घ्यायला लागतं. तुला इंडियन आर्मीमध्ये ऑफिसर म्हणून जॉइन होण्याआधी एक वर्ष डेहराडूनच्या Indian Military Academy मध्ये अजून एका वर्षाच्या ट्रेनिंगसाठी पाठवतात."

AG एका दमात बोलला, "आणि वर्षातून दोनदा कॅडेट्स NDA जॉइन करतात, जुलै आणि जानेवारी. ऐकतोयस का रे तू?"

मी रिक्वेस्टच्या टोनमध्ये म्हणालो, "हो हो, फारच चांगली माहिती देतोयस, अजून सांगशील का?"

AG ने मला समजावलं, "ऑफ कोर्स, सांगतो की! पण योग्य वेळ येईल तेव्हा सांगतो. अकॅडमीतले सीनिअर्स फ्रेशर्सना छळण्यासाठी कुप्रसिद्ध आहेत. ते आपल्याला इक्कीज म्हणतात. त्या सीनिअर्सना इक्कीजना एकट्याला गाठून उगीचच पिडायला फार आवडतं. ते तुला प्रचंड त्रास देऊ शकतात."

मी क्युरिअसली विचारलं, "मग आपण काय करायचं?"

तो घाबरलेल्या आवाजात म्हणाला, "काहीही कर पण त्यांच्या हातात सापडू नकोस म्हणजे झालं. इथं काम करणारे व्हॉलेंटिअर्स बघतोयस ना? ते सगळे सीनिअर्स आहेत. त्यांना आपल्याला रूम्सकडे घेऊन जाण्याचं काम दिलंय. या बिल्डिंगच्या बाहेर पडलो, की ते आपल्याला शिक्षा देतील."

मी क्युरियसली विचारलं, "पण तुला इतकं सगळं कसं माहितय रे?"

एखाद्या फ्रेशरला इतकी माहिती असणं अजब होतं.

तो म्हणाला. "माझा भाऊही NDA मध्ये होता."

मी विचारलं, "मग तुझ्या भावानं तुला या सीनिअर्सना अव्हॉइड कसं करायचं ते सांगितलं नाही का?"

AG कुणी ऐकत नाही याची खात्री करत कुजबुजत म्हणाला. "त्यानं मला एक मार्ग सांगितलाय. पण तो ट्राय करायची मला भयंकर भीती वाटतेय."

मी त्याला पटवत म्हणालो, "अरे, पण वाईटात वाईट काय होणारे? त्यांनी आपल्याला पकडलं तरी ते छळणार आणि आपण व्हॉलेंटिअर्स बरोबर गेलो तरी ते पनीश करणारच ना!"

AG म्हणाला, "बरोबर आहे तुझं पण"

मी विचारलं. "पण काय? तुला पनिशमेंट हवीय का?"

तो ठामपणे म्हणाला. "नाही"

मी, "मग आपल्याला तुझ्या भावानं सांगितलंय तसं करावं लागेल."

AG पुटपुटला, "पण मला भीती वाटतेय."

मी, "अरे AG,कम ऑन!"

मी त्याचा हात धरून त्याला गर्दीपासून दूर खेचत नेलं. खूप वेळ समजावल्यावर तो तयार झाला. आम्ही बाहेर सटकण्यासाठी करेक्ट मूव्हमेंटची वाट बघत होतो. रजिस्ट्रेशन अजूनही सुरूच होतं.

AG ने सुचवलं की आपल्याला बाथरूम्स मधून सटकता येईल. AG एका बाथरूममध्ये शिरला, मग मी शिरलो.

आम्ही प्रत्येक बाथरूमच्या खिडक्या चेक करायला लागलो. एका बाथरूमच्या खिडकीला काचा नव्हत्या. त्यामुळे त्या खिडकीतून उडी मारली आणि पळालो.

ऑलरेडी अंधार पडायला लागला होता. आमच्यासाठी ते बरंच होतं.

AG मला रस्ता दाखवत होता. माझ्याकडे आम्हाला सेफ ठेवायची जबाबदारी होती.

एका बाजूनं आवाज आला, "कुठे चाललात रे?"

मी मनात म्हटलं, "डॅम इट! त्यांनी पकडलं वाटतं."

मी थांबलो आणि आवाज आला तिकडे बघायला लागलो.

ते तीन सीनियर्स होते. त्यांच्या मागे सात फ्रेशर्स खाली बघत उभे होते.

मी थरथरत्या आवाजात म्हणालो, "अ...आम्ही...आम्ही आमच्या स्क्वाड्रनचा रस्ता चुकलोय."

सीनिअरने विचारलं, "कोण 'आम्ही'?"

मी मागे वळून पाहिलं तर AG कुठेच दिसत नव्हता. मे बी, त्यानं सीनियर्सना आधीच पाहिलं असेल आणि तो कुठेतरी लपला असेल. AG ला वाचवायचा प्रयत्न करत मी म्हणालो, "आय मीन 'मी'! आम्ही नाही, मी रस्ता चुकलोय."

एक सीनिअर माझ्याजवळ येत म्हणाला, "तू कुणालातरी लपवतोयस ना?"

डावीकडून अजून एक आवाज आला, "तू मलाच शोधतोयस ना?"

मी त्या आवाजाकडे पाहिलं तसा अजूनच कन्फ्यूज झालो. माझ्यासमोर AG उभा होता. पण तो अगदी वेगळा दिसत होता. त्याचे केस अगदी बारीक कापलेले होते. त्याचं गोलमटोल पोट गायब होतं. त्याला चश्माही नव्हता. मला एकदम काहीतरी समजलं.

ॲकॅडमीतल्या त्या पहिल्याच दिवशी मला जबरदस्त मूर्ख बनवलं गेलं होतं.

AG मोठ्यानं हसत म्हणाला, "स्टार्ट क्रीम रोलिंग यू गुड फॉर नथिंग फ्रेशर्स! रोल रोल रोल!"

क्रीम रोल्स ६

मी काही बोलणार किंवा करणार याआधीच बाकीचे सगळे इक्कीज ग्राउंडवर लोळायला लागले.

क्रीम रोल म्हणजे कोलांटी उडी घेत पुढे आणि मग मागे असं लोळायचं. सीनिअर्सनी थांब सांगेपर्यंत हेच करत राहायचं.

मी मनातल्या मनात हसत म्हणालो, हे क्रीम रोल्स करणं तर तसं सोपंच दिसतंय. हे असं लोळायचं तर आहे आणि ते मी इतरांपेक्षा चांगलं करू शकेन असं मला वाटत होतं. मी विचार करत होतो तेव्हा एका सीनिअरची नजर माझ्यावर पडली.

तो ओरडला, "साल्या! तू कशाची वाट बघतोयस रे?"

तो मला ढकलायला पुढे सरसावला.

मी लोळायला सुरुवात केली. पहिले एक दोन वेळा सोपं वाटलं. तिसऱ्यांदा कोलांटी उडी मारायला लागलो तेव्हा माझं डोकं घुमायला लागलं. कोलांटी उडी घेत पुढे आणि मागे लोळायचं हे कॉम्बिनेशन जरा ट्रिकी होतं. मी तीस मिनिटांपूर्वी जे अन्न खाल्लं होतं त्यामुळे जरा प्रॉब्लेम होत होता. आईच्या हातचं शेवटचं खाणं असणार म्हणून मी मगाशी जरा जास्तच खाल्लं होतं. ते खाल्लेलं अन्नपाणी आता माझ्या आत गोल गोल फिरत होतं.

दहाव्यांदा लोळण घेतली तेव्हा दिशा आणि वेळेचा माझा सगळा सेन्सच गेला होता.

AG ने कडक सुरात ऑर्डर दिली, "आता थांबा!"

मला मळमळत होतं आणि उभं राहायला भिंतीचा आधार घ्यावा लागला.

AG ने मला हसत हसत विचारलं, "मग, NDA मधून ग्रॅज्युएशन करत असताना किती टर्म्स पास कराव्या लागतात?" हा प्रश्न मला विचारलेला होता, त्यामुळे इतर कुणी उत्तर द्यायची हिंमत केली नाही.

आतापर्यंत मला उत्तर समजलेलं होतं, पण मळमळत असल्यानं बोलणं अवघड होतं.

AG ने समजावलं, "सहा आणि प्रत्येक टर्म सहा महिन्यांची असते. तुम्ही ॲकॅडमीत तीन वर्षांसाठी असता. तुम्हाला सातआठ दिवसांचा मिडटर्म ब्रेक मिळतो. पंचवीस दिवसांचा ब्रेक प्रत्येक टर्म संपल्यावर मिळतो."

AG ने समजावलं, "आर्मी, नेव्ही आणि एअरफोर्ससाठी प्रत्येक टर्मसाठी साधारण तीनशे स्टुडंट्स येतात, म्हणजे टोटली साधारण अठराशे स्टुडंट्स असतात. जगभरातून काही एक्स्ट्रा स्टुडंट्सपण आलेले असतात."

AG ने ऑर्डर दिली, "चला, अजून दहा क्रीम रोल्स करा."

आम्ही परत एकदा कोलांट्या उड्या मारत लोळायला लागलो. या वेळी प्रत्येक वेळी लोळताना मी भानावर होतो. सुरुवातीला मी बहुधा उत्तर दिशेला लोळत होतो आणि शेवटी दक्षिण दिशेकडे होतो, म्हणजे ॲट लिस्ट मला तरी तसं वाटत होतं.

AG ने ऑर्डर दिली, "प्रत्येक टर्मरला काय म्हणतात? हा प्रश्न सगळ्यांसाठी आहे."

पिन ड्रॉप सायलेन्स झाला. कुणालाच उत्तर माहीत नाहीये हे बघून मला एकाचवेळी बरं आणि वाईट वाटलं. बरं वाटलं कारण ॲकॅडमीत मी एकटाच नव्हतो, जो इथं माहितीशिवाय आला होता; वाईट वाटलं कारण याचा अर्थ होता अजून दहा क्रीम रोल्स करणं.

या वेळी आम्हाला कुणी सांगायची गरजच पडली नाही. आम्ही लोळायला लागलो. हे दहा क्रीम रोल्स म्हणजे कधी न संपणारेच होते. मी तर खालीच पडणार होतो, पण कसबसं स्वतःला सावरलं.

मग AG अभिमानानं ओरडला, "इक्की, दुक्की, तिक्की, चौकी, पंजी आणि छक्की."

AG चे प्रश्न सुरूच होते, "तुम्ही आहात इक्की आणि आम्ही आहोत तिक्की! आता पुढचा सवाल, स्क्वॉड्रन म्हणजे काय?"

आम्ही पुन्हा लोळायला लागलो. आता मला उलटी होणार होती. जे चांगलंचुंगलं अन्न मी खाल्लं होतं ते बाहेर येणार होतं.

AG बोलत होता, "१८ स्क्वॉड्रनमध्ये हे १८०० स्टुडंट्स विभागलेले असतात. स्क्वॉड्रन म्हणजे आपल्या स्कूल्समध्ये हाउसेस असतात तसंच असतं.

प्रत्येक स्क्वॉड्रन म्हणजे एक फॅमिलीच असते. इव्हेंट्स असतात तेव्हा एक स्क्वॉड्रन दुसऱ्या स्क्वॉड्रन विरुद्ध लढतात. तुम्ही सगळे डेल्टा स्क्वॉड्रनचा भाग आहात. तुमच्यातला प्रत्येक जण थर्ड टर्मरसोबत राहील. हा थर्ड टर्मर तुम्हाला पूर्ण फर्स्ट टर्ममध्ये गाइड करेल. तुम्ही कायम तुमच्या स्क्वॉड्रनमध्ये राहायला हवं. तुम्ही स्क्वॉड्रनमध्येच जगाल आणि तिथेच मराल.

''आता स्क्वॉड्रनची नावं : अल्फा, ब्राव्हो, चार्ली, डेल्टा, एको, फॉक्सट्रॉट, गोल्फ, हंटर, इंडिया, ज्यूलियट, किलो, लिमा, माइक, नोव्हेंबर, ऑस्कर, पँथर, क्यूबेक आणि रोमिओ.

''प्रत्येक स्क्वॉड्रनची स्वत:ची आयडेंटिटी असते, वेगळा झेंडा, मॅस्कॉट आणि ट्रॅडिशन्स असतात.

''पाच बटालियन्स आहेत. प्रत्येक बटालियनमध्ये वेगवेगळे स्क्वॉड्रन्स आहेत.

''पहिल्या चार बटालियन्समध्ये प्रत्येकी चार स्क्वॉड्रन्स आहेत. पाचव्या बटालियनमध्ये दोन स्क्वॉड्रन्स आहेत.

''प्रत्येक बटालियनचा एका रंगाचा झेंडा असतो. पण स्क्वॉड्रन्सच्या झेंड्यात दोन रंग असतात. स्क्वॉड्रनच्या झेंड्यामध्ये बटालियनचा रंग म्हणजे झेंड्यातला वरचा भाग असतो आणि खालचा रंग स्क्वॉड्रनचा असतो. झेंड्यामध्ये दोन रंगांचं कॉंबिनेशन हे NDA चं वैशिष्ट्य आहे.

''आता लोळायचं थांबा!''

AGचा पुढचा प्रश्न, ''पुढचा सवाल, आपलं बोधवाक्य काय आहे?''

एक पोरगा उत्साहानं ओरडला, ''सर्व्हिस बिफोर सेल्फ!''

सगळ्यांना सुटका झाल्यासारखं वाटलं. फायनली, त्या क्रीम रोल्सपासून सुटका झाली होती.

पण AG ओरडला, ''व्हेरी गुड! अजून दहा क्रीम रोल्स! आणि कुणी सांगितलं तुम्हाला की तुमची उत्तरं आणि क्रीमरोल्समध्ये काही कनेक्शन आहे?''

सैतानाला जर चेहरा असेल तर तो नक्की AGचाच असेल.

अजून दहा क्रीम रोल्स केल्यानंतर माझे डोळे कसेबसे उघडत होते. काही पोरांना ऑलरेडी उलट्या व्हायला सुरुवात झाली होती. तिक्कीज याची खात्री करून घेत होते, की उलट्या झाल्या किंवा डोकं गरगरलं तरी आमचं लोळणं थांबणार नाही.

AG म्हणाला, ''येस, NDA चं बोधवाक्य आहे 'सर्व्हिस बिफोर सेल्फ' म्हणजे 'सेवा परमो धर्म:'

''पुढच्या तीन वर्षांमध्ये तुम्ही मुलं पुरुष होणार आहात. तुमच्या स्क्वॉड्रनचं, कॅडेट्सचं आणि देशाचं हित स्वत:च्या हितापेक्षा कसं महत्त्वाचं आहे हे तुम्ही इथं

शिकाल. ॲकॅडमी तुम्हाला तुमची खरी क्षमता जाणवून देईल. तुमच्यात इतकी एनर्जी आहे हे तुम्हाला इथंच समजेल.

"याआधी इतकी ताकद आपल्यात होती हेच तुम्हाला कधी जाणवलं नसेल. पुढचा सवाल, सुदान ब्लॉकला ते नाव का दिलं गेलंय?"

आता दहा क्रीम रोल्स झाल्यानंतर थांबणंच आम्ही थांबवलं होतं. आमचं लोळणं सुरूच होतं, पण त्याला आता क्रीम रोल्स म्हणता येणार नव्हतं. आम्ही गडाबडा लोळत एकमेकांवर धडकत होतो.

AG जरा मऊ सुरात म्हणाला, "थांबा! जा आणि पाणी प्या."

हा ब्रेक आणि पाणी दोन्ही फार छान वाटलं. माझं मलाच आश्चर्य वाटलं, की इतका वेळ झाला तरी मला अजून उलटी कशी झाली नाहीये. मनात विचार आला, की मी सगळ्यांपेक्षा स्ट्रॉंग होतो. पण तसं नसावं कारण मी लगेचच भडाभडा ओकलो. थोडा वेळ तसं ओकणं मला फार भयंकर वाटलं, पण मग खूप मोकळं वाटलं. मग मी थोडं पाणी प्यायलं.

AGचं बोलणं सुरूच होतं, "पूर्व आफ्रिकेत लढताना शहीद झालेल्या जवानांवरून सुदान ब्लॉकला ते नाव दिलंय. या ब्लॉकच्या बांधकाम खर्चातला काही भाग भारताच्या मदतीची थोडीशी परतफेड म्हणून सुदान सरकारने दिलाय. चला, अजून थोडी माहिती फुकटात घ्या. आता हबिब्बुला हॉलमध्ये यायची सवय लावून घ्या. यापुढे हबिब्बुला हॉलमध्ये तुम्हाला सतत यायचंय. डिबेट्स, लेक्चर्स, कुठलाही इव्हेंट असो तो हबिब्बुला हॉलमध्ये होतो आणि कुठल्याही पिक्चरचं स्क्रीनिंगही तिथंच होतं."

आतापर्यंत आठामधले तीन फ्रेशर्स जमिनीवर कोसळले होते. कुठल्याही सीनिअरनं त्यांच्याकडं ढुंकूनही पाहिलं नाही. मुलांनी असं चक्कर येऊन पडणं त्यांच्यासाठी नवीन नसावं. असं वाटलं, की ते रोजच अशी चक्कर येऊन पडणारी पोरं बघत असतील.

एका फ्रेशरनं दुसऱ्या चक्कर येऊन पडलेल्या फ्रेशरला मदत करायचा प्रयत्न केला तर त्याला पाणी प्यायला लावलं आणि अजून दहा क्रीम रोल्स करायची ऑर्डर दिली गेली. तो बिचारा पाच क्रीम रोल्स झाल्यानंतर खाली पडला. आता फक्त चार फ्रेशर्स त्यांच्या पायांवर उभे होते.

मला आयुष्यात इतकं घाणेरडं कधी वाटलेलं नव्हतं. मला नॉशिआ आला होता, गरगरायला होत होतं. गेला एक तासभर मला एखाद्या घाणेरड्या रोलर कोस्टर राइडमध्ये बसल्यासारखं वाटत होतं. मला चक्कर आली तर बरं होईल असंही वाटायला लागलं. पण मला हे पण बघायचं होतं, की मी कुठल्या लिमिटपर्यंत हे टॉर्चर सहन करू शकतो.

AG खवचटपणे हसत म्हणाला, "शेवटचा सवाल, NDAचं चिन्ह काय आहे?"

आम्हाला याचं उत्तर नक्की येणार नाही हे त्याला माहीत होतं.

मला स्वत:च्या थोबाडीत मारावीशी वाटली. नॉशिआ आणि गरगरायला होत होतं हे काय कमी होतं, पण मला आता बेसिक गोष्टीही माहीत नसल्याची लाजही वाटायला लागली. आईनं खरंतर मला शंभर वेळा सांगितलं होतं, की गौहर आंटीच्या मुलाला फोन कर. तो इंडियन आर्मीमध्ये ऑफिसर आहे. पूर्वी तो NDAचा कॅडेट होता.

AG सांगू लागला, "NDAच्या चिन्हाच्या बॅकग्राउंडला मरून रंग आहे. तो शूरता आणि त्यागाचं प्रतीक आहे. NDAमध्ये जशी तीन दलं आहेत-आर्मी, नेव्ही आणि एअर फोर्स. NDAच्या चिन्हामध्ये या तीनही दलांची प्रतीकं आहेत. गरुड म्हणजे एअर फोर्सचं प्रतीक आहे. बोटीचा नांगर म्हणजे नेव्हीचं प्रतीक आहे आणि दोन क्रॉस केलेल्या तलवारी म्हणजे आर्मीचं प्रतीक आहेत. एकत्रितपणे ही तिन्ही चिन्हं मिळून NDAचं चिन्ह तयार होतं. नांगर तलवारींना सपोर्ट करतो. नांगर आणि तलवारी मिळून गरुडाला सपोर्ट करतात. ही तिन्ही चिन्हं सम्राट अशोकच्या चार सिंहांच्या चिन्हावर लावलेली आहेत. हे चार सिंहांचं चिन्हं भारताचं प्रतीक आहे जे प्रत्येक भारतीय नोटेवर असतं आणि भारत सरकारच्या प्रत्येक लेटरहेडवर असतं.

"या चिन्हाच्या शेवटी ॲकॅडमीचं बोधवाक्य कोरलेलं आहे- 'सेवा परमो धर्म:'

"तर अशा पद्धतीनं आज आपलं हे नॉलेज देणारं पहिलं सेशन संपतंय. प्लिज, स्वत:ला आवरा, सावरा आणि तुमच्या नवीन मित्रांना सोबत घेऊन डेल्टा स्क्वॉड्रनकडे निघा.

"अर्थातच, शेवटचे दहा क्रीम रोल्स केल्यानंतरच जायचंय. ओह! आणि अजून थोडंसं फुकटचं ज्ञान घ्या, आपल्या ॲकॅडमीतल्या लायब्ररीचं नाव आहे 'व्यास'."

शेवटी एकदाचं AGचं छळसत्र संपलं.

AG फक्त माझ्याकडे बघत होता. मी मागे वळून पाहिलं. मी सोडून प्रत्येक जण ग्राउंडवर कोसळला होता. मी एकटा अजूनही उभा होतो आणि त्यामुळे मला चांगलं वाटलं. मी लोळण घ्यायला तयार झालो. कोलांटी उडी घेत एकदा पुढे लोळलो एकदा मागे लोळलो. त्यानंतर मात्र ग्राउंडवर कोसळलो. याहून जास्त करणं माझ्याच्यानं शक्य नव्हतं.

पुढची दहा मिनिटं मला दहा वर्षांसारखी वाटली. मी खरंतर आधीच थांबायला हवं होतं. पण माझ्या अति उत्साही स्वभावामुळे तर इतके क्रीमरोल्स करू शकलो. शेवटची गोष्ट आठवतेय ती अशी, की मी स्वतःला वाचवण्यासाठी देवाची प्रार्थना करत होतो.

***

जेव्हा मी जागा झालो तेव्हा सात डोळ्यांच्या जोड्या माझ्याकडे बघत होत्या. हे सगळे तेच फ्रेशर्स होते जे माझ्यासोबत लोळत होते आणि नंतर कोसळले होते. त्या सगळ्यांनी मिळून मला उभं राहायला मदत केली आणि रजिस्ट्रेशन एरियात परत नेलं. रजिस्ट्रेशन अजूनही सुरूच होतं.

एकदा तिथं परत गेल्यानंतर आम्ही जणू काही झालंच नाहीये असं भासवू लागलो. पण काही लोक आमच्याकडे पाहून हळूच खडूसपणे हसताना दिसत होते. ते सीनिअर्स होते आणि त्यांना बरोबर माहीत होतं, की आमच्यासोबत काय झालं असणार. तिथं इक्कीज होते जे अशा सिच्युएशनसाठी तयारी करून आले होते.

मी एका व्हॉलेंटिअरकडे जाऊन पुढे काय करायचं ते विचारलं. माझी वाईट अवस्था बघून त्यानं त्याला फुटणारं हसू कसंतरी आवरलं. त्यानं सांगितलं, की आपापल्या स्क्वॉड्रनमध्ये जाण्याआधीची शेवटची एक स्टेप अजूनही बाकी आहे.

काही ऑफिसर्सपण आमच्याकडे चौकस नजरेनं बघत होते. आम्ही आठ जणांनी काहीच झालेलं नाही असं दाखवायचं ठरवलं आणि चार चारचे ग्रुप्स करून बसलो.

AG नं त्या दिवशी सांगितलेलं सगळं काही माझ्या मेमरीत कोरलं गेलं.

तो एक क्रॅश कोर्सच होता.

ही ॲकॅडमी आता मला माझ्या तळहातासारखी पाठ झाली होती.

मनात आलं की क्रीम रोल्स केल्यानं खरोखर फोकस सुधारतो बरं का. स्वतःला इक्की म्हणवून घेणं म्हणजे ॲकॅडमीचा भाग झाल्यासारखं वाटत होतं. या विचारानं माझ्या चेहऱ्यावर हसू फुटलं.

डावीकडून पंजाबी ॲक्सेंटमधून कुणीतरी विचारलं, "अजूनही क्रीम रोल्सचा विचार करतोयस ना?" तो एक फ्रेशर होता.

तो पुटपुटला, "हाय! मी मनू मल्होत्रा. तू मला M2 म्हण किंवा MM म्हण किंवा तुला काय हवं ते म्हण."

मी म्हटलं, "AG ला भेटल्यानंतर मला आता अजून कुणाच्या नावाचे शॉर्टफॉर्म्स करायचे नाहीयेत. मी तुला फक्त मनू म्हणतो, चालेल का?"

तो हसत म्हणाला, "हो, फक्त मनू पेक्षा मनू चालेल."

त्याच्या चेहऱ्यात असं काही होतं, ज्यामुळे मला पंजाबची आठवण आली. मोकळं हसू, पॉझिटिविटी, प्रेमळपणां आणि मौजमजा करणं सगळं काही एकाच वेळेस जाणवलं.

काही क्षण मी पंजाबमध्येच पोहोचलो. माझे बाबा त्यांच्या कामासाठी काही काळ पंजाबमध्ये राहत होते. मी खूप लहान होतो तरी पंजाबमधले ते दिवस मला अगदी नीट लक्षात राहिलेत.

पंजाबी माणसांइतकी आनंदी आणि प्रेमळ माणसं परत कधी पाहिली नाहीत. मनू चांगला ५.८-५.९ फूट उंच असेल. गोरापान, लालबुंद गाल, मजबूत बांधा आणि चेहऱ्यावर लबाड हसू असणारा. माझ्या मनात विचार आला, की हा इतके क्रीमरोल्स केल्यानंतरही इतका खूश दिसतोय, तर नॉर्मली किती खूश दिसत असेल.

मी विचारलं, "मग मनू? तू कुठून आलायस?"

मनू म्हणाला, "मूळचा पंजाबचाय, पण आमची फॅमिली अनेक वर्षं दिल्लीत सेटल्ड झालीय."

मी जरा उर्मटपणानंच म्हणलं, "हा, मला वाटलंच होतं."

मनूनं हसत विचारलं, "माझ्या दिसण्यावरून का ॲक्सेंटवरून?" मग त्याने विचारलं, "आणि तू?"

मी उत्तर दिलं, "मी NCR मधून आलोय."

मनूनं विचारलं, "कुठंय हे NCR?"

मी उत्तर दिलं, "नॉयडा."

मनू गमतीनं म्हणाला, "म्हणजे बेसिकली यूपीच!"

मी वैतागून म्हणलं, "नाही, मी NCR म्हणालो."

तो बेफिकीरपणे म्हणाला, "ओय....सारखंच आहे की, काय फरक आहे."

माझ्या उजवीकडे बसलेला एक हँडसम मुलगा म्हणाला, "टेक्निकली, तुम्ही दोघंही बरोबर बोलताय."

तो पुढे बोलला, "हाय! मी यावर शाह."

हा चांगला ६.१ फूट उंचीचा, गव्हाळ वर्णाचा, दणकट शरीराचा, शार्प फीचर्स असलेला आणि अतिशय देखणा मुलगा होता. यावर इतका देखणा होता की मॉडेल म्हणून सहज काम करू शकला असता. तो मुंबईचा होता आणि मॉडेलसारखा दिसत होता त्यामुळे लगेचच वाटलं, की याचे कुणी सेलिब्रिटी फ्रेंड्स असतील. मला त्याला तसं विचारायचा मोह झाला होता, पण ही आमची पहिलीच भेट होती म्हणून मी असं काही विचारणं टाळलं.

मनूने मात्र दणकून विचारलं, "अरे, तुला कुणी बॉलिवूड स्टार्स माहीत आहेत का? कुणी मॉडेल्स तुझे फ्रेंड्स आहेत का? तू आमची त्यांच्याशी

ओळख करून देशील का?"

इतके प्रश्न मनूने धाडकन विचारले. मला जमलं नाही ते मनूनं केलं. मीपण यावर काय बोलतो ते ऐकायला उत्सुक होतो. यावर मात्र आमच्या या उत्साहानं जरा दबल्यासारखा वाटला.

मी यावरला समजवायच्या सुरात म्हणालो, "अरे, तुला यात काही विशेष वाटत नसेल, पण आमच्यासारख्या मुलांसाठी सेलिब्रिटी आणि मॉडेल्स म्हणजे जणू परग्रहावरून आलेले प्राणी असतात. आवडत्या स्टारला बघणं म्हणजे सगळ्यात भारी गोष्ट असते. बकेट लिस्टमधली एक इच्छा पूर्ण करणं असतं."

मनूने परत यावरला विचारलं, "मग, तू अशा कुणा सेलिब्रिटीला भेटलायस का? त्यातले तुझे कुणी फ्रेंड्स आहेत का?" मला दिसत होतं की मनूच्या या अति उत्साहीपणामुळे यावर अनकम्फर्टेबल होत होता.

यावर म्हणाला, "अरे! काही वेळा रस्त्यात सेलिब्रिटी दिसतात. मॉलमध्ये आणि पार्टीजमध्ये दिसतात. मुंबईत ही काही विशेष गोष्ट नाहीये. मी कधी पुढे होऊन ओळख वगैरे करून घेण्याचा प्रयत्नही केलेला नाही आणि माझे कुठले फेमस मॉडेल्स मित्रही नाहीयेत. सॉरी मनू!"

मनू म्हणाला, "सो बेसिकली, तू कुठल्याच फेमस व्यक्तीला ओळखत नाहीस."

मनू फारच निराश झाल्यासारखा वाटला. आम्ही यावरला पहिल्यांदाच भेटलो होतो हे बघता हे जरा विचित्र वाटत होतं.

यावर पुटपुटला, "वेल..."

मनू म्हणाला, "आयला, तू जा आणि विहिरीत उडी मार! तू मुंबईचा असूनही काय उपयोग आहे तुझा!" मनूनं माझ्याकडं पाहून डोळा मारला. त्याच्या जोकचं मी कौतुक करावं या अपेक्षेनं माझ्याकडे पाहिलं. मी नजरेनं कौतुक केलंही.

यावर वैतागला आणि स्वतःचा बचाव करत म्हणाला, "का, फक्त मी कधी ओळख करून घेण्याचे प्रयत्न केले नाहीत म्हणून?"

मनू स्वतःच्याच जोकवर खदाखदा हसत माझ्याकडे बोट दाखवत म्हणाला, "अरे, काय फरक आहेत याच्यात आणि तुझ्यात? हा स्वतःला दिल्लीकर म्हणवतो पण आहे तर यूपीचा!"

यावर आणि मी त्याला काहीतरी तसंच उत्तर देणार होतो, तेवढ्यात मागून कुणीतरी बोललं, "अरे, निदान मघाशी ते सगळ्यात पहिल्यांदा चक्कर येऊन पडले नव्हते."

आम्ही मागे वळून पाहिलं. हा अजून एक फ्रेशर होता. अंदाजे ५.६ फूट

उंचीचा, सावळा, त्याने अर्धा चेहरा झाकेल असा मोठ्ठा चश्मा घातलेला होता.

तो फ्रेशर म्हणाला, "हाय! मी डेव्हिड सॅम्यूअल्स, मी एकोणीस वर्षांचा आहे आणि कोचीहून आलोय."

मी माझ्या क्रीमरोल्समध्ये इतका गुंतलो होतो, की मघाशी पहिल्यांदा कोण कोसळलं वगैरे मी पाहिलंच नव्हतं.

अचानक आम्ही सगळे मनूकडे पाहायला लागलो. मनू काही फरक पडत नसल्यासारखं दाखवत होता. तो थोडा वेळ आमच्या नजरा टाळत दूर बघत बसला, पण आम्ही त्याच्याकडेच बघत बसलो. शेवटी त्याने हार मानली.

मनू सुस्कारा सोडत म्हणाला, "मलाच समजलं नाही की मी कधी पडलो."

डेव्हिड म्हणाला, "पण मला माहितीय ना, पहिले दहा क्रीमरोल्स झाल्यावरच तू खाली पडलास. माझी ऐंशी वर्षांची आजीपण यापेक्षा जास्त क्रीमरोल्स करेल."

डेव्हिडनं मला हात उंचावून टाळी दिली. आम्ही तिघं हसत सुटलो.

मनूनं चिडून उत्तर दिलं, "गेले काही दिवस मला जरा बरं वाटत नाहीये."

यावर बोलला, "अरे, तरी पण फक्त दहा? कुणी म्हातारापण यापेक्षा जास्त क्रीमरोल्स करेल."

मनूचा बचाव सुरू होता, "अरे, दिल्लीहून इथं यायचा प्रवास किती लांबचा होता!"

डेव्हिड म्हणाला, "तरी पण मनू, दहाच?"

आम्ही परत हसत सुटलो.

माझ्यासाठी आणि यावरसाठी डेव्हिड जणू देवानं पाठवल्यासारखा आला. यापुढे आम्ही मनूच्या जोक्सचे टारगेट होणार नव्हतो, तर त्याला पिडणारे मित्र झालो होतो.

मनूनं विषय बदलण्यासाठी विचारलं, "सो, डेव्हिड, तू आर्मी जॉइन करायला का आलायस?"

डेव्हिड म्हणाला, "अरे, माझ्या बापाला वाटत होतं की मी चर्चला वाहून घेत आजन्म ब्रह्मचारी व्हावं. पण मी ठरवलं की आता स्वतःची मारून घ्यायची. आयुष्यात अजिबात काहीच न करण्यापेक्षा तेच बरं."

डेव्हिडचं उत्तर ऐकून आम्ही परत एकदा खदाखदा हसत सुटलो.

मनूनं मला विचारलं, "आणि तुझी काय कथाय?"

मी उत्तर देण्याआधी थोडा वेळ विचार केला. मग बोलायला लागलो, "मला नेहमीच आर्मीमध्ये यायचं होतं..."

पुढचा तासभर आम्ही एकमेकांच्या ओळखी करून घेत होतो. मनू कुटुंबासह

दिल्लीत राहत होता. त्याचे आईवडील दोघं सेंट्रल गव्हर्नमेंटमध्ये नोकरी करत होते. त्याला गौरव नावाचा लहान भाऊ होता. तो अजून शाळेत शिकत होता. मनू कधीच दिल्लीबाहेर राहिलेला नव्हता. त्याची प्रत्येक गोष्ट- त्याचे कपडे, त्याचं बोलणं, त्याची इतरांशी वागायची पद्धत हे सगळं काही तो दिल्लीकर असल्याचं ठळक करत होतं.

यावरचे डॅडी मुंबईत बिझनेसमन होते. तो एका श्रीमंत घरातला मुलगा होता आणि तो आयुष्यात काय करतोय हे त्याला नीटच माहिती होतं. जर इथं जमलं नाही तर त्याच्याकडे बॅकअप प्लॅन्सपण तयार होते-प्लॅन A,प्लॅन B. तो तब्येतीनंपण चांगला होता. माझ्या मनात आलं, याच्यासाठी NDAचं आयुष्य म्हणजे फक्त हवेची झुळूक असणार, एक बदल.

डेव्हिडचा चेहरा निरागस होता, पण एकदा का तोंड उघडलं की नुसती आग ओकणारा होता.

या सगळ्यांमध्ये मला थोडी आजी दिसत होती.

मनू पोटावरून हात फिरवत म्हणाला, ''मला भूक लागलीय यार! त्या सगळ्या क्रीमरोल्सने माझं पोट रिकामं केलंय.''

यावरनं आम्हाला वॉर्निंग दिली. ''या एरियामधून बाहेर पडणं डेंजरस आहे बरं का!''

त्याचं बरोबर होतं.

AG किंवा अजून कुठल्याही तिक्की बरोबर आता अजून कुठलं सेशन करणं शक्य नव्हतं. पण आम्हाला काहीतरी खायला हवं होतं.

मी नकळतच बोलून गेलो, ''आई खरंतर थोडा खाऊ देत होती, पण मीच नाही म्हणालो.''

हे ऐकल्यावर ते माझ्याकडं मी एखादा गुन्हा कबूल करणारा गुन्हेगार असल्यासारखे चिडून बघायला लागले.

मनू म्हणाला, ''मला खायला हवंच आता काहीतरी. मी व्हॉलेंटिअर्सना विचारू का?''

त्याला विचारल्याक्षणीच कळलं की ही बेकार आयडिया होती.

डेव्हिड म्हणाला, ''थांब, माझ्या बॅगेत काहीतरी असेल, बघतो.''

दहा मिनिटं बॅगेत खुडबुड केल्यावर डेव्हिडला तो शोधत होता ती वस्तू सापडली. तो एक शाळेत घेऊन जात असू तसा छोटा टिफीन बॉक्स होता. आता आम्हाला सगळ्यांनाच भुका लागल्या होत्या. ओकून ओकून आमची पोटं रिकामी झाली होती. आमच्या नजरा त्या डब्याकडे लागल्या.

डेव्हिडनं हळूच तो डबा उघडला.

डब्यात ते चार जण होते, त्यांना नीटनेटक्या पद्धतीनं ठेवलेलं होतं.
आम्ही डब्याकडे पाहिलं आणि एकमेकांकडे पाहिलं.
डेव्हिड डब्यात बघत म्हणाला, "चार क्रीम रोल्स आहेत."
आम्ही चौघंही हसत सुटलो.

७ अजून दिवस संपला, का नाही?

रजिस्ट्रेशन प्रोसेस एकदाची संपली. आता आम्हाला आमच्या सायकली मिळणार होत्या, NDAच्या भाषेत त्यांना बाइक्स म्हणतात.

एका माहितगार इक्कीने आम्हाला सांगितलं, की या बाइक्स पुढची तीन वर्षं आमच्या बेस्ट फ्रेंड्स असणार आहेत. एकदा त्या कॅम्पसमध्ये आत गेल्यानंतर तुम्हाला या शब्दांचा अर्थ नीटच कळतो. ॲकॅडमी विशाल आहे, अनेक एकर्स जमिनीवर पसरलीय. या बाइक्सशिवाय कॅम्पसमध्ये फिरणं फार अवघड जातं.

आता टूरची वेळ आली. आम्हा चौघांना असं वाटतं होतं, की आम्ही ऑलरेडी AGच्या नजरेतून ॲकॅडमी पाहिलीच आहे.

टूर संपली तसा आपापला ओव्हरस्टडी मिळायची वेळ झाली.

माहितगार इक्कीने माहिती दिली, "ओव्हरस्टडी म्हणजे तिसऱ्या वर्षाचा कॅडेट, जो पहिल्या वर्षाच्या कॅडेटच्या परफॉर्मन्ससाठी जबाबदार असतो. तुम्ही चूक करताना पकडला गेलात, तर तुमच्यासोबत ओव्हरस्टडीलापण शिक्षा होते. चांगला आणि दयाळू ओव्हरस्टडी मिळणं आवश्यक असतं, कारण त्याच्यामुळे तुमचं आयुष्य कमी त्रासदायक होऊ शकतं."

आमची अवस्था बघता सगळे जण प्रार्थना करत होतो, की AG ओव्हरस्टडी म्हणून मिळू नये. ओव्हरस्टडीजची नावं समजली तसा त्यांनी सुटकेचा श्वास सोडला; पण मी मात्र हादरलो.

माझा ओव्हरस्टडी AG होता. आतापर्यंत AGचं नाव डेल्टा स्क्वॉड्रनमधली दहशत म्हणून फेमस झालं होतं. AG माझा ओव्हरस्टडी आहे, यात काय चांगलं आहे हे विचार

करकरून मला समजेना. माझ्या नशिबाला दोष देण्याशिवाय माझ्या हातात काही नव्हतं.

सात वाजण्याच्या सुमारास आम्हाला आपापल्या स्क्वॉड्रनमध्ये नेण्यात आलं आणि केबिन देण्यात आली. केबिन म्हणजे अ‍ॅकॅडमीमधली आमची रूम होती. या रूमची कुठल्याही वेळी, कधीही सरप्राइज तपासणी होऊ शकते. त्यामुळे केबिन नेहमीच स्वच्छ ठेवावी लागते. तसं केलं नाही तर वेगवेगळ्या शिक्षा मिळतात. ते क्रीमरोल्स तर फक्त हिमनगाचं टोक होतं.

व्हॉलेंटिअरनं सांगितलं, "तुमचं सामान तुमच्या केबिनमध्ये ठेवा आणि आराम करा."

कधी एकदा बेडवर पडतो असं मला झालं होतं. आधी प्रवास आणि नंतरचं ते AGचं नॉलेज सेशन, यामुळे फार थकायला झालं होतं.

मागचा महिनाभर मी घरात बसून आरामात काढला होता. त्यामुळे मी मंद झालो होतो आणि लवकर थकवा येत होता. येणाऱ्या दिवसांमध्ये काय त्रास होऊ शकतो हे मला आताच जाणवत होतं. मी सामान नीट लावलंही नव्हतं, की बाहेरून मोठमोठ्यानं आवाज ऐकू यायला लागले.

सीनिअर वाटणारा एक कॅडेट माझ्या केबिनमध्ये आला आणि ओरडला, "ए डुकरा! सगळं काही सोडून इकडं ये!"

मी माझं सामान तसंच सोडून धडपडत बाहेर आलो.

डेल्टा स्क्वॉड्रन मधले सगळे इक्कीज व्हरांड्यात लाइन लावून उभे होते.

मी गोंधळून पुटपुटलो, "अरे, पुन्हा एकदा छळणार का!"

अपेक्षेप्रमाणे AG सीनिअर गँगचा लीडर होता.

मी पुन्हा एकदा त्याच्याकडं नीट पाहिलं. त्याचं गुटगुटीत शरीर आणि गोल चेहरा यामुळे तो मजेशीर दिसत होता. एखाद्या आर्मी ऑफिसरपेक्षा तो स्टॅन्डअप कॉमेडियन जास्त वाटत होता.

अर्थात, त्याचं वागणं मात्र अगदीच उलट होतं. अगदी कडक आणि अत्यंत त्रासदायक हे शब्दही AGचं वर्णन करण्यासाठी कमीच होते.

AG नं शांतपणं इक्कीजना गोल करून उभं केलं आणि पाहायला लागला. मला जुन्या फिल्म्सची आठवण झाली, ज्यात व्हिलन त्यानं पकडलेल्या हिरोईनकडं असं निरखून बघतो.

मग तो बोलायला लागला, "जेंटलमन कॅडेट्स, डेल्टा स्क्वॉड्रनमध्ये तुमचं स्वागत आहे. इथल्या तुमच्या पहिल्या दिवशी आम्ही तुम्हाला राजासारखं वागवणार आहोत. हिंदीत 'महाराजा' म्हणतात ना, अगदी तसंच वागवणार. आता माझा एक सहकारी तुम्हाला महाराजा स्टाइल काय असते ते करून दाखवेल."

AGने एकाला हात केला तसा सीनिअर्सपैकी एक कॅडेट पुढे आला.

त्या कॅडेटनं शरीर पुढे झुकवलं आणि तो हातावर उभा राहिला. काही सेकंद बॅलन्स करायला घेतले आणि हात काढून टाकले. आता त्याच्या वरच्या शरीराचं वजन पूर्णपणे त्याच्या मानेवर होतं.

तो प्रकार बघून इक्कीजचे चेहरे वाकडे झाले. एक सीनिअर ओरडला, "स्टार्ट!"

आमच्यातले बहुतेक जण त्या कॅडेटनं केलं तसंच करायला लागले. काही जण तो प्रकार त्यातल्यात्यात सोपं कसं करता येईल हे बघायला लागले.

मी माझं शरीर हातांवर आणि डोक्यावर बॅलन्स करायचा प्रयत्न करत होतो, तेव्हा मागून एक आवाज आला, माझ्याशी कुणीतरी बोललं.

तो AG होता.

AG हसत म्हणाला, "ए, तू हे करू नकोस. मला वाटतं आजच्या दिवसाचा तुझा कोटा पुरेसा झालाय."

त्याच्या त्या हसण्यानं मला जरा चिंताच वाटायला लागली. जरासं सुटल्यासारखं वाटलं, पण ते थोड्या वेळासाठीच होतं.

मग AG हळू आवाजात म्हणाला, "जेंटलमन कॅडेट अर्जुन, इकडे ये. जरा खासगीत बोलूया."

तो माझ्या केबिनमध्ये आला आणि माझ्या बेडवर बसला.

मग तो अधिकाराने म्हणाला, "तुला माहीत आहे ना? मी तुझा ओव्हरस्टडी आहे."

मी काळजीपूर्वक म्हणालो, "येस सर!"

मग माझ्या बेडवर ऐसपैस बसत तो म्हणाला, "तुला माहीत आहे ना याचा अर्थ काय होतो?"

मला एक्झॅक्टली उत्तर काय द्यायचं ते समजत नव्हतं म्हणून मी अंदाजे बोललो, "सगळं काही तुमच्या परमिशननं करायचं, सर!"

त्याची ऑर्डर आली, "दहा पुशअप्स कर."

मी पुश अप्स करायला लागलो, पाचच करायला जमले.

मग AG लबाडपणे हसत म्हणाला, "ओव्हरस्टडी म्हणजे तू माझी जबाबदारी आहेस. मी तुला सगळं काही शिकवणं अपेक्षित आहे. यात काही प्रॉब्लेम नाही म्हणा! पण जर तू काही चूक करताना सापडलास तर मलाही शिक्षा होणार आणि मला शिक्षा झाली तर काय होणार ते माहितीय ना!" मग तो पुढे म्हणाला, "तर इथं अजिबात कधी काही चुकायचं नाही. कुठलीही चूक करायचीच नाही. कुठल्याही भानगडीपासून दूर राहायचं. फक्त शांतपणे स्वत:चं काम

करायचं. समजलं का?'' त्याच्या आवाजात ठामपणा होता.

मी उत्तरलो, ''येस!''

तो म्हणाला, ''गुड! आता तुझा आवडता म्युझिक डायरेक्टर कोण ते सांग?''

मी याचं उत्तर काहीही दिलं असतं, तरी मला त्रास होणारच होता. मी सध्याच्या कुठल्यातरी हिट म्युझिक डायरेक्टरचं नाव घेतलं.

ते नाव ऐकून AG म्हणाला, ''अरे काहीही काय! आतापासून ते ॲकॅडमी पास होईपर्यंत तुझा आवडता म्युझिक डायरेक्टर असेल भप्पी लाहिरी. त्याच्यासारखा कुणीच नाहीये. माझी इच्छा आहे, की तू त्याची सगळी गाणी शिकायचीस आणि मी सांगेन तेव्हा म्हणून दाखवायचीस. आता अजून दहा पुशअप्स काढायचे!''

मी खूप जोर लावला पण तीनच पुशअप्स काढता आले. मला समजलं, की हे काय चाललं होतं. AG प्रश्न विचारणार होता आणि मी पुशअप्स काढायचे होते.

मग त्यानं विचारलं, ''तुझा आवडता पदार्थ कोणताय?''

त्याला खूश करण्यासाठी मी कुठल्यातरी बंगाली पदार्थाचं नाव सांगणं अपेक्षित होतं.

मी कसाबसा अंदाज केला, ''फिश फ्राय.''

तो म्हणाला, ''अरे मित्रा, तू जवळपास पण नाहीयेस रे! तो पदार्थ रसगुल्ला आहे.''

त्यानं खरंतर पदार्थ कोणता ते विचारलं होतं, डेझर्ट नाही. अर्थात, मी काही तसं बोलायची हिंमत केली नाही. मी सरळ पुशअप्स काढायला सुरुवात केली. पण या वेळी तर एकही काढता आला नाही. मी थकून पालथा जमिनीवर पडून राहिलो.

AGचं बोलणं सुरूच होतं, ''चला, शेवटचा प्रश्न. जगात सर्वांत सुंदर स्त्रिया कोणत्या असतात?''

मी चाचरत म्हणालो, ''बंगाली.''

तो म्हणाला, ''गुड, अजून दहा पुशअप्स काढायचे. तुला कोणी सांगितलं की तुझी उत्तरं आणि पुशअप्समध्ये काही कनेक्शन आहे.''

तो राक्षसासारखा खदाखदा हसायला लागला.

आता माझी टोटली वाट लागली होती. मी प्रार्थना करू लागलो, की हा छळ एकदाचा संपावा.

''आजच्यासाठी पुरेसं झालंय.'' असं म्हणत तो निघून गेला.

मी व्हरांड्यात परत गेलो. AG आणि त्याची गँग आता गायब झाली होती.

तिथल्या प्रत्येकाची वाट लागली होती.

एक इक्की संतापून ओरडला, ''त्याचं पहिलं पोस्टिंग सियाचीनमध्ये व्हायला पाहिजे!''

अचानक कुठून तरी एक सीनिअर आला आणि म्हणाला, ''डिनरची वेळ झालीये, फॉलो मी!''

यावर कुजबुजला, ''AG इथं येतो तेव्हा हे सगळे कुठे जातात?''

आम्ही एक्सायटेड होतो. हे आमचं ॲकॅडमीतलं पहिलं जेवण होतं. आम्हाला लाइन करून NDA कॅडेट मेसकडे नेण्यात आलं.

मेसचा आकारच इतका प्रचंड आहे, की निव्वळ बघून तुम्ही इम्प्रेस्ड होता. एका वेळेस दोन हजार स्टुडंट्स तिथं जेवतात. इतकी मोठी मेस आहे, की तुम्ही तिथं सहज फुटबॉल खेळू शकाल. भिंतींवर वेगवेगळे झेंडे लावले आहेत.

भिंती पिस्तुल्स, पेंटिंग्ज आणि पोर्ट्रेट्स लावूनही डेकोरेट केल्यात. त्यामुळे एकदम क्लासी लूक येतो. टेबल्स आणि खुर्च्या अतिशय व्यवस्थित पद्धतीनं लावलेल्या असतात. काही जागांवर सीनिअर कॅडेट्स विशिष्ट पांढरा युनिफॉर्म घालून ऑलरेडी बसलेले होते.

एक सीनिअर म्हणाला, ''येस, मेसमध्ये यायला ड्रेस कोड असतो. इथं तुम्ही कॅज्युअल कपड्यांमध्ये येऊ शकत नाही.''

NDA मध्ये अत्यंत आधुनिक किचन आहे. किचनमध्ये बहुतेक सगळी इलेक्ट्रिकल इक्विपमेंट्स आहेत. मेसला वेगळा जनरेटर बॅकअप आहे. डायटेशिअनचा सल्ला घेऊन रोजचा मेनू ठरवला जातो. आहारात पोषणमूल्यं व्यवस्थित प्रमाणामध्ये असतील याची काळजी घेतली जाते.

मेसमध्ये उशिरा पोचल्यास शिक्षा असते. याचं काही आश्चर्य वाटलं नाही. शिक्षा देणं ही इथल्या सर्वांचीच आवडती ॲक्टिव्हिटी असावी.

पुढचे काही दिवस आम्हाला प्रॉपर एटीकेट्स शिकवले जातील. अगदी कसं बसायचं, कसं खायचं हेही शिकवलं जाईल. बसायची व्यवस्था अतिशय फॉर्मल असते. गप्पा मारत जेवत बसायला काही स्कोप नसतो. अन्न वाढलं जाईल तोपर्यंत जेंटलमेन कॅडेट्स टेबलाशीच बसतात. पदार्थांमध्ये भरपूर चॉइस असतो.

मेसच्या एंट्रन्सपाशीच एक रिकामं टेबल ठेवलेलं असतं. एक खुर्ची या टेबलाला टेकवून ठेवलेली असते. आम्हाला सांगितलं गेलं, की ते टेबल त्या ऑफिसर्सच्या सन्मानासाठी ठेवलेलं आहे जे MIA(Missing in Action) होते किंवा POW(Prisoners of War) म्हणून शत्रूकडे आहेत.

मी आर्मी ऑफिसर्सच्या पराक्रमाच्या आणि त्यागाच्या गोष्टीच फक्त ऐकल्या होत्या. मी याबाबत पिक्चर्समध्येपण पाहिलं होतं; पण असा प्रत्यक्षात थेट

अनुभव आजच घेतला. माझ्या अंगावर रोमांच आले. आर्मीतल्या सगळ्या शूरवीरांच्या आठवणी आल्या. त्यांच्यामुळे मी आर्मी जॉइन करायला प्रवृत्त झालो होतो.

आम्हाला बसायला सांगितलं गेलं आणि थोडीफार माहिती दिली गेली. माझी नजर त्या दाराशी असलेल्या रिकाम्या खुर्चीवरून हटत नव्हती. माझ्या मनातून भावनांची लहर दौडत होती.

पहिल्यांदाच असं वाटलं, की आर्मी माझं कुटुंब आहे. असं वाटलं की जेवताना मला त्या हरवलेल्या, गमावलेल्या भावांची कमी जाणवत होती. त्या जवानांचा विचार करत, त्यांची आठवण काढत मी माझं जेवण संपवलं. डिनरनंतर आम्हाला आमच्या रूम्समध्ये परत आणलं गेलं. परत येताना कुठूनतरी AG परत टपकेल आणि छळायला लागेल अशी भीती वाटत होती; पण तसं काही न होता केबिन्समध्ये परतलो आणि सुटकेचा श्वास सोडला. खरंतर एकमेकांशी ओळखी करून घ्यायला आवडलं असतं, पण पहिल्या दिवसाच्या नर्व्हसनेसमुळे तसं काही केलं नाही.

कपडे बदलून बेडवर पडलो. माझ्या घरचे सगळे निघून गेल्यानंतर पहिल्यांदाच मी एकटा होतो.

घरच्यांचा निरोप घेतला तेव्हाचे क्षण आठवले. त्यांना बाय करताना माझ्या डोळ्यांमध्ये पाणी आलं होतं. आई, बाबा, आजी सगळेच वळून बघत होते. त्यांचे अश्रू दडवायचा प्रयत्न करत हसत होते. बाबा आणि आजीनं आईचे हात घट्ट धरले होते. तिनं अजून एकदा मागं वळून मला मिठी मारली असती तर मी कमकुवत झालो असतो. आजी आणि बाबांना तसं व्हायला नको होतं. आजीच्या डोळ्यांत अश्रू होते, पण ती न रडण्याचा आटोकाट प्रयत्न करत होती. बाबा हसायचा प्रयत्न करत होते. मला वाटत होतं, की त्या क्षणांमध्ये परत जावं आणि त्या सगळ्यांना सांगावं की माझं त्यांच्यावर किती प्रेम आहे.

दुसऱ्या दिवशी सकाळी लवकर उठायचं होतं हे माहीत असूनही मला त्या रात्री धड झोप लागली नाही. सकाळी बिगुल वाजला तसा मी तयार झालो. मी माझा PT युनिफॉर्म घातला आणि फ्रंट पोर्चमध्ये गेलो. तिथं येणाऱ्या पहिल्या काही स्टुडंट्सपैकी मी एक होतो. पहिल्याच दिवशी ट्रेनिंगला मी उशिरा पोहोचलो नाही यामुळे मला बरं वाटलं.

सगळे जण आल्यावर आम्हाला PT ग्राउंडवर नेण्यात आलं. मला शाळेतल्या PT च्या तासांची आठवण झाली. शाळेतली PT म्हणजे नुसती मजा असायची. आमच्यातली निम्मी पोरं तर नुसती टाइमपास करायची. मागच्या लायनीमधल्या पोरांमध्ये तर कोण सगळ्यात वाईट PT करतो आणि तरी सरांच्या नजरेतून

निसटून जातो याची स्पर्धाच लागलेली असे. कुणीतरी खोडकर मुलगा दुसऱ्यांवर एखादा जोक करायचा आणि बाकीचे मोठमोठ्याने हसत बसायचो.

PTचे सर त्या खोडकर मुलाला शिक्षा करायचे पण तो मुलगा शिक्षा भोगतानाही हसत बसत असे. ॲकॅडमीतली आमची पहिली PT सुरुवातीला मजेशीर वाटली पण नंतर अद्दल घडली. शाळेतल्या PT पेक्षा इथली PT अर्थातच फार कठीण होती. मनू, यावर, डेव्हिड आणि मी एकमेकांच्या शेजारीच उभे राहिलो होतो. मनूलापण बहुतेक शाळेतल्या PT ची आठवण येत होती. तो त्या जोक करणाऱ्या खोडकर मुलासारखा दिसत होता. मी असा विचार करतच होतो, तितक्यात मनू आमच्याकडे बघत म्हणाला, ''काय म्हणतायेत सगळे महाराज आज?''

नंतर तो तोंड हातात लपवून हसायला लागला. कितीही दाबायचा प्रयत्न केला तरी हसू फुटलंच. लगेचच आमच्या लाइनवर सुपरवाइज करणाऱ्या सीनिअरनं आम्हा चौघांना पुढे यायला फर्मावलं.

मनूच्या चेहऱ्यावर अजूनही हसू होतं. सीनिअरनं आम्हा तिघांना ग्राउंडला पाच राउंड्स पळायची ऑर्डर दिली आणि मनूला वीस राउंड्स पळायची ऑर्डर दिली. आम्ही कसेबसे पाच राउंड्स पळून काढले आणि मनूकडे पाहिलं.

तो कसातरी त्याचा तिसरा राउंड पळत होता. आम्ही आमचे राउंड्स पळून थांबल्यावर तोही थांबला. सीनिअरनं त्याला वीस राउंड्स आधी थांबायचं नाही म्हणून वॉर्निंग दिली. असं म्हणता येईल की चौथ्या राउंडमध्ये मनूच्या चेहऱ्यावरचं हास्य गायब झालं होतं. पाचव्या राउंडच्या शेवटी त्याच्या चेहऱ्यावर मरण पाहत असल्यासारखे भाव होते. मनूने सीनिअर्सना विनवण्या करायला सुरुवात केली.

सगळ्या इक्कीजना त्यांचा धडा मिळाला होता. प्रत्येक इक्की देवाचे आभार मानत होते, की मनूच्या जागी आपण नाहीयोत. सहावा राउंड पूर्ण केल्यानंतर मनू सीनिअर समोर पालथा पडला. तीस सेकंदांनंतर त्याच्या शरीरात उरलेल्या शेवटच्या ताकदीच्या आधारानं तो कसातरी उठला आणि एखाद्या लहान मुलासारखा ढसाढसा रडायला लागला.

मनू विनवण्या करत होता, ''प्लिज, मला माफ करा, प्लिज! आईची शप्पथ घेऊन सांगतो मी पुन्हा असं करणार नाही.'' मनूच्या गालांवर घळाघळा अश्रू वाहत होते. सीनिअर्स आणि इंस्ट्रक्टर्स मनूला बघून जरा अस्वस्थ झाले असावेत. कुठल्या कॅडेटला असं रडताना त्यांनी कधी पाहिलं नसेल. त्याच्याकडं काही मिनिट दुर्लक्ष केल्यावर सीनिअर्सनी ठरवलं की मनूला सोडून द्यायचं. वॉर्निंग देऊन त्याला सोडून देण्यात आलं.

PT करणाऱ्या प्रत्येकाला मनूला खूप हसायचं होतं पण शिक्षेच्या भीतीनं

कुणी हसलं नाही.

आता मनूनं PT खूप सीरिअसली केली. आम्ही हसऱ्या चेहऱ्यानं मनूकडे पाहत होतो. आम्ही त्याला निराश होऊ देणार नव्हतो.

PT चांगली दोन तास चालली. शेवटी सगळे जण भरपूर दमलेलो होतो.

आम्हाला आमच्या केबिनमध्ये परत जायला सांगितलं गेलं आणि तयार होऊन ब्रेकफास्टला मेसमध्ये जायचं होतं. यासाठी फक्त वीस मिनिटं वेळ दिला होता. मी तयार होऊन कसाबसा वेळेवर मेसमध्ये पोचलो.

ज्यांना उशीर झाला त्यांना शिक्षा झाली. मी पुटपुटलो, 'आर्मी लाइफमध्ये स्वागत आहे!'

ब्रेकफास्ट चांगला भरपूर होता. निवड करायला भरपूर ऑप्शन्स होते. ॲकॅडमीची ही गोष्ट मला फार आवडली. मी भरपूर खायचो, पण त्या दोन तासाच्या PT सेशनने आपण खाऊ तितकं पचून जायचं. ब्रेकफास्टनंतर आम्हाला आमच्या पहिल्या क्लासमध्ये नेण्यात आलं. हे कुणाला ठाऊक होतं, की इथे NDA मधेही रोज अभ्यास करावा लागणार होता.

मी पुटपुटलो, 'हा काय ताप आहे! खरंतर अभ्यास करावा लागणार नाही, म्हणून तर मुलं ॲकॅडमी जॉईन करतात ना!' मी स्वतःशी असं म्हणालो खरा पण क्लासमध्ये बसणं म्हणजे जणू सुखाची लहर वाटली. एका जागी बसणं इतकं सुखाचं कधीच वाटलं नव्हतं. आमच्या चेहऱ्यावर बसायला मिळाल्यामुळं सुखाचं हसू पसरलं होतं, जे मुळीच लपवता येत नव्हतं.

जसजशी लेक्चर्स होऊ लागली, तसतशी मुलं एकामागे एक झोपी जाऊ लागली. आयुष्यात पहिल्यांदाच शिक्षण इतकं सुखाचं वाटत होतं. बघता बघता पाच तासांची लेक्चर्स संपली. आम्ही इक्कीज निराश झालो आणि घाबरलो, कारण आता पुढे काय वाढून ठेवलं होतं याचा विचार आला.

आता लंचची वेळ होती. भरपूर पदार्थ असलेला जंगी लंच झाला. लंच झाल्या झाल्या स्पोर्ट्स एरियामध्ये जायचं होतं. स्वतःच्या आवडीचे दोन खेळ निवडायचे होते आणि क्रॉस कंट्री सगळ्यांना कम्पलसरी होतं.

मला सॉकर आवडतो, त्यामुळे मी नॅचरली सॉकरच निवडला. का कोण जाणे दुसरा खेळ मी बॉक्सिंग निवडला. आर्मी आणि IIT मध्ये निवड करायची वेळ आली होती तसाच हा प्रसंग होता. मी हा ऑप्शन का निवडला याचं कारण माझ्याकडे नव्हतं. आर्मीला आतून बाहेरून जाणून असणाऱ्या काही लोकांनी मला बॉक्सिंग घेऊ नये असं सांगितलं होतं. आर्मी स्कूलमधून आलेली मुलं बॉक्सिंगमध्ये एकदम भारी असतात, त्यामुळे मला फारसा स्कोप नव्हता म्हणे.

पण तरीही मी माझ्या निर्णयावर ठाम राहिलो.

सॉकर निवडलेल्या मुलांना सॉकर ग्राउंडवर जायला सांगितलं गेलं. आम्ही तिथं गेलो, तर सीनिअर्स त्या ग्राउंडवर ऑलरेडी खेळत होते. दहा मिनिटं वाट पाहिल्यावर एक सीनिअर थांबला आणि त्यानं आम्हाला ग्राउंडला दहा राउंड्स करायची ऑर्डर दिली. आमच्यातला एकही जण दहा राउंड्स करू शकणार नव्हता, पण प्रयत्न करण्याशिवाय काही ऑप्शन नव्हता.

पळायला सुरुवात केली, पण अपेक्षेप्रमाणे पाच राउंड्सनंतर थांबलो. सीनिअर्स आमच्यावर ओरडले आणि त्यांनी आम्हाला राउंड्स पूर्ण करायला सांगितलं. पळायचं, थांबायचं, बसायचं आणि पुन्हा पळायचं असं करत एका तासानं राउंड्स पूर्ण झाल्या. पण ही तर फक्त सुरुवात होती. अजून एक सीनिअर आला आणि त्यानं आम्हाला पन्नास पुशअप्स काढायची ऑर्डर दिली. अजून एक तास गेला, सगळ्यांनी कसेबसे पन्नास पुशअप्स काढले.

डेव्हिड संतापून म्हणाला, "स्पोर्ट्स टाइम संपला आणि आपण काय केलं तर धावणं आणि पुशअप्स करणं. कालपासून आपण हेच करतोय."

प्रत्येकाला असंच वाटत होतं. सायकलिंग करत परत केबिन्सकडे आलो. सायकलिंग करताना जवळपास वैष्णोदेवीला गेल्यासारखे कष्ट पडले.

पुढचे दोन तास सेल्फ स्टडीसाठी होते. कॅडेटसाठी हा वेळ रिलॅक्स करण्यासाठी असतो.

पण सतत सावध राहावं लागतं, कारण तुमच्यावर लक्ष ठेवण्यासाठी केबिनमध्ये कुणीही कधीही येऊ शकतं. हे विसरणं शक्य नव्हतं, की असं बसायला मिळणं ही अकॅडमीत चैन असते.

बहुतेक लेक्चर्समध्ये आम्ही झोपलेलो असल्यानं काय अभ्यास करायचा तेही माहीत नव्हतं. मी पुढचे दोन तास अभ्यासाचं नाटक करत शरीराला आराम देण्यात घालवले. नंतर डिनरला जाण्यासाठी तयार व्हायला आमच्याकडे पंधरा मिनिटं होती. मेसमध्ये वेळेवर पोचलो. शरीरातले सगळे स्नायू आता त्यांचं अस्तित्व दाखवून देत होते. शरीरात इतके स्नायू असतात हेही आजपर्यंत मला माहीत नव्हतं.

डिनर मात्र फारच चविष्ट होतं. आता मला समजत होतं, की NDA मधली जेवणं नेहमी इतकी छान आणि जंगी का असतात. इथली प्रत्येक गोष्ट सहन करायला भरपूर ताकदीची गरज असते.

कमीत कमी स्नायूंची हालचाल करून सगळ्या इक्कीजनी जेवण केलं. मला जाणवत होतं, की माझे पाय थरथरत आहेत. त्यातल्या त्यात एकच गोष्ट बरी होती, की तो दगदगीचा दिवस संपायला आला होता. आम्ही केबिन्सकडे परतणार इतक्यात समजलं, की हा दिवस अजूनही संपलेला नाही.

आमच्या स्क्वॉड्रन्सच्या फ्रंट पोर्चमध्ये जाण्याची ऑर्डर मिळाली. मग सांगण्यात आलं की अजून एक तासभर काही फिजिकल ॲक्टिव्हिटीज करायच्या होत्या. आम्ही सगळ्यांनी एकमेकांकडे पाहिलं पण एक शब्द उच्चारायची आमची हिंमत नव्हती. सगळी शूरवीरता आणि देशभक्ती या वेळी तळाला गेली होती. सगळा उत्साह आत्म्याला सोडून कधीच गेला होता. तो पुढचा एक तास आम्ही काय केलं तेही मला आठवत नाही. जे काही होतं ते वेदनादायक होतं हे नक्की. या व्यायामादरम्यान एका पॉइंटला मला हेच समजेनासं झालं की माझं मन शरीराला हलवतंय की काही उलटं चालूय.

जेव्हा आम्हाला केबिन्सकडे परत जायला सांगितलं गेलं, तेव्हा प्रत्येकाच्या मनात एकच प्रश्न होता, हा दिवस एकदाचा संपतोय का नाही?

अखेर आम्ही खरंच केबिन्समध्ये परतलो.

मी कधी झोपलो तेही समजलं नाही. पण रात्रभर मला PT आणि शिक्षांची स्वप्नं पडत राहिली.

८ तुला काय प्यायला आवडेल?

ॲकॅडमीतला आमचा पहिला महिना कसा संपला ते समजलंच नाही. काळ फार झपाट्यानं गेला.

इथल्या अवघड ट्रेनिंगमध्ये रोजच्या रोज टिकून राहणं हाच एक मोठा संघर्ष होता. इथलं प्रत्येक टास्क, प्रत्येक ॲक्टिव्हिटी, प्रत्येक ट्रेनिंग सेशन आमची परीक्षा पाहायचं. हे ट्रेनिंग मुद्दाम असंच डिझाइन केलं आहे. कारण शेवटी कसंय, आम्हाला खऱ्या वॉरसाठी तयार करायचंय, कुठल्या गेमसाठी नाही.

गप्पा मारायला आणि एकमेकांशी ओळखी करून घ्यायला आमच्याकडे फारच थोडा वेळ असे. पण जितका वेळ मिळे. त्या वेळाचा आम्ही पुरेपूर वापर करून घेत असू. खरंतर या अवघड काळातून एकत्र गेल्यामुळेच आमच्यात एकीची भावना निर्माण झाली होती. आमच्यात वेगवेगळे छोटे ग्रुप असले, तरी एक स्क्वॉड्रन म्हणजे एक टीम तयार झाली होती. आम्हाला एकत्र मजा करायला आवडायला लागला होतं. धर्म, जात, राज्य, भाषा वेगवेगळे असल्यानं आता फारसा फरक पडत नसे. कॅडेट्समध्ये फूट पडायला वेळ किंवा स्पेस न देणं याची ॲकॅडमीत व्यवस्थित काळजी घेतली जात असे.

अखेर सॉकर खेळायला मिळण्याचा दिवस उगवला. मैदानाला फेऱ्या मारणं, पुशअप्स किंवा सीनिअर्सना अटेंड करणं यापासून सुटका झाली.

माझ्या पहिल्या बॉक्सिंग फाइटचा तो दिवस होता. मी रोज अनुभवी बॉक्सर्सचं निरीक्षण करत होतो. रिंगमधला अनुभव जिंकण्यापेक्षा जास्त महत्त्वाचा होता. त्यामुळे मी रिंगमध्ये थोडा

वेळ घालवायचा असं ठरवलं. मला फाइटमध्ये टिकून राहणं आणि वेळ येईल तसं आक्रमक होणं हे शिकायचं होतं. मी कधी एकदा रिंगमध्ये उतरतो आणि बॉक्सिंग करतो असं झालं होतं. मी शेड्यूलच्या तीस मिनिटं आधीच पोचलो. त्यामुळे स्वतःची मानसिक तयारी करण्यासाठी वेळ मिळाला.

ॲकॅडमीतल्या टॉप फाइव्ह बॉक्सर्सपैकी कुणाशीतरी माझी पहिली फाइट होणार होती. अर्थातच मी जिंकणं अशक्यच होतं. माझं ऑब्जेक्टिव्ह जास्तीत जास्त राउंड्स लढणं आणि टिकून राहणं इतकंच होतं.

रिंगमध्ये तीन राउंड्स टिकणं आणि एखाद्या पॉइंटच्या फरकानं हरणं यालाच मी जिंकणं समजणार होतो. कारण नॉकआउट होणं म्हणजे ॲकॅडमीमध्ये मोठीच गोष्ट समजली जाते.

प्रत्येकानं आठवडाभर तुमची खिल्ली उडवायला हा दारूगोळा भरपूर असतो.

काहीही झालं तरी मला नॉकआउट होणं टाळायचं होतं.

अखेर तो आला.

संजय सिंग हा हरियाणामधून आलेला स्टेट लेव्हलचा बॉक्सर होता. तो NDA मधला सध्याचा बॉक्सिंग चॅम्पिअन होता.

मी वर ईश्वराकडे पाहून सवाल केला, 'अरे देवा! माझ्या पहिल्या मॅचमध्येच मला चॅम्पियनशी का लढायचं आहे?'

संजय एकदम रिलॅक्स, शांत आणि कॉन्फिडंट दिसत होता. तो निवांतपणे रिंगमध्ये आला. मी त्याच्याकडं निरखून पाहत होतो, पण त्यानं माझ्याकडं एकदाही ढुंकूनही पाहिलं नाही. कदाचित समोरच्याचा कॉन्फिडन्स तोडायची ही टॅक्ट असेल. नंतर त्यानं हवेत काही ठोसे मारायला सुरुवात केली. त्याला वॉर्मअप्स म्हणतात खरं, पण ते वेगाचं आणि ताकदीचं प्रदर्शन असतं.

मी मनात म्हणालो, 'अजून एक टॅक्ट!'

संजय माझ्या जवळच उभा होता. मी त्याचं शरीर नीट बघू शकत होतो. एखाद्या ग्रीक गॉडसारखं त्याचं शरीर होतं. परफेक्ट टोन्ड बायसेप्स आणि ती बिनधास्त नजर. ही फाइट एखाद्या आठवड्यानं पोस्टपोन झाली, तर किती बरं होईल, मी अजून थोडी प्रॅक्टिस करीन आणि अजून थोडे कष्ट घेईन. पण असं काही होण्यासाठी कोणतंही कारण किंवा लॉजिक नव्हतं. ही फाइट आता टाळता येणार नव्हती.

रिंगमध्ये रेफ्री आले. कुठली कडक वस्तू लपवली नाहीये ना हे पाहण्यासाठी त्यांनी आमचे कपडे आणि ग्लोव्हज चेक केले. रिवाजाप्रमाणे आम्ही एकमेकांचे ग्लोव्हज एकमेकांवर हलकेच आपटून एकमेकांना नमस्कार केला आणि बेल वाजली. माझे पाय थिजले होते. डावीकडं वळायचं की उजवीकडे तेही कळत

नव्हतं. मी आधी ठोसा मारू का माझा चेहरा वाचवू काहीही सुचत नव्हतं.

संजय झपाट्यानं हालचाली करत होता. अचानक तो थांबला आणि त्याच्या डाव्या हाताचा पहिला ठोसा आला. मी माझं डोकं डावीकडं हलवलं आणि कसाबसा वाचलो. मी मनात म्हणालो, 'गॉड! कसला फास्ट ठोसा होता हा!'

हा ठोसा माझ्या दाताजवळून गेलेला जाणवला.

मी सुस्कारा सोडत विचार केला, 'असा ठोसा माझ्या चेहऱ्यावर बसला ना तर मी परत कधी उठूच शकणार नाहीये.'

पहिल्यातूनच सावरतोय तर उजव्या हाताचा दुसरा कडक ठोसा माझ्या जबड्याकडे आला.

ज्या क्षणी मी तो ठोसा येताना पाहिला त्या क्षणीच समजलं की आता सुटका नाही.

***

फर्स्ट एड रूममध्ये जाग आली, तेव्हा मी नर्सेसच्या घोळक्यात होतो.

मला जाग आलेली बघून एक नर्स डॉक्टरांना आणते म्हणून तिथून गेली. डॉक्टरांना घेऊन परतली. माझं डोकं घुमत होतं. माझी नजर अंधुक झाली होती. डोळ्यांसमोर धुसर दिसत होतं.

वेळ न घालवता त्या डॉक्टरांनी काही प्रश्न विचारले. माझं नाव काय आहे, फॅमिलीत कोण कोण आहे वगैरे. नंतर त्यांनी एक बोट उंचावून दाखवलं आणि त्यानुसार डोळे फिरवायला सांगितलं.

ग्लोव्हज काढत ते म्हणाले, "तुला विश्रांतीची गरज आहे. आता आज कुठलंही ट्रेनिंग नाही. अजून त्रास झाला तर मला परत दाखव."

मी मान हलवली.

माझ्याकडे बघणं टाळत त्यांनी विचारलं, "पहिली फाइट?"

मी ओशाळवाणं होत म्हणालो, "हो!"

ते उबदार हसत म्हणाले, "डोन्ट वरी, यापुढे सुधारणा होईल तुझ्यात!"

मला उभं राहता येत नव्हतं की बसता येत नव्हतं. त्यातल्या त्यात झोपून राहणं हीच कंफर्टेबल पोझिशन होती. मला कुणी मदत केली तेही आठवत नाही. पण कुणीतरी मला माझ्या केबिनपर्यंत पोहोचवलं खरं. एक आवाज मला सांगत होता, की काही मदत लागली तर हाक मार. तोच आवाज सांगत होता की आज पूर्ण आराम कर.

कुणीतरी जोरजोरात हलवलं म्हणून जाग आली. एक सीनिअर बेडशेजारी उभा होता. त्याच्या चेहऱ्यावरून दिसत होतं, की त्याला काळजी वाटत होती.

तो म्हणाला, "अरे, पाच तास झोपलायस तू! मेला बिला तर नाहीस ना हे

बघायला आलो.''

आता मला पुष्कळ बरं वाटत होतं.

डोकेदुखी आणि अंधुक नजर वगैरे काहीच आता नव्हतं. मी ट्रेनिंगसाठी तयार होतो पण डॉक्टरांनी आज ट्रेनिंग करायला मनाई केली होती. मग मी बेडमध्येच पडून राहायचं ठरवलं. आश्चर्य म्हणजे दर काही मिनिटांनी कुणीतरी मला बघून जात होतं. इथं माझं कुटुंब नसल्यानं या सपोर्टची मला गरजच होती. AG काही मला बघायला आला नाही. त्याचा अंडरस्टडी एक मिनीटभरही रिंगमध्ये टिकला नाही ही बातमी त्याला समजली असणार. मला असं वाटलं, की तो माझ्यावर नक्कीच वैतागला असणार. तो नंतर मला बघायला येईल. सध्या AG हा माझ्या काळजीचा विषय नव्हता. मला माझ्या ट्रेनिंगवर फोकस करायचा होता.

इतर इक्कीजनी पहिल्या फाइटमध्ये कसं परफॉर्म केलं ते मला जाणून घ्यायचं होतं. अर्थात, एका मिनिटापेक्षा कमी वेळात माझं नॉकआउट होण्याचं रेकॉर्ड कुणीच तोडलं नसणार.

तरी काही जण नॉकआउट झाले होतेच. काही जण कसेतरी तीन राउंड्स टिकून राहिले होते.

पण एकही इक्की जिंकला नव्हता. हे ऐकून मला बरं वाटलं. सीनिअर्स आज माझ्यासोबत दिवसभर वेळ घालवयाला तयार होतील यासाठी काही व्हॉलेंटिअर्स शोधत होते. ते खात्री करून घेत होते, की मला फिजिकली आणि मेंटली बरं वाटेल. मी निराश होणार नाही. कुणीतरी माझ्याशी टाइमपास गप्पा मारेल.

तर व्हॉलेंटिअर्स कोण मिळाले असतील? मनू, डेव्हिड आणि यावर. माझी खिल्ली उडवायचा हा चान्स ते अजिबात सोडणार नव्हते.

हे खरंय, की त्या तिघांच्या येण्यामुळे माझं नॉकआउट झाल्याच्या विचारांवरून लक्ष हटलं.

मनू एक कडक लूक देत बोलायला लागला, ''दोस्तांनो, मला तुम्हाला एक स्टोरी सांगायचीय. मी शाळेत होतो तेव्हा दर वर्षी उन्हाळ्याच्या सुट्टीमध्ये माझ्या आजीच्या घरी जायचो. मी पंधरा वर्षांचा होतो तेव्हा आजीच्या एका शेजारणीला भेटलो, रवीनाला. ती बत्तीस वर्षांची होती आणि चांगली ५'७ तरी उंच असेल. बॉस, काय परफेक्ट फिगर होती तिची! सगळं काही अगदी जागच्या जागी होतं. एखादं किलो वजन जास्त असतं, तरी ती जाडी वाटली असती. तिनं झगझगीत लालभडक रंगाची साडी नेसली होती आणि मॅचिंग डीप नेक ब्लाउज घातला होता. तिच्या गोऱ्यापान त्वचेवर घाम आला होता. उन्हामध्ये ते घामाचे थेंब त्या डीप नेक ब्लाऊजमधून चमकत होते. तिच्यावरून माझी नजर हटत नव्हती.

मी माझी कामुक नजर लपवत तिला म्हणालो, 'हॅलो रवीना आंटी!'

ती माझ्याकडे हसून बघत म्हणाली, 'मला रवीना म्हण!'

आजी घरात गेली तसं मी तिला रवीना म्हणालो.

रवीना मॅरीड होती पण तिला मुलं नव्हती. तिचा नवरा बरेचदा बिझनेसमुळे टूर्सला जात असे. आताही तो टूरवरच गेलेला होता. तिनं सांगितलं, की तिला खूप एकटं वाटतं आणि ती प्रेमासाठी सतत तरसलेली असते.''

ही स्टोरी भलतीच इंटरेस्टिंग वाटत होती. मी एकटाच स्टोरी ऐकण्यात रंगलो होतो असं नव्हतं. यावरचे डोळे मिटलेले होते आणि डेव्हिडने आ वासला होता.

कोरड्या पडलेल्या ओठांवरून जीभ फिरवत डेव्हिड म्हणाला, ''मग, पुढे काय झालं?''

मनू सांगायला लागला, 'मी आजीकडं चार आठवडे होतो. तेवढ्यात रवीनाच्या आजीकडे फेऱ्या वाढल्या होत्या; दिवसातून दोन तीनदा तर ती यायचीच यायची. मी एकटा असताना ती बोलायची संधी शोधायची. आम्ही दोघंच असू तेव्हा ती नवऱ्याच्या तक्रारी सांगायची. कसा नवरा सतत गावाबाहेर असतो आणि घरी असला तरी त्याला रवीनात इंटरेस्ट नसतो वगैरे. रवीना सांगायची की कशी ती नवऱ्याच्या येण्याची महिनोन्महिने वाट बघत असते आणि तो येतो ते तिच्याकडे पाठ करून झोपूनच जातो. तिच्या नवऱ्यासोबत प्रत्येक ट्रीपवर त्याचा एक मित्र पण जात असे म्हणे. रवीनाला डाऊट होता की तिचा नवरा आणि हा सो कॉल्ड मित्र यांच्यामध्ये मैत्रीपेक्षा अजून काहीतरी जास्त चालू होतं. त्या दोघांचे अश्लील फोटोज तिनं मोबाईलमध्ये पाहिले होते. हे फोटो बघून तिनं नवऱ्याला जाब विचारला तेव्हा त्याने हसून उडवून लावलं आणि म्हणाला की ते दोघे प्यायले होते आणि उगीचच गंमत करत होते.''

ही स्टोरी कुठं चाललीय ते समजतच होतं, पण आम्हाला डिटेल्स ऐकायचे होते. रूममध्ये पिनड्रॉप सायलेन्स पसरला होता. आता तिथं मनू सोडल्यास कुणाची बोलायची हिंमत नव्हती. यावरचे डोळे मिटलेलेच होते. तो नक्कीच रवीनाची कल्पना करत असणार, कारण मीपण तेच करत होतो.

माझ्या मनात प्रचंड जेलसी दाटून आली. रवीना माझ्या आजीच्या शेजारी राहत असती, तर किती मस्त झालं असतं. अजून काय हवं होतं? एक देखणी, लग्न झालेली स्त्री, जिचा नवरा तिची अजिबात फिकीर करत नाही अशी. ती एकटी आहे आणि प्रेमाचा शोध घेतीय. आमच्यासारख्या मुलांना या बाबतीत काहीतरी करायचा चान्स याच मार्गाने मिळतो. यावरला या विषयात कधी काही प्रॉब्लेम येत नसणार. तो एक हँडसम आणि श्रीमंत पोरगा होता.

मला मनू आणि यावर दोघांचा हेवा वाटला.

मनू त्याच्याच जगात हरवल्यासारखा वाटला.

यावरने त्याला हलकी थप्पड मारत हलवलं, "अरे ए, पुढे काय झालं? आम्ही इथे वाट बघतोय की!"

मनू बोलायला लागला, "ओह सॉरी, मी जरा हरवलोच होतो. पुढे पुढे आमचं बोलणं तिच्या नवऱ्यावरून आमच्यावर शिफ्ट झालं; ती आणि मी. रवीनानं मला विचारलं, की मला गर्लफ्रेंड्स आहेत का. मी कधी कुणाबरोबर सेक्स केलाय का? तिनं सांगितलं, की लग्न होण्याआधी तिला लग्नाविषयी किती उत्सुकता वाटायची. कारण लग्नाआधी तिला कुठल्या पुरुषाने स्पर्श केलेला नव्हता आणि आता लग्न होऊनही ती पुरुषाच्या स्पर्शासाठी भुकेलीच आहे. कशी ती रात्रीच्या रात्री बेडमध्ये एका कुशीवरून दुसऱ्या कुशीवर तळमळत घालवते. रात्रभर सेक्स करणारा पुरुष कसा असेल याचा विचार तिच्या मनात सुरू असतो."

मनू नाटकीपणाने बोलत होता.

असल्या स्टोरीज मी इंटरनेटवर वाचल्या होत्या. पण असं पर्सनली कुणाकडून ऐकणं फार वेगळं वाटत होतं. त्या रूममधलं वातावरण प्रचंड ताणलेलं होतं.

मनू बोलत होता, "एके दिवशी रवीना घरी आली आणि तक्रार करायला लागली, की तिला रात्री एकटीला झोपायची फार भीती वाटतेय. तिला आजकाल छतावरून विचित्र आवाज ऐकू येतायत.

आजी म्हणाली, की ती तिच्याकडे झोपायला येऊ शकते. पण रवीनानं नकार दिला. कारण छतावर चढून कोण आहे ते बघणं आजीला या वयात जमणार नाही, जे खरंच होतं. थोड्या वेळानं ती निघून गेली. तिनं किंवा मीपण हे सुचवायची हिंमत दाखवली नाही, की मी तिच्या घरी झोपायला जाऊ शकतो. आम्हाला आजीला संशय येऊन द्यायचा नव्हता. पूर्ण रात्र मी रवीनाचाच विचार करण्यात घालवली. जस्ट इमॅजिन करत होतो, की रात्री तिच्याकडे झोपायला गेलो तर काय काय होऊ शकतं. रवीना दुसऱ्या दिवशी परत आली आणि तीच तक्रार करत बसली.

ती म्हणाली, की तिनं मध्यरात्रीच्या सुमारास एक आवाज ऐकलाय, त्यानंतर ती झोपूच शकलेली नाही. एक डोळा माझ्याकडे आणि एक डोळा आजीकडे ठेवत रवीना म्हणाली, 'आज काय त्या घरात मी एकटीनं झोपणार नाही बाबा! माझा नवरा इथं असता तर किती बरं झालं असतं.'

शेवटी आजी काळजीनं म्हणाली, "थांब जरा, मी मनूला विचारते की तो रात्री झोपायला येईल का."

याच वेळी मनू बोलायचं थांबला. मनू माझ्या बेडवर झोपला होता. सिलिंगकडे बघत हसत होता. आता मीच त्याला दरडवायचं ठरवलं.

त्याला दरडावून म्हणालो, "मनू, आता तुझी स्टोरी संपायच्या आधी बोलायचा थांबलास तर बघ!"

हे मी त्याच्या डोळ्यांत बघत सांगितलं, त्याला नीट समजलं, की मी किती सीरिअसली बोललोय.

आता मनू लोळत होता तिथून उठला आणि नीट बसला. त्याला समजलं की आम्ही सगळेच आता ताणलेले होतो. आता अजून एखादा ब्रेक घेतला तर मनूच्या शरीरातलं एखादं हाडच मोडलं असतं.

मनू पुढे म्हणाला, "मी रवीनाच्या घरी रात्री झोपायला कबूल झालो, तशी आजी किचनमध्ये निघून गेली. रवीना तिथेच बसून माझ्याकडे बघत होती, ती हसली आणि पुढे झुकली, माझं तर हृदय बंद पडायची वेळ आली.

तिनं विचारलं, 'तुला आज रात्री प्यायला काय आवडेल?'

ओठांचा चंबू करत ती विचारत होती. तिचे ठसठशीत, रसरशीत ओठ बघून मी वेडा झालो होतो.

आम्ही एकमेकांकडे बघत पुढची काही मिनिटं घालवली, दोघेही आजच्या रात्रीची स्वप्न बघत होतो.

मी मनातल्या मनात म्हणालो की आज रात्री काही कुणाला झोप लागणार नाही."

मनू पुढे बोलायला लागला, "मग रवीना लगेचच तिच्या घरी निघून गेली. रवीना, वाकताना दिसलेली तिची खोल क्लिव्हेज आणि तिच्या ओठांचा चंबू या इमेजेस माझ्या मनातून काही केल्या जातच नव्हत्या. दुपारचे एक वाजले होते आणि सूर्यास्त व्हायला अजून कितीतरी तास बाकी होते. मी माझं लक्ष दुसरीकडे वळवायचा फार प्रयत्न केला, पण सारखं घड्याळाकडे लक्ष जात होतं. तो माझ्या आयुष्यातला सगळ्यात मोठा दिवस होता. शेवटी एकदाचे रात्रीचे आठ वाजले. रवीना परत काही मला बोलवायला आली नाही, तिला उगीचच आजीला काही संशय येईल असं वागायचं नसेल. मी टीव्ही बघत बसायचं नाटक करत होतो. टीव्हीवरही मला फक्त लाल साडी आणि ब्लाऊजमधली रवीना दिसत होती, माझ्याकडं धावत येणारी.

आजीनं विचारलं, 'तुला जेवायला काय हवंय रे आणि तू कधी झोपणार आहेस?'

सुट्ट्या असल्यामुळे मी रात्री उशिरापर्यंत टीव्ही बघत बसायचो आणि दुपारी झोपून उठायचो.

मी मनात म्हणालो, ‘अर्रर, आजी मी रवीनाकडे जाणारे ते विसरलीय वाटतं.’

माझा माझ्या नशिबावर विश्वास बसेना.

आजीने पुन्हा विचारलं, ‘अरे तुला खायला काय हवंय?’

मला आता दम निघत नव्हता. माझ्याबाबतीत हे असं विचित्र घडावं याच्यावर माझा विश्वास बसत नव्हता. झटपट काहीतरी विचार करायला हवा होता.

टीव्हीत लक्ष आहे असं दाखवत मी काळजीपूर्वक शब्द निवडत म्हणालो, ‘रवीनानं सकाळी कढी आणली होती ना? ती दे ना असेल तर?’

आजी म्हणाली, ‘अगं बाई, मी विसरूनच गेले होते. रवीनाने आपली मदत मागितलीय ना! मी तिला सांगितलंय की तू आज रात्री तिच्याकडे झोपायला जाशील.’

मी टीव्ही बघायचं नाटक करत म्हणालो, ‘हो, तू प्रॉमीस केलंयस तिला.’

आजी किचनमधून म्हणाली, ‘जेवून घे, कपडे बदल, कचरा टाक आणि तिच्याकडे जा! ती चांगली मुलगीय. आपण तिला मदत करायला हवी.’

मी सगळं काही प्रचंड स्पीडमध्ये झटपट आवरलं.

जेमतेम पंधरा मिनिटांत मी जाण्यासाठी तयार झालो. रवीनाचं घर आजीच्या घरापासून पाचच मिनिटांवर होतं. ना जाणे कुठून मला इतकी एनर्जी आली, मी एका मिनिटात ते अंतर धावत पार केलं. शेवटची काही पावलं मी चालत गेलो. मला दम लागलेला दिसायला नको होता.

हृदयात धडधड होत होती. मला माझ्या हृदयाचे ठोके ऐकू येत होते.

मी रवीनाच्या घराच्या दाराबाहेर उभा होतो. मी केसांत हात फिरवला, विचारांना कंट्रोल केलं.

अतीच उत्साह दाखवून हातातोंडाशी आलेला घास जायला नको होता. आयत्या वेळी रवीनानं तिचा विचार बदलू नये असं मला वाटतं होतं. ती आता जे काही करणार होती त्यात तिला कंफर्टेबल वाटायला पाहिजे होतं. शेवटी हा रवीनाचाच तर चॉइस होता.

एकदाची, मी समोरची डोअरबेल दाबली. तीस सेकंद झाली. मी परत बेल वाजवली.

मी खिडकीतून आत पाहिलं तर रवीना जिन्यावरून खाली येताना दिसली.

ती नर्व्हस वाटत होती, पण सुंदर दिसत होती. तिनं शॉवर घेतला असावा कारण केस ओले दिसत होते. तिनं तीच साडी नेसली होती आणि तोच ब्लाउज घातला होता. पण थोडा मेकअप केलेला दिसत होता.

तिनं दार उघडलं, ती बाहेर आली आणि पाठीमागे दार बंद करून घेतलं.

तिथं खूप अंधार होता. आम्ही कुणाला दिसत नव्हतो. आमच्या दोघांच्या शरीरातला ताण स्पष्टपणे जाणवत होता.

रवीनानं माझ्या डोळ्यांत पाहिलं आणि म्हणाली, 'माझा नवरा परत आलाय.'

तिच्या चेहऱ्यावर काही भाव नव्हते.

मी ओरडलोच, 'नवरा परत आलाय? म्हणजे काय? तो तर पंधरा दिवस येणार नव्हता ना!'

रवीना मला समजावत म्हणाली, 'हो, हो, माहितेय. पण माझ्याशी बोलायचं म्हणून तो ट्रीप अर्धवट सोडून परत आलाय. त्याने कबूल केलंय की त्याला वाटत होतं की तो गे आहे. पण काही वेळा ट्राय केल्यावर त्याला जाणवतंय की तसं काही नाहीये.'

मी कुजबुजत उत्तरलो, 'काय! याचा अर्थ तरी काय आहे? असं कुठं असतं का? एक दिवस असं, एक दिवस तसं? हे असं कुणी निवडू शकत नाही.'

रवीना म्हणाली, 'आय नो! म्हणून तर मी त्याला प्रूव्ह करायला सांगितलं की तो गे नाहीये. मला असं एकटं राहण्याचा कंटाळा आलाय. तर त्याने हसत हसत त्याला सिड्यूस करायला सांगितलं. मग मी त्याच्याकडे बघून हसले, पुढे वाकत त्याला विचारलं की तुला आज रात्री काय प्यायला आवडेल... तर तेव्हापासून आम्ही करतोच आहोत.'

'काय करताय?' मला उत्तर माहीत होतं, तरी मी हे विचारण्यापासून स्वत:ला थांबवू शकलो नाही.

ती लाजली आणि काही डिटेल्स सांगेना.

मग म्हणाली, 'म्हणजे, आम्ही सेक्स केला रे! मी तुमच्या घरून परत आले तर तो आलेलाच होता. तेव्हापासून आम्ही करतोच आहोत. पंधरा मिनिटांपूर्वी त्याने मला शॉवर घ्यायला जाऊ दिलंय. तीस मिनिटांनी परत करायचंय हे कबूल केल्यावरच जाऊ दिलंय.'

मी चिडून विचारलं, 'मग आता माझं काय, रवीना?'

ती ठामपणे म्हणाली, 'आंटी.'

मी ओरडलो, 'काय?'

ती म्हणाली, 'रवीना आंटी म्हणायचं.'

मी फाडकन म्हणालो, 'आर यू सीरियस?'

काही सेकंद अशीच शांततेत गेली.

नंतर ती मऊ सुरात म्हणाली, 'हे बघ, आय एम सॉरी. मीच तुझ्या अपेक्षा वाढवून ठेवल्या आणि आता मागे हटतेय. पण तूच सांग माझ्याकडे तरी काय ऑप्शन आहे? मला त्याला चान्स द्यायला हवा. शेवटी तो माझा नवरा आहे. तू

तुझ्या सुट्ट्या संपल्या की निघून जाशील. मला त्याच्याबरोबर आयुष्य काढायचंय. त्यानं मला तो घरी जास्त वेळ थांबेल असं प्रॉमिस दिलंय आणि तो मला बिझनेस ट्रीपवरही घेऊन जाणार आहे. आता आपल्यासाठी यापेक्षा जास्त काही करता येणार नाही मला.'

"असं म्हणत तिनं माझ्या गालाची पापी घेतली. मग ती दार उघडून आत गेली आणि तिनं दार लावून टाकलं.

"मग मी घरी परत आलो आणि नेहमीसारखा एकटाच झोपलो."

मनूची गोष्ट संपली तसा रूममध्ये सन्नाटा पसरला होता.

शेवटी यावरने हळूच डोळे उघडले आणि विचारलं, "मनू, तू आम्हाला ही स्टोरी का सांगितलीस?"

मनू खोडकर हसत म्हणाला, "मला त्या दिवशी जितका त्रास झाला तितकाच त्रास मला दुसऱ्या कुणाला तरी व्हायला हवा होता."

डेव्हिडनं विचारलं, "आणि या सगळ्याचा अर्जुनच्या सिच्यूएशनशी काय संबंध आहे?"

मनू उत्तरला, "काहीच संबंध नाहीये. पण आता मला कसं हलकं आणि छान वाटतंय."

मनू माझ्या बेडवर बसलेला होता. एकदम आनंदी आणि रिलॅक्स्ड दिसत होता. अर्थातच त्याचा हा आनंद काही फार वेळ टिकला नाही. पुढे एक शब्द न बोलता आम्ही मनूला बुकलायला लागलो. मग आम्ही त्याचे हातपाय धरून ठेवले आणि त्याला गुदगुल्या करायला लागलो.

असं लक्षात आलं, की मनूसाठी गुदगुल्या सहन करणं हे मार खाण्यापेक्षा जास्त अवघड होतं.

मनूने माफी मागेपर्यंत आम्ही त्याला गुदगुल्या केल्या. डिनरपर्यंत मग आम्ही सगळे गप्पा मारत बसलो. त्या रात्री मनूला अजून कुठलीही स्टोरी सांगायची परवानगी नव्हती. पण त्या स्टोरीमुळे एक काम झालं होतं. माझं माझ्या नॉकआउट होण्यावरून लक्ष उडालं होतं.

गुडबाय ९

दुसऱ्या दिवशी सकाळी मी पीटी सोबत रोजच्या ॲक्टिव्हिटीज सुरू केल्या. आज मला बरं वाटत होतं.

बॉक्सिंग रिंगमध्ये जे काय झालं ते होऊन गेलं. मी स्वतःला सांगितलं, की पुढच्या वेळी मी संजयचा ठोसा नक्की चुकवणार आणि फाइटमध्ये टिकून राहणार.

लंचनंतर आम्ही स्पोर्ट्ससाठी तयार झालो. आमच्या पहिल्या क्रॉसकंट्रीची वेळ आली होती.

हनिमून पीरियड संपला होता. झटपट वेगानं सगळं चाललं होतं. NDA क्रॉस कंट्री रन १२ किलोमीटर्स असते. निदान टाइमलिमिट नसते, त्यामुळे इक्कीजवरचं प्रेशर कमी झालं होतं.

आम्ही स्टार्टिंग पॉइंटला वेळेआधीच पोचलो. आम्हाला सगळ्यांना छान वॉर्मअप करायचं होतं. पुढची काही मिनिटं आम्ही स्ट्रेचिंग केलं. आर्मी स्कूलमधले कॅडेट्स शांत निवांत दिसत होते. त्यांच्यासाठी यातलं काहीच नवीन नव्हतं. क्रॉसकंट्री पळणं त्यांच्या रेग्युलर शेड्यूलचा भाग असतो.

आमची पहिलीच क्रॉस कंट्री रन असल्याने ट्रेनर्सना त्यांचं वॉर-क्राय निवडायला सांगण्यात आलं. वॉर-क्राय म्हणजे एक स्लोगन किंवा स्टेटमेन्ट असतं. ते ट्रेनिंगदरम्यान किंवा वॉर असताना सोल्जर्स मोठ्यानं ओरडतात. त्यानं उत्साह वाढतो आणि पॉझिटिव्ह एनर्जी येते. आमची पाहिलीच रेस असल्यामुळे ट्रेनर्सनी आम्हाला काहीतरी वेगळं आणि मजेशीर वॉर-क्राय निवडायला सांगितलं.

एका महिन्याच्या कडक ट्रेनिंगनंतर इंस्ट्रक्टरबरोबर जरा

धमाल करायला मिळणार होती. आम्ही ही संधी हातची सोडणार नव्हतो.

सगळ्यांनीच स्लोगन्स सुचवायला सुरुवात केली. इतर कुणी ऐकत नाही याची खात्री करून घेत मनू आमच्याकडे झुकत हळूच हसत म्हणाला, "ही स्लोगन कशीय ऐका, 'रवीना मी येतोय!' "

डेव्हिड म्हणाला, " 'मनू, माझा नवरा घरीय.' ही स्लोगन जास्त मस्त आहे."

यावर म्हणाला, "'तुला काय प्यायला आवडेल?' ही स्लोगन कशीय?" मीही बोललो, "माझा नवरा गावाबाहेर गेलाय. मनू, प्रेम करायला ये ना!" माझ्याच्यानं पण राहावलं नाही.

मनूही काही उत्तर द्यायला कमी नव्हता, "'लूक गाइज, मी बॉक्सर आहे.' ही स्लोगन कशीय?"

आम्ही आमच्या चिडवाचिडवीत बिझी होतो तेव्हा कुणीतरी सुचवलं -"टू लिबर्टी!"

ही स्लोगन एकमताने निवडली गेली. दर रविवारी जेंटलमन कॅडेट्सना पुणे शहरात जाऊन फिरायची परवानगी असे. तो छोटासा ब्रेकच असे. या ट्रिपला आम्ही 'लिबर्टी' म्हणत असू.

वॉर-क्राय ठरलं तशी क्रॉसकंट्री रेस सुरू झाली.

आमच्या युनिटचे कमांडर भारी होते. अनुभवी रनर्स फ्रेशर्सना मागे टाकत नव्हते; त्याऐवजी, सल्ला देत होते आणि मदत करत होते. प्रत्येक जण दुसऱ्यासाठी चिअर करत होता. मला आमच्या ग्रुपमध्ये प्रचंड पॉझिटिव्ह एनर्जी जाणवत होती. मी विचार केला, की वॉरमधेही असंच वातावरण असणार. काही तरुण जवान, सगळे एकजूट असलेले; त्यांच्यासमोर कुठलंही आव्हान असलं तरी खंबीर असलेले, वॉर-क्राय ओरडत पुढे जाणारे.

शाळेत असताना मला धावण्याचा काही प्रॉब्लेम नव्हता; पण एका दिवसात मी बारा किलोमीटर्स कधीच धावलो नव्हतो. मी दुसऱ्या गोष्टींचा विचार करून स्वतःला डिस्ट्रॅक्ट करत होतो. वॉर क्रायवर फोकस करत होतो, काल रात्री मनूने सांगितलेली स्टोरी आठवत होतो. पण रेसचं अंतर मी काही केल्या विसरू शकत नव्हतो. पहिले चार किलोमीटर्स तसे सोपे होते. पण थोड्याच वेळात मला दम लागायला लागला. माझ्या पोटात बारीक दुखायला लागलं. मी जरा हळू धावायचा प्रयत्न केला. पण वेदना अजूनच वाढल्या. प्रत्येक पावलासोबत आणि प्रत्येक श्वासासोबत ताण वाढायला लागला. थोड्याच वेळात माझ्या फुप्फुसांनी साथ सोडली. माझ्याकडे थांबण्याशिवाय काही ऑप्शन उरला नाही. असं थांबणं म्हणजे काही चुकीचं किंवा वाईट गोष्ट नव्हती. ही आमची पहिलीच रेस होती.

मी काही सेकंड्सचा ब्रेक घेऊन पुन्हा पळालो. पण प्रत्येक ब्रेकसोबत माझी अवस्था वाईट होत गेली. दोन ब्रेक्समधलं अंतर कमी कमी होत गेलं.

प्रत्येक ब्रेकची वेळ मात्र वाढायला लागली. मागून येणारे काही कॅडेट्स थांबले आणि त्यांनी मला मदत करायचा प्रयत्न केला, पण मी त्यांना त्यांची रेस पूर्ण करायला सांगितलं. मला उगीच त्यांच्यावर ओझं व्हायचं नव्हतं.

यावर, डेव्हिड आणि मनूने मला उचलून पळायचा प्रयत्न केला. पण अशाने त्यांची रेस पूर्ण झाली नसती. तरी त्यांनी माझ्यासोबत थांबायचं ठरवलं. मी खूप समजावल्यावर ते माझ्याशिवाय पुढे जायला तयार झाले. थोड्याच वेळात प्रत्येक जण माझ्यापुढे निघून गेला.

आता दोन विचारांचा मला त्रास व्हायला लागला. पहिला विचार म्हणजे मी अजिबातच पळू शकलो नव्हतो. दुसरा विचार म्हणजे मी रेसमध्ये शेवटच्या नंबरवर आलो होतो.

मी कितीही प्रयत्न केला तरी मी आता अजिबात पळूच शकत नव्हतो. शेवटी मी थोडा वेळ आडवं व्हायचं ठरवलं. मे बी, त्यानंतर मी पळू शकलो असतो.

चांगला आराम केल्यावर मी पुन्हा धावायचा प्रयत्न केला. सुरुवातीला ठीकठाक धावलो, नंतर परत तसंच झालं –कंप्लिट दमछाक. धावणं, थांबणं, पुन्हा धावणं, आडवं होणं आणि चालणं असं करत करत मी कशीतरी रेस पूर्ण केली. फिनिश लाइनपर्यंत पोचलो. तिथं पोचणारा मी शेवटचा होतो आणि मी सगळ्यात जास्त वेळ घेतला होता. असं वाटत होतं, की प्रत्येक जण माझ्याकडेच बघत होता. ट्रेनर्स आणि सीनिअर्सनी मला चिअर केलं. ते म्हणाले, की मी निदान रेस पूर्ण केली याचा त्यांना आनंद वाटतोय.

नंतर काही कॅडेट्स आले आणि तेही मला बरं वाटेल असंच बोलले; पण खरं सांगायचं तर मला कशानंच बरं वाटत नव्हतं. इतके प्रयत्न करूनही मी परफॉर्म करू शकलो नव्हतो. पुन्हा एकदा हे अपयश दूर सारून मी पुढे जाण्याचं ठरवलं.

यानंतर आमची दहा मीटर जंप मारायची पहिली वेळ होती. तो एक प्रशस्त स्वीमिंग पूल होता. तो ऑलिंपिक्समध्ये टीव्हीवर पाहतो तसा स्वीमिंग पूल होता. एक टॉवर पुलाला लागूनच होता. तो टॉवर दहा मीटर उंच होता.

एवढ्या उंचीवरून उडी मारायची कल्पनाच बहुतेकांना भीतिदायक वाटत होती. मला पोहता येत होतं, तरी हे करणं वेगळं होतं. सगळे एकमेकांकडे पाहत होतो. मला इथं अपयश येऊन चालणारच नव्हतं. हे जमायलाच हवं होतं; पण ही जंप मारणं सोपं वाटत असलं तरी घाबरवणारं होतं.

आधी लाइन लावायची होती. मग टॉवरवर चढायचं होतं. नंतर एकेक करत उडी मारायची होती. इंस्ट्रक्टर ओरडला, 'लाइन अप' लाइनीत शेवटी उभं राहण्यासाठी कॅडेट्सची गडबड उडाली. मी कसा कोण जाणे पुढून तिसऱ्या नंबरवर ढकललो गेलो. मला नर्व्हस वाटायला लागलं.

लाइन टॉवरच्या दिशेनं पुढे सरकायला लागली; माझ्या हृदयाची धडधड वाढायला लागली. जिन्यावर चढलो तर मी जवळपास थरथरत होतो. खाली पाहिलं तर पोटात गोळा येत होता. आता इथून मागे फिरता येणार नव्हतं. वाइटात वाईट काय होईल? मी बुडेन? माझं डोकं पुलाच्या तळाला आपटलं तर काय होईल? मला श्वास घेता आला नाही तर?

पण आता मला परत जाता येणार नाही; प्रत्येक जण माझ्याकडे बघतोय. आधीच दोन बेसिक टास्क्स करण्यात मी अपयशी ठरलोय. आता अजून एक अपयश मला परवडणारं नाही.

अनिश्चितता आणि संशयाच्या भावनांनी मला घेरलं. माझ्या विचारांची साखळी एका मोठ्या आवाजानं तुटली. लायनीतल्या पहिल्या कॅडेटला उडी मारायची सूचना मोठ्या आवाजात दिली गेली.

मी त्या कॅडेटकडे बघत होतो, आधी तोही संकोचलेला दिसत होता, पण शेवटी त्याने उडी मारली. तो काही सेकंड्स हवेत होता, मग तो धपकन पूलमधल्या पाण्यात पडला. पूलमधल्या पाण्यात मोठा खड्डा तयार झाला. काही सेकंदानंतर दिसलं, की तो पाण्यातून पोहत बाहेर आलाय आणि पूलमध्ये कॉर्नरपाशी जाऊन थांबलाय. मी स्वतःला पाण्याखाली इमॅजिन करू लागलो, मला पाण्याखाली श्वास घेता येत नाहीये असं मला वाटायला लागलं. अजून एक मोठ्या आवाजातला कॉल आला तशी दुसऱ्या कॅडेटने उडी मारली.

अचानक मला जाणवलं, की आता टॉवरवर टोकाला मीच उभा होतो. पुढची उडी मला मारायची होती. कॉल आला, 'जंप'. मी थिजलो. माझा माझ्या शरीरावरचा कंट्रोल गेला. कॉल अजून मोठ्या आवाजात येत गेला. थोड्या वेळानं इतरांचे आवाज त्यात मिसळले, ते सगळे जण मला प्रोत्साहन देत होते. त्यांना वाटत होतं, की मी माझ्या भीतीवर मात करून धाडकन उडी मारावी; पण आवाज जसजसा वाढत गेला तसतशी माझी भीतीही वाढत गेली. मी दोन मिनिट तिथं थांबलो, मग वळून पायऱ्या उतरून खाली आलो. खाली येऊन नुसता उभा राहिलो. आता मख्ख शांतता पसरली होती. माझ्या मागच्या कॅडेटला उडी मारायची ऑर्डर झाली.

माझं आसपासचं भान गेलं. NDA मध्ये असताना पहिल्यांदाच असा विचार आला, की मी कदाचित आर्मीसाठी बनलेलोच नसलो तर? मला NDA मध्ये

थांबायला आणि वेळ येईल तेव्हा एक दिवस देशासाठी प्राण पणाला लावायला नक्कीच आवडलंच असतं. पण त्यासाठी जे काही लागतं ते माझ्याकडे नसलंच तर? सैनिक होण्यासाठी असायला हवा तितका मी मजबूत नसेन तर? मी कितीही प्रयत्न केला तरी या विचारापासून सुटका होत नव्हती. परत एकदा सगळे माझ्याकडेच बघतायत असं वाटायला लागलं. कदाचित ते काळजीनं बघत असतील.

पण मला वाटत होतं ते माझ्याकडं संशयानं बघतायत. जेव्हा शत्रूच्या प्रदेशात खोलवर घुसायची वेळ येईल तेव्हा मी त्यांना भरवशाच्या लायकीचा वाटणार नाही. मी स्वतःवरच चिडलो. असं वाटायला लागलं की मला त्यांचा विश्वास मिळवता येणार नाहीये. मी एकदम बधिर झालो. मी सगळ्यांची जंपिंगची ॲक्टिव्हिटी संपेपर्यंत तिथेच वाट बघत उभा राहिलो. मला कधी एकदा माझ्या रूममध्ये जातो आणि ब्लँकेटखाली लपतो असं झालं होतं. मला प्रत्येकापासून लपून बसावंसं वाटत होतं.

किती वेळ गेला कोण जाणे. सगळ्यांचं जंपिंग संपायला सहजच अर्धा तास लागला असेल. ज्यांनी उडी मारलेली नव्हती असे इतर काही जणही तिथं उभे होतेच. पण त्यांच्या अपयशानं मला बरं वाटत नव्हतं. त्याऐवजी मी माझे पराभव मोजत होतो- बॉक्सिंग, रनिंग आणि आता हे जंपिंग. मी आजवर ॲकॅडमीत एकही विजय मिळवलेला नव्हता. मी माझ्या केबिनमध्ये जाऊन बेडवर पडलो. डिनरच्या वेळी मी प्रत्येकाला टाळलं. मी बोलण्याच्या किंवा हसण्याच्या मूडमध्ये नव्हतो. मी जेवलो आणि बरं वाटत नाहीये अशी सबब सांगत माझ्या रूममध्ये निघून गेलो. रात्री झोपू शकलो नाही. मी स्वतःलाच प्रॉमिस केलं, की उद्या मी अजून जास्त मेहनत घेईन.

***

पुढचे चार आठवडे हा माझ्या आयुष्यातला सगळ्यात वाईट काळ होता. माझा परफॉर्मन्स खराबच होत गेला. मी कितीही प्रयत्न केले, तरी सगळं बिघडत होतं. मी इतर ॲक्टिव्हिटीजमध्ये चांगला होतो पण बॉक्सिंग, रनिंग आणि जम्पिंगमध्ये काही सुधारणा झाली नव्हती. मी ताणाखाली आहे हे समजून घेत अकॅडमी, सीनिअर्स, माझे बॅच मेट्स, प्रत्येक जण माझी मदत करत होता. अनेक सीनिअर्सनी मला त्यांच्या केबिन्समध्ये बोलवलं, समोर बसवून त्यांचे अनुभव शेअर केले.

तेपण इथे सुरुवातीला फेल झाले होते, पण हळूहळू त्यांना जमायला लागलं. दिवसेंदिवस हे अपयशाचं ओझं वाढत चाललं होतं. मला मदत करण्यासाठी माझ्या केसची चर्चा वेगवेगळ्या लेव्हल्सवर चालली होती.

मी मनातला हा विचार थांबवू शकत नव्हतो की बहुतेक मी IIT ला न जाऊन चूक केलीय का? आता तिकडे परत जायला फार उशीर झाला असेल का? IITचं सेमिस्टर अजून सुरू झालं नसेल ना? मिस्टर सिंग कदाचित काहीतरी जमवू शकतील. मी IIT मध्ये नक्कीच उत्तम कामगिरी करेन. मी शिक्षणात उत्तमच होतो. इथेही कॅडेट्सना अवघड कोर्स मटेरियल समजवायला मदत करत होतो. मी इथल्या सीनिअर्सना आम्हाला न शिकवलेल्या सब्जेक्ट्समध्येही मदत करत होतो. पण मी आईबाबांना काय सांगू? या वेळी ते रागावतील का? पण त्यांनी का रागवावं? आय मिन, मी बरोबर आहे तेच करतोय. मला तरी कुठे माहीत होतं की पुढे जाऊन असं सगळं होणारये?

हे सगळे विचार मला पिडत होते. फक्त माझ्या मित्रांसोबत घालावलेला वेळ सुखात जात होता. त्यांच्यासोबत असलो, की माझी सगळी काळजी मिटायची. मी हे मैत्रीचे क्षण जतन करून ठेवत होतो. त्यांच्यासोबत खरंच फार मजा यायची. आयुष्य जेव्हा तुम्हाला गुढघे टेकवायला लावतं, जेव्हा फार नाकारलेलं आणि भयंकर होपलेस वाटतं, तेव्हा मित्रच साथ देतात. तेच या विचारांपासून हवा तसा ब्रेक देतात आणि सगळं काही ठीक होईल असं वाटायला लागतं.

ट्रेनिंगचा अजून एक डिप्रेसिंग दिवस संपला तेव्हा मी NDA सोडायचं ठरवलं. मी फोकस करू शकत नव्हतो. मी काहीच नीट करू शकत नव्हतो. आधी जे काही नीट करू शकत होतो, तेही आता परफेक्टली करता येत नव्हतं. हे मात्र नीट जाणवलं की अ‍ॅकॅडमी खरंच एका कुटुंबासारखी होती. इथं प्रत्येक जण माझी काळजी करत होतं. पण ते जितकी जास्त मदत करायला जात, तितका मी अस्वस्थच होत होतो. लोकं मला फार चांगली वागवत, पण यामुळे थकायलाच होत असे.

इतरांना त्यांच्या बिझी शेड्यूलमधून माझ्यासाठी वेळ काढायला लागतोय याचा मला राग येई. अ‍ॅकॅडमी आउट ऑफ द वे जाऊन मला मदत करत होती, माझ्यासाठी गोष्टी सोप्या करायला बघत होती हे मला आवडत नव्हतं.

AG नेही माझी एकूण अवस्था पाहून माझ्याशी कडक वागणं थांबवलं होतं. तो वेगवेगळे उपाय करायला लागला. माझा कॉन्फिडन्स वाढवायला त्याच्या सिक्रेट स्टोरीज मला सांगू लागला, ज्या त्याने त्याच्या बेस्ट फ्रेंड्सनापण सांगितल्या नसतील. पण माझ्यात काही फरक पडत नव्हता. त्याचा असा प्रोटेक्टिव्ह, काळजी घेणारा, भावासारखा अवतार मला पाहायला मिळाला हे मोठंच सरप्राइज होतं. पण त्यामुळे मला आउट ऑफ प्लेस असल्यासारखं विचित्र वाटत असे.

अ‍ॅकॅडमीत राहण्यासाठी मी योग्य ठरलो असतो, तर किती बरं झालं असतं.

मी माझ्याकडून होतील तितके प्रयत्न केले. पण एक क्षण आला जिथे माझ्या मनानं आणि शरीरानं हे सोडून द्यायचं ठरवलं. आता मला काही करता येण्यासारखं नव्हतं.

मी दुसऱ्या दिवशीची PT अटेंड केली नाही. मी ऑफिसला माझा निर्णय कळवला. ऑफिसनं मला कळवलं की त्यांना माझा निर्णय समजला आहे आणि ते माझ्या निर्णयाचा आदर करतात तरीही मला जाऊ देण्याआधी काही स्टेप्स फॉलो कराव्या लागतील.

माझा प्रश्न सुटावा म्हणून ते काही उपाय करणार आहेत. हे उपाय यशस्वी नाही झाले, तर मी जाऊ शकतो. ही प्रोसेस लगेचच सुरू करण्यात येईल असं समजलं. मी माझ्या रूममध्ये परत गेलो. ट्रेनिंग अटेंड करण्यात काही अर्थ उरलेला नव्हता. मी काही वेळ बाहेर घालवला. इतर कॅडेट्सचं ट्रेनिंग पाहत बसलो. ते आनंदी दिसत होते आणि का दिसणार नाहीत? ते जगातल्या सर्वांत चॅलेंजिंग ट्रेनिंगला तोंड देत टिकून राहत होते. त्यांना स्वतःचा अभिमान वाटत असेल आणि त्यांच्या पालकांनापण अशा मुलांचा अभिमान वाटत असणार.

मी जागचा उठलो, एक लहानसा दगड उचलला आणि वर बघत आभाळाच्या दिशेनं जोरात हवेत भिरकावला. माझी निराशा आता संतापात बदलली होती. माझ्या दुःखासाठी मी देवाला जबाबदार ठरवत होतो.

मला जे जे शक्य होतं ते ते मी केलं होतं, तरी मला ट्रेनिंग का जमलं नाही? निदान इतर चार कॅडेट्स करतात ते सगळं का जमलं नाही? एखादा ॲव्हरेज कॅडेट करू शकतो तेही मला का करता आलं नाही? माझ्या डोळ्यांतून घळाघळा अश्रू वाहत होते आणि ते थांबवावेत किंवा लपवावेत असंही मला वाटत नव्हतं. स्वतःला उगीच सांगावंसं वाटत नव्हतं की सगळं काही ठीक होणारेय. मी स्वतःला सांगत होतो की आता कधीच काही ठीक होणार नाहीये.

तर असं असतं अपयश.

अचानक माझ्या मनात प्रचंड सहानुभूतीची भावना दाटून आली. ज्या लोकांना मी आयुष्यात कशात ना कशात अपयशी झालेलं पाहिलं होतं त्या सगळ्यांची आठवण आली. शेजारच्या घरातला मुलगा आठवीत नापास झाला होता. त्याचे आईवडील संतापले होते. सगळ्यांनी त्याची खिल्ली उडवली होती, मीपण त्याची खिल्ली उडवली होती. एका नातेवाइकानं प्रेशर सहन होत नाही म्हणून त्याचा हाय प्रोफाइल जॉब सोडला होता. आईच्या एका मैत्रिणीनं अयशस्वी लग्नामुळे आत्महत्या केली होती. कुणीही या लोकांची वेदना समजून घेतली नव्हती. प्रत्येक जण यांना सल्ले देण्यात बिझी होता. तुम्ही अजून कष्ट करायला पाहिजेत, तुम्ही काही गोष्टी बरोबर करत नसणार, असले सल्ले लोकं देतात. कदाचित त्यांनी खूप कष्ट केलेही असतील, कदाचित त्यांनी सगळं काही बरोबर

केलेलं असेल, पण तरीही नसेल जमलं. काही गोष्टी माणसांच्या कंट्रोल बाहेरच्या असतात. तेच आता माझ्या बाबतीत झालंय.

डिनरनंतर मी, डेव्हिड, यावर आणि मनू एके ठिकाणी थांबलो. हे आता आमचं रिच्युअलच झालं होतं. झोपायला जायच्या आधी आम्ही एकत्र थांबून गप्पा मारायचो.

मी काय केलंय ते त्यांना सांगितलं. आता पुढं काय होणार आहे हेही सांगितलं. त्यांना फार काही आश्चर्य वाटलेलं दिसलं नाही. असंच काही होणार असा अंदाज त्यांना असेल किंवा ही न्यूज स्क्वॉड्रनमध्ये आधीच पसरली असेल.

सहसा अशी माहिती सिक्रेट ठेवली जाते. मॅनेजमेंट याविषयी बोलायचं नाही म्हणून कडक सूचना देतं. अर्थात अशा गोष्टी फार काळ लपवून ठेवणंही अवघड असतं. डेव्हिडनं विषय बदलला आणि आम्ही इथं एकत्र घालवलेल्या काळाविषयी बोलायला लागलो.

इतक्या घटना आठवल्या, की माझ्या चेहऱ्यावर हसूच आलं. दोन महिनेच तर ओळखत होतो मी या तिघांना, पण हे आता माझ्यासाठी आयुष्यभराचे मित्र झाले होते. आम्ही ठरवलं की कधीतरी आम्ही सगळे एखादा महिना काढून एकमेकांच्या घरी जाऊ. नंतर एखादा आठवडा गोव्याला जाऊ. मी सुचवून बघितलं, की आपल्याला दिल्ली आणि नोयडा एकत्रच करता येईल कारण दोन्ही यूपीतच तर आहे. पण मनूनं मानलं नाही. त्याला यूपीशी जोडलं जाणं मंजूर नव्हतं. आम्ही ऑर्कुटवर फक्त चार जणांचा एक ग्रुप तयार करायचा आणि रवीनाला त्यात ॲड करायचं असंही ठरवलं.

मग ते तिघं निघून गेले. त्यांना दुसऱ्या दिवशी ट्रेनिंग अटेंड करायचं होतं.

मी पुन्हा एकदा माझ्या केबिनमध्ये एकटा उरलो. मी आता रिॲलिटी ॲक्सेप्ट केली होती. पुढे काय होणार आहे याचा विचार करत होतो. घरी परत जाऊन कुटुंबाला भेटता येईल, तिकडच्या मित्रांना भेटता येईल याचा आनंद वाटत होता. मनातल्या मनात मी सगळ्यांना काय एक्स्प्लेनेशन देता येईल याची रिहर्सल करत होतो.

मी आर्मी आणि ॲकॅडमी कायमची सोडून चाललोय या विचारानं इमोशनल झालो होतो. जड झालेल्या ह्दयाने मी आर्मी आणि ॲकॅडमीला गुड बाय केलं. मग मला मेसमध्ये ठेवलेल्या त्या रिकाम्या टेबलाची आठवण झाली. मी या सगळ्यांच्या नजरेतून खाली उतरलो होतो का? हे युद्धकैदी झालेले जवान आणि युद्धात हरवलेले जवान, हे माझे शूरवीर भाऊ हिरो होते. यांनी देशासाठी सगळं काही गमावलं होतं.

त्या रात्री झोप माझ्या जवळपासही फिरकली नाही.

तू करून दाखवलंस? १०

दुसऱ्या दिवशीचं ट्रेनिंग मी स्कीप केलं. नऊ वाजता मला व्हिजिटर्स एरियात रिपोर्ट करायला सांगितलं होतं. इथं कॅडेट्स त्यांच्या गेस्टना भेटतात. आईबाबा इथं आले असतील या विचारानं मला बरं वाटलं. मी व्हिजिटर्स एरियाकडे जायला लागलो. आईबाबांना बघून माझ्या मनात कोणते विचार येतील कोण जाणे! मी जास्त दुःखी व्हायचं नाही असा प्रयत्न करत होतो. सगळ्यात आधी म्हणजे इथं येणं ही चूक होती हे ॲक्सेप्ट केलं, तर कदाचित सगळं सोपं होईल. मला माहीत होतं की आई तर सुटकेचा निःश्वास सोडेल. तिचा मुलगा मारला जाईल या भीतीत जगण्यातून तिची सुटका होईल. मी IIT जॉइन केलं तर ती खूशच होईल.

मी व्हिजिटर्स रूममधे गेलो तसे माझे डोळे आईबाबांना शोधत होते; पण ते दोघं कुठे दिसेनात. मी व्हिजिटर्स रूमवर परत नजर फिरवली, तर कोपऱ्यात आजी बसलेली दिसली.

मला पाहताच तिचा चेहरा उजळला. माझ्या चेहऱ्यावरचं कन्फ्यूजन तिनं ओळखलं आणि मला स्वतःच्या शेजारी आणून बसवलं.

मी गोंधळून विचारलं, "आईबाबा कुठंयत?"

आजी म्हणाली, "ॲकॅडमीने त्यांना कळवलं तेव्हा आईला फार काळजी वाटली आणि तिनं मला फोन केला. तिला इथं घाईघाईनं यायचं होतं, पण मी तिला थांबवलं. तुझ्या बाबांना इथं येण्यापासून थांबवण्यासाठी मला त्यांच्यावर जोरात ओरडावं लागलंय."

हे ऐकून माझं कन्फ्यूजन अजून वाढलं.

आजी समजावून सांगायला लागली, "हे बघ, तुझे आईबाबा आता फार काळजीत आहेत. त्यात त्यांनी घाईघाईनं कुठलाही निर्णय घ्यायला नको असं मला वाटतं."

मी संकोचत विचारलं, "त्यांनी तुला काय सांगितलंय?"

आजी म्हणाली, "जे ॲकॅडमीने त्यांना कळवलंय तेच सांगितलंय. अर्जुन! हे बघ, दुसरं काहीही बोलण्याआधी मला तुला हे सांगायचंय, की तू आमच्या आयुष्यात असणं ही फार अभिमानाची आणि भाग्याची गोष्ट आहे.

"तू नेहमीच एक प्रेमळ आणि काळजी घेणारा मुलगा होतास. तू लाजराबुजरा होतास, तू आमची काळजी घ्यायचास, आमच्या मतांची आणि भावनांची पर्वा करायचास. मोठं होताना तू कधी त्रास दिला नाहीस. कधी कधी तुझी मॅच्युरिटी बघून माझ्यासकट आपल्या कुटुंबातील सगळ्यांना आश्चर्य वाटायचं. तुझ्यापेक्षा लहान मुलांना समजवताना आम्ही नेहमी तुझं उदाहरण देत असू. तू आता तुझ्या आयुष्यात पुढे काय करणार आहेस किंवा काय करणार नाहीयेस यामुळे ही फॅक्ट बदलणार नाहीये, की तू आपल्या कुटुंबातला एक लाडका मुलगा आहेस आणि आम्हा सगळ्यांचं तुझ्यावर खूप प्रेम आहे."

आजी माझ्या चेहऱ्यावर प्रेमाने हात फिरवत बोलली.

हे ऐकून मला काय बोलावं ते कळेना. मी आजीला मिठी मारली आणि माझं डोकं तिच्या मांडीवर ठेवलं. जणू मला जगापासून लपून बसायचं होतं, म्हणजे कुणी मला पाहू शकणार नाही. पुढची पाच मिनिटं मी आजीला दूर जाऊ दिलं नाही. माझ्या कुटुंबासमोर खंबीर राहण्याचे माझे प्लॅन्स कोसळून पडले होते. आता मला समजलं की आजीची एकटीनं इथं येण्याची आयडिया चांगली का होती.

माझ्या घशात आवंढा आला, "प्लिज,मला इथून परत घेऊन जा आजी!"

आजी माझे डोळे पुसत म्हणाली, "हो, घेऊन जाणार, त्यासाठीच तर मी इथं आलीय. पण त्याआधी मला हे समजलं पाहिजे की नक्की काय झालंय. मला याची खात्री पटायला हवी की मी योग्य निर्णय घेतेय."

आजीची ही सवय मला आवडायची नाही. मला अवघड वाटतील अशा गोष्टी ती बोलून काढून घ्यायची. पण बरेच वेळा माझं ऐकून घेतल्यावर तिनं मला करेक्ट दिशा दाखवली होती.

समोरची सिच्युएशन दाखवणाऱ्या मोठ्या चित्रामध्ये काहीतरी छोटं, पण महत्त्वाचं आजीला नेमकं सापडत असे आणि ती ते दाखवून देत असे.

मी तिला समजावलं, "मी आर्मी जॉइन करायचं ठरवलं तेव्हा एका सेकंदासाठी पण हा विचार माझ्या मनात आला नव्हता. आता दोन महिने इथे काढल्यावर मात्र

मला सगळं स्पष्ट दिसतंय. एखादी गोष्ट तुम्हाला खूप हवी असते पण म्हणजे त्यामुळे तुमची ती गोष्ट मिळवण्याची लायकी असतेच असं नाहीये. आजी, मी खूप प्रयत्न केलेत, पण मला हा ताण झेपत नाहीये.''

आजी म्हणाली, ''ओके, हे समजण्यासारखं आहे. पण मला अजून एक गोष्ट कळायला हवीय. तू स्वतःचे डोळे बंद कर आणि नीट विचार कर. एक शारीरिक त्रास सोडला, तर तुला दुसऱ्या कुठल्या गोष्टीचा त्रास होतोय का?''

मी डोळे बंद केले आणि विचार करू लागलो. आतापर्यंत जे काही घडलं होतं त्याचा रिप्लेच मनात सुरू झाला. मी स्वतःला विचारलं 'मला दुसऱ्या कुठल्या गोष्टीचा त्रास होतोय का?'

थोड्या वेळानं माझ्या डोक्यातली चक्रं फिरू लागली. मी पुटपुटलो, ''अजून एक गोष्ट आहे. मला असं सारखं वाटत राहतं, की बाकीचे सगळे माझ्याकडे बघतायत. त्यांच्यासमोर अपयशी होण्याची मला लाज वाटते.''

आजी हसली आणि बोलायला लागली, ''अर्जुन, तुला घरी परत घेऊन जायला मला काहीच प्रॉब्लेम नाहीये. पण तुला एक सल्ला देते. तो सल्ला तुला पटला तर तू अजून एकदा प्रयत्न करायचास आणि नाही पटला तर आपण आजच इथून निघूया, कबूल?''

मी म्हणालो, 'कबुल!'

मी विचार केला, की ट्राय करण्यात काहीच नुकसान नव्हतं.

आजी पुढे म्हणाली, ''तर तू दोन प्रॉब्लेम्स सांगितलेयस. आपण एका वेळी एक प्रॉब्लेम बघूयात. कमी महत्त्वाचा आणि सोडवायला सोपा कोणता ते आधी बघू. तो प्रॉब्लेम आहे इतरांना तुझ्याविषयी काय वाटत असेल हा.''

आजी बोलायची थांबली, जरा आरामशीर बसत म्हणाली, ''आता मी तुला दोन स्टोरीज सांगणार आहे. पहिली स्टोरी माझी आहे. तुझे आजोबा वारले त्यानंतर मला माझं गृहिणी असणं सोडून नोकरी करायला लागली. बराच संघर्ष आणि कायदेशीर लढाईनंतर मला सरकारी नोकरी मिळाली. मी तरुण आणि सुंदर होते. आमच्या ऑफिस रूममध्ये माझ्याबरोबर अजून तीन पुरुष बसत असत. काही काळानं माझ्या लक्षात आलं, की ते तिघंही चोरून माझ्याकडे बघतात. माझी खात्री झाली होती की त्यांना मी आवडते. हळूहळू मी त्यातल्या प्रत्येकाशी बोलणं सुरू केलं; कारण मीपण एकटी होते आणि मलाही प्रेमाची गरज होती.''

आजी खोडकर हसत होती. मग म्हणाली, ''गंमत करतेय बरं का मी! तर, मी त्या तिघांशी गप्पा मारणं सुरू केलं, कारण मला त्यांच्या डोक्यात काय चाललंय ते काढून घ्यायचं होतं. आम्ही गप्पा मारायला लागलो तसं काही

दिवसांनी ते तिघेही माझ्याशी मोकळेपणाने बोलायला लागले. एकानं मला सांगितलं, की त्याला माझ्याकडे बघावंसं वाटतं, कारण त्याला माझ्याकडे पाहून त्याच्या वारलेल्या बहिणीची आठवण येते. दुसऱ्यानं सांगितलं, की तो माझ्याकडे कधीच बघत नसे. तो माझ्या मागच्या भिंतीवर लावलेल्या चित्रांकडे बघत असे. ती चित्रं बरेचदा बदलली जात. तो हौशी चित्रकार होता. तो ती चित्रं ऑफिसमध्ये नीट बघून घेत असे, मग घरी जाऊन काढून बघत असे. तिसरा मात्र थेट म्हणाला, की त्याला मी काही सुंदरबिंदर वाटत नव्हते. पण मी विधवा होते म्हणून त्याला माझ्या एकटेपणाची कीव येत असे. माझी गरज पुरवायची त्याची इच्छा होती.''

आजीनं बोलणं थांबवत विचारलं, ''तर माझ्याबाबतीत घडलेल्या घटनेवरून तुला काय समजलं?''

मी चाचरत उत्तरलो, ''....म.. मला माहीत नाही, आजी!''

आजी बोलायला लागली, ''ते माझ्याविषयी जो विचार करत होते, तो विचार खरंतर मीच माझ्याविषयी करत होते. त्यांच्या विचाराशी मला देणंघेणं नव्हतं. तुला असं वाटतंय की तू अपयशी झालायस कारण तू असा विचार करतोयस, की इतरांना असं वाटतंय की तू अपयशी झालायस. माणसाचा मेंदू हे एक भलतं गुंतागुंतीचं प्रकरण आहे; आपण सगळे जण वेगवेगळ्या बॅकग्राउंड्समधून येतो, वेगवेगळ्या वातावरणातून येतो आणि सगळ्यात महत्त्वाचं म्हणजे प्रत्येकाचे आयुष्यातले अनुभव खूप वेगवेगळे असतात. दोन माणसं कधीच एकच विचार करू शकत नाहीत ती यामुळेच. दुसऱ्या शब्दांत सांगायचं झालं तर ते सगळे काय विचार करतायत हे तुला माहीत असण्याची अजिबात शक्यता नाही, मग कशाला कुणाची फिकीर करायची?''

आजी जे काही सांगत होती ते बरोबर होतं. मी नीट लक्ष देऊन ऐकत होतो.

''आता दुसरी स्टोरी आहे तू आणि तुझा चुलतभाऊ कुणाल यांची. तुम्ही दोघं सारखेच स्मार्ट आणि हुशार होता. तुम्हाला ग्रेड्सपण सारख्याच मिळायच्या, पण भाषणाची किंवा वादविवादाची स्पर्धा असली, की तू नेहमी उत्तम यश मिळवायचास आणि कुणाल मात्र वाईट रीतीने अपयशी व्हायचा. दोन मुलं : समान बॅकग्राउंड, समान संधी, समान शिक्षण, हुशारीची एकच लेव्हल, पण रिझल्ट मात्र अगदी वेगळा असे. असं का होत असेल?''

मला काहीच क्ल्यू लागत नव्हता, मी नकारार्थी मान हलवली.

''याचं कारण असं होतं, की जेव्हा तुम्ही भाषण करायचात, तेव्हा तू फोकस करायचास की काय बोलायचंय, कुठे पॉज घ्यायचाय, कुठल्या मुद्द्यांवर लक्ष खेचून घ्यायचंय. पण कुणाल फोकस करायचा गर्दीवर. जितका जास्त तो

गर्दीकडे लक्ष द्यायचा तितका स्वतःच्या भाषणाकडे कमी लक्ष द्यायचा. त्यामुळे त्याच्याकडून चुका व्हायच्या. मग तो पुन्हा लोक या चुकांबद्दल काय म्हणत असतील असा विचार करायचा आणि त्यामुळे त्याच्याकडून अजून चुका होत. त्याऐवजी तुझं पूर्ण लक्ष तू काय बोलतोयस याकडेच असायचं. फोकस कर अर्जुन! करेक्ट गोष्टीवर लक्ष केंद्रित कर. फोकस करण्यानं सगळं काही बदलून जाईल बघ! तू समोरच्या टास्कवर फोकस करायला हवंस. इतर जण काय विचार करत असतील यावर नाही. बॉक्सिंग करताना तू बॉक्सिंगवर लक्ष केंद्रित कर, तुझा प्रतिस्पर्धी किती ग्रेट आहे, तो किती उत्तम तयारीचा आहे यावर नाही. तू तुझ्या टेक्निकवर फोकस कर आणि स्वीमिंग पूल किती खोल आहे याचा विचार नको करूस. तू पोहता कसं येईल ते बघ, बुडणार नाहीस यावर लक्ष ठेव.''

मी म्हणालो, ''ठीक आहे, आजी. तुला काय म्हणायचंय ते मला समजतंय. मी बहुतेक माझा फोकस करेक्ट करू शकेन आणि इतरांना काय वाटतंय याची चिंता करणं थांबवू शकेन. पण माझ्या फिजिकल ताकदीचं काय?''

आजी म्हणाली, ''हा तुझा मुद्दा बरोबर आहे. जर एखादं टास्क करायची फिजिकल ताकद नसेल तर ते करता येणार नाही; इतकं सोपंय खरंतर हे. तरीपण नक्की काय घडलं ते मला सांग.''

माझ्या मनात आलं की ही परत तसंच करतेय. आजी माझ्या जखमांवरची खपली काढतेय. पण सांगणं भाग होतं, माझ्याकडे काही ऑप्शन नव्हता. टास्क दरम्यान जे काही वाटत होतं ते सगळं मी कबूल करायला लागलो, ''क्रॉस कंट्रीच्या वेळेस एक क्षण असा आला की मला वाटलं अजून एक पाऊल टाकलं तर मी खाली कोसळेन. मला वाटायला लागलं की आता फुप्फुसं छाती फाडून बाहेर येतील. माझं तोंड कोरडं पडलं होतं. मला वाटत होतं की मी तहानेनंच मरेन.

''बॉक्सिंगच्या वेळेस जेव्हा मला पंच बसला तेव्हा असं वाटलं, की आता काही मी उभा राहू शकत नाही. स्वीमिंगच्या वेळेस वाटलं की आता उडी मारली तर मी नक्की बुडणार.''

आजीनं विचारलं, ''पण असं झालंय का?''

मी वैतागून विचारलं, ''असं म्हणजे कसं?''

तिनं विचारलं, ''तू खाली कोसळलास का? तुझी फुप्फुसं छाती फाडून बाहेर आली का? तू बुडालास का?''

मी पुटपुटलो, ''नाही, असं काही झालं नाही.''

आजी म्हणाली, ''हे बघ, सगळा प्रॉब्लेम इथंय. तू तुझ्या मेंदूला ट्रीक करून देतोयस, की तुझ्याबाबतीत काय काय घडू शकतं त्यावर तुझा विश्वास बसावा. हे असंच सगळं घडणार आहे याची तुला खात्री नाहीय. तुला परिणामाची

माहिती नाहीय किंवा तू टास्क पूर्ण करूनच बघितला नाहीस तर तुला रिझल्ट समजणारही नाहीय. अर्जुन! मी तुला घरी परत घेऊन जाते. पण त्याआधी तू काही प्रयत्न करावेस अशी माझी इच्छा आहे. तू खाली कोसळेपर्यन्त धावावंस. तू खंबीर उभं राहून ठोसे खावेत आणि बेशुद्ध होईपर्यंत रिंगमध्ये उभं राहावंस. मला असं वाटतं की तू स्वीमिंग पूलमध्ये उडी मारावीस. तुला बुडण्यापासून नक्कीच कुणी ना कुणी वाचवेल.

"तुला शेवटचे प्रयत्न करायचेत का?"

आजी विचारत होती.

माझ्याजवळ गमावण्यासारखं काहीच नव्हतं. मी इथून जाण्यासाठी स्वतःची मानसिक तयारी केली होती. मला समजत नव्हतं, की हे सगळं करून असा काय फरक पडणारे. पण ठीक आहे असा विचार केला. मी तसाही आजीला नकार देऊ शकलो नसतो म्हणून ओके म्हणालो.

मी ठीकठाक आहे याची खात्री करून घेतल्यावर आजी म्हणाली, की ती पुणे शहरात तिच्या मैत्रिणीकडे उतरली आहे. ती तिथं आठवडाभर असणारेय. आठवड्याच्या शेवटी तिनं आमच्या दोघांची दिल्लीच्या ट्रेनची तिकिट्स बुक केलीयत. आमचा मिड टर्म ब्रेक तसाही आठवड्यानं सुरू होणार आहे.

मी त्याआधीच ॲकॅडमी सोडायचं ठरवलं तर पुढचा आठवडा आम्ही पुणे शहरात काढू. तिनं मला घट्ट मिठी मारली आणि सांगितलं, की ती माझ्या फोनची वाट पाहणार आहे.

आजीचे शब्द लक्षात ठेवून मी ऑफिसला माझा निर्णय कळवला. मला सोडून जाण्याआधी अजून एकदा प्रयत्न करून पाहायचा आहे.

***

दुसऱ्या दिवशी पुन्हा ट्रेनिंगला गेलो. लंचनंतर पुन्हा एकदा त्या स्वीमिंग पूलमध्ये उडी मारायची वेळ आली. लायनीत उभा राहिलो तसं त्याच विचारांनी मनावर आक्रमण केलं. बाकीचे सगळे जण मला ट्रेनिंगमध्ये परत आलेला पाहून काय म्हणत असतील? मी उडी मारली आणि त्या खोल पाण्यात पोहताच आलं नाही तर? वगैरे वगैरे.

आजीचे शब्द आठवले, 'फोकस कर अर्जुन! फोकस कर!'

मी मन घट्ट केलं. फोकस करायचा प्रयत्न केला. मी जसं संपूर्ण लक्ष केंद्रित करायला लागलो तसे माझ्या आजूबाजूचे लोकं फिकट होऊ लागले. त्या पायऱ्या, तो टॉवर आणि तो विशाल स्वीमिंगपूल इतकंच मला समोर दिसू लागलं. मी विचार करू लागलो; मी किती अचूक उडी मारू शकतो, मी पोहत पाण्यावर कसा येऊ शकेन. आधीच्या वेळी न दिसलेले छोटे छोटे डिटेल्स आता

दिसायला लागले. माणूस फळीच्या टोकावर असताना मोठा आणि खोल श्वास कसा घेत असेल, माणूस तिथं उभा असताना मन आणि शरीर कसं रिलॅक्स करत असेल. पाण्यात पडायच्या जस्ट आधी एका हातानं नाक कसं बंद करायचं. माणूस पाण्याखाली चक्क पंधरा सेकंद राहतो आणि पाण्यावर येण्याची घाईगडबड करत नाही. हे कसं जमत असेल.

मी उडी घेतल्यावर माझं काय होणार याचा विचार करणंच नाकारलं. त्याऐवजी मी उडी कशी मारायची याचा विचार सुरू केला. माझ्या मेंदूला मी दुसरा काही विचार करू दिला नाही.

माझी टर्न आली.

एका आवाजानं मला उडी मारण्याची आज्ञा दिली. माझे पाय आजही अजिबात हलत नव्हते. मी खोल श्वास घेऊन पुन्हा एकदा लक्ष केंद्रित केलं. तो माझ्या शरीरात मला जाणवलेला एक शुद्ध शांत क्षण होता. त्या क्षणात सगळं काही सिंक्रोनाइज्ड झालेलं होतं. मी उडी मारली. माझ्या मनात आता एकही विचार नव्हता.

मी पाण्यावर आदळलो आणि मग खोल खोल पाण्यात गेलो. वर पाहिलं तर पाण्याचा सरफेस दिसेना. विलक्षण भीती वाटून किंचाळावंसं वाटलं.

पण मी असं काही केलं नाही. मला माहीत होतं माझ्यावर अनेकांच्या नजरा लागलेल्या आहेत. मी आपणहून पाण्यावर आलो नाही तर कुणीतरी मला येऊन वाचवेल.

हाच विचार करत मी पाण्यावर येण्याचा प्रयत्न करायला लागलो. पण कितीही हात पाय मारले तरी वर पोहोचू शकत नव्हतो. माझा श्वास कमी पडायला लागला. मी सगळे प्रयत्न सोडून देणार तितक्यात माझ्या हाताला धरून कुणीतरी वर ओढलं. एका क्षणात मी पाण्याच्या वर होतो. श्वास घेणं याआधी इतकं छान कधीच वाटलं नव्हतं. मला ओढत पुलाच्या साइडला आणण्यात आलं. मी पुन्हा एकदा अयशस्वी ठरलो होतो. या वेळी मी उडी मारली होती खरी, पण माझा मी पोहोत पाण्यावर येऊ शकलो नव्हतो.

पण अजूनही मी सगळे प्रयत्न सोडून दिले नव्हते. संध्याकाळी क्रॉसकंट्री पळायची होती.

या वेळी मी फिनिश लाइनवर लक्ष केंद्रित केलं. पळण्याचा सिग्नल देणारी बेल वाजली तेव्हा पळायला लागलो. अपेक्षेप्रमाणे तो क्षण आलाच जेव्हा मला वाटलं की मी कोसळून पडणार आणि माझी फुप्फुसं छाती फाडून बाहेर येणार. मला आजीचे शब्द आठवले- 'कोसळून पडेपर्यंत तू पळत राहा!'

मला काय वाटतंय याचा विचार करणंच मी सोडून दिलं, माझे पाय प्रचंड

जड झाले होते, तरी मी पळतच राहिलो. हळूहळू माझा वेळ आणि अंतराचं भान गेलं. माझ्या पुढे, मागे कोण आहे याचं भान मला राहिलं नाही. शेवटी माझे पाय थांबले आणि मी खाली कोसळलो. काही मिनिटांनी सगळी इच्छा पणाला लावून उठलो तेव्हा मला दिसलं मी फिनिश लाइनच्या अगदी जवळ होतो. मे बी, आजीचा सल्ला इतका काही ग्रेट नव्हता. आजीचा सल्ला मानून मी टास्कवर फोकस तर करू शकलो होतो, पण माझ्या शरीरानं मला हरवलंच होतं.

हा माझा शेवटचा प्रयत्न होता त्यामुळे मी बॉक्सिंगमध्येही एकदा हात आजमावून पाहायचं ठरवलं. आता पूल डायविंग आणि क्रॉसकंट्रीच्या आठवणी विसरायचं ठरवलं. मी प्रयत्न करण्यात कुठे कमी पडलो असं आजीला वाटायला नको. मला आजीला कुठलं कारण द्यायचं नव्हतं.

समहाऊ, मी संजयला अजून एकदा फाइट करण्यासाठी मनवलं. पुन्हा एकदा संजयसोबत रिंगमध्ये उतरलो. त्याच्याबाबतीत काहीच बदललं नव्हतं. तो तसाच कॉन्फिडन्ट आणि रिलॅक्स्ड होता. पण या वेळी मी माझ्यावर लक्ष केंद्रित केलं होतं. संजयचे कच्चे पॉइंट्स तरी काय असतील याचा विचार करू लागलो. लेफ्ट जॅबनंतर त्याला राइट अप्पर कट मारायची सवय आहे. हे लक्षात ठेवून मी फाइट सुरू केली. त्याने लेफ्ट पंच मारला तसा मी चुकवला, नंतर वाटलं होतं तसंच राइट अप्परकट आला, मी मागे सरकलो आणि मी तोही चुकवला.

माझा विश्वासच बसला नाही, मला फारच आनंद झाला. अर्थात, त्या आनंदात राइट नंतर लेफ्ट पंच पुन्हा येतो हे विसरलोच. तो लेफ्ट पंच माझ्या नाकावर बसला आणि मी खाली कोसळलो.

मी उठायचा प्रयत्न करत होतो, पण रेफ्रीने फाइट संपवण्याचा निर्णय घेतला. कारण तो पंच खूप जोरदार होता आणि यानंतर फायटिंग करणं रिस्की ठरलं असतं.

आजीला फोन करून सांगायची वेळ आली होती; मी पूर्ण प्रयत्न केले होते आणि अयशस्वी ठरलो होतो.

मे बी, परत जाण्याआधी पुढचे काही दिवस आम्ही पुण्याचं साइट सिइंग करायला जाऊ. मी माझ्या रूममध्ये आलो तर माझ्या खांद्यावर एक थाप पडली. तो AG होता. त्यानं मला प्रोत्साहन द्यायला त्याच्या सिक्रेट स्टोरीज सांगितल्या होत्या तेव्हापासून आम्ही जवळचे मित्र झालो होतो. तो माझ्यासाठी आता कुणी दुष्ट सीनिअर नव्हता, तो एक मित्र आणि भाऊ झाला होता.

AG ने विचारलं, "मी आज तुला स्वीमिंग, रनिंग आणि बॉक्सिंग करताना पाहिलंय. तुझं सिक्रेट काय आहे?"

आता मला या सगळ्याचा साला वैताग आला होता. मला अजून लेक्चर्स

ऐकायची नव्हती; मला आता या प्रोत्साहन देणाऱ्या गप्पा नकोशा झाल्या होत्या. माझं ठरलं होतं आणि मी आता ॲकॅडमीतून जायला मोकळा होतो. पण माझी मदत करणाऱ्या लोकांशी मला उर्मटपणे वागायचं नव्हतं म्हणून मी मऊ सुरात विचारलं, "कसलं सिक्रेट?"

AG उत्साहाने म्हणाला, "अरे, तू आज सगळीकडे जिंकलायस."

मी ओरडलोच, "वेडायस का काय?" आता माझ्याच्यानं अजिबात राहवलं नाही. तो माझी मस्करी करत होता का काय? कोण जाणे, तो माझा खरंच मित्र झाला नसेलही.

मी म्हणालो, "मी धावणं अर्धवट सोडलं. त्या स्वीमिंगपूलामध्ये जवळपास बुडालो आणि बॉक्सिंगरिंगमध्ये सपशेल हरलो. AG, तू हे सगळं पाहिलं नाहीयेस का?"

AG म्हणाला, "नाही, सॉरी! मी पाहिलं की काल ज्या मुलाला पाण्यात उडी मारता येत नव्हती, त्यानं आज धाडकन उडी मारलीय. मी पाहिलं की काल ज्या मुलानं दोन ठोसे खाल्ले त्याने आज तीन ठोसे खाल्लेत. मी असंही पाहिलंय; काल जो मुलगा फक्त चार किलोमीटर धावू शकला तो आज सहा किलोमीटर धावलाय."

मला एकदम जाणवलं, की AG बरोबर होता. माझ्यात सुधारणा झालीय हे मला दिसलंच नव्हतं. अरे! इतकी स्पष्ट गोष्ट मला का दिसली नव्हती? अचानक मी हरलेल्या सगळ्या लढाया गोड विजयामध्ये बदलून गेल्या. मी धावतच फोनकडे गेलो आणि आजीला फोन केला.

मी एकदम उत्साहात बोललो, "आजी, मी तुझ्याबरोबर घरी येतोय."

पलीकडे एकदम सन्नाटा पसरला. मग मी पुढे म्हणालो, "पण मी तुझ्या घरी येणार आहे. मला तुझ्याकडून अजून ट्रेनिंग हवंय. मी ब्रेक घेऊन इकडे परत येईन तेव्हा मला मी परफेक्ट असायला हवंय."

आजी हसली आणि म्हणाली, की तिला माझा अभिमान वाटतोय. नंतर आजी म्हणाली, की आठवडाभर आता मी तिला डिस्टर्ब करायचं नाहीये. तिला आठवडाभर तिच्या मैत्रिणीबरोबर मजा करायचीय. मी फोन ठेवला आणि माझ्या मित्रांकडे गेलो. गेले काही दिवस एखाद्या वाईट स्वप्नासारखे गेले होते. आता मला स्वतःला सावरायचं होतं.

डेव्हिड आणि यावर मनूच्या रूममध्ये टाइमपास करत बसले होते. मनू त्याची कुठलीतरी खमंग स्टोरी सांगत असावा. आम्हाला आतापर्यंत समजलं होतं, की तो या स्टोरीज बनवून सांगत असतो, पण त्या स्टोरीज मस्त असत म्हणून आम्ही त्याचा फालतूपणा चालवून घ्यायचो. मिड टर्म ब्रेक जवळ आल्यामुळे

वातावरणात उत्साह पसरलेला होता. आता जेंटलमन कॅडेट्स म्हणून घरी परत जाण्याची आमची पहिली वेळ असणार होती. प्रत्येक जण आठवडाभर घरी कशी मजा करायची आणि आराम करायचा याचे प्लॅन्स करत होता; पण माझे प्लॅन्स वेगळे होते. मला खाली कोसळून पडेपर्यंत धावायचं होतं, पाण्यात बुडेपर्यंत पोहायचं होतं आणि झेपणार नाहीत इतके ठोसे खायचे होते.

कोण होतं ते? ११

अ‍ॅकॅडमीत येऊन सहा महिने झाले होते. यावर माझा विश्वासच बसत नव्हता. उद्या आमची पहिली टर्म संपणार होती. हे सगळं एखाद्या स्वप्नासारखं वाटत होतं. कालच तर आम्ही अ‍ॅकॅडमीत आलो होतो. इथे आल्यावर दोन महिन्यांनी मी तर अ‍ॅकॅडमी जवळपास सोडलीच होती. पण तसं काही झालं नाही. थँक्स टू एव्हरीवन्स हेल्प!

मी इथं तग धरून राहिलो. स्पेशली आजी आणि AGचा मी आभारी होतो. या टर्मच्या रोलर कोस्टर राइडनंतर मी एकच गोष्ट नक्की सांगू शकत होतो-जगात काहीही सहज मिळत नाही.

मला आजीच्या घरी घालवलेला एक आठवडा आठवला. त्या ब्रेकमध्ये मी माझ्या आईबाबांना भेटायचंपण नाकारलं आणि दिवसाला दहा तास ट्रेनिंग केलं. अ‍ॅकॅडमीतल्या ट्रेनिंगमध्ये टिकून राहण्यासाठी आटोकाट कष्ट करणं एवढा एकच मार्ग माझ्याकडं होता. त्यात कमी पडून अजिबात चालणार नव्हतं. मिड टर्म ब्रेक नंतरचं अ‍ॅकॅडमीतलं आयुष्यही सोपं नव्हतंच. मला पुलामध्ये उडी मारल्यावर पाण्यावर येण्यासाठी लागते तेवढी ताकद आणि धैर्य कमवायला अजून एका आठवड्याचा काळ लागला. समोरच्याला पहिला ठोसा लगावायला आणि पूर्ण मॅच रिंगमध्ये टिकून राहायला मला दोन आठवडे लागले. पूर्ण क्रॉसकंट्री पाळायला मला एक महिना लागला. मला एक गोष्ट पक्की कळून चुकली होती, की आज चांगला परफॉर्मन्स करायचा, तर कालच्या माझ्याच परफॉर्मन्सला मागे टाकायचं. कोण माझ्या पुढे गेलंय, कुणी

माझ्या आधी क्रॉसकंट्री संपवलीय याचा आता मला काही फरकच पडत नव्हता. इन फॅक्ट मला मी सोडून दुसऱ्या कुणाशी तुलना करण्यात काही इंटरेस्टच उरलेला नव्हता. मला इतकंच हवं असायचं, की मी कालच्यापेक्षा आज अजून फास्ट पळावं.

मी माझ्या विचारांमध्ये इतका हरवलो होतो, की डेव्हिड मला हाक मारत होता ते ऐकूच आलं नाही. डेव्हिड डिनर टेबलावर माझ्या शेजारी बसला होता आणि मला जेवण झाल्यानंतर यावरच्या रूममध्ये यायला सांगत होता. टर्म ब्रेकमध्ये आम्ही चौघे भटकायला जाणार होतो. आमचे भटकण्याचे प्लॅन्स फायनल करायचे होते. आमच्या हातात एक महिना असणार होता आणि ही संधी आम्ही सोडणार नव्हतो. पाच दिवस आम्ही प्रत्येकाच्या घरी काढणार होतो आणि एक आठवडा गोव्यात काढणार होतो.

माझं जेवण जवळपास संपलंच होतं, तेव्हा माझी नजर त्या मेसच्या दारातल्या रिकाम्या टेबलाकडे आणि खुर्चीकडे गेली. आता या महिनाभराच्या ब्रेकमध्ये या टेबलखुर्चीची मला आठवण येईल. त्या टेबलामुळे मला उगीचच असा विश्वास वाटायचा, की माझे वॉरमध्ये हरवलेले भाऊ तिथेच त्या मेसमध्ये आहेत.

डिनरनंतर मी यावरच्या रूमकडे गेलो. गेला महिनाभर आम्ही दर रात्री सुट्टीचं प्लॅनिंग करण्यासाठी भेटत होतो, पण तो एक विषय सोडून आम्ही बाकीचं सगळं काही बोलत बसायचो. आम्ही कुटुंब, राजकारण, धर्म, पोरी, स्पोर्ट्स आणि अॅकॅडमी या सगळ्यांबद्दल बोलायचो, पण सुट्टीचं प्लॅनिंग मात्र दुसऱ्या दिवसावर ढकलायचो. मानवी मन खरंच विचित्र असतं.

***

तर आम्ही उद्या सकाळी निघणार होतो आणि सगळ्यात पहिल्यांदा दिल्लीला जायचं हा एकच प्लॅन होता. हातात दिल्लीची तिकिटं होती, पण पुढे काय काय करायचं ते अजून हवेतच होतं. रूममध्ये गेलो तर बाकीचे तिघे तिथंच होते. मनू कुठलीतरी स्टोरी सांगत असणार. मी त्याला बोलायचं थांबवलं आणि आम्ही ट्रिपचं प्लॅनिंग करायला लागलो. आम्ही एकमेकांच्या कुटुंबीयांना बघायला, भेटायला निश्चितच उत्सुक होतो, पण तो काही सगळ्यात एक्सायटिंग भाग नव्हता. तसेही आम्ही आमच्या पालकांसोबत अठरा वर्षं राहिलोच होतो की!

सगळ्यात एक्सायटिंग भाग असणार होता-गोवा. अजून तिथली बुकिंग्ज केली नव्हती, पण तिथं जायचं हे नक्की होतं. नेहमीसारखंच विशेष काही प्लॅनिंग झालंच नाही, दिल्लीत काय काय खायचं ते मात्र ठरवलं. मनू आमचा तिथला गाइड आणि होस्ट असणार होता. बाकीच्या ट्रीपचं प्लॅनिंग ट्रेनमध्ये करायचं ठरलं.

दुसऱ्या दिवशी सकाळी सगळ्यांना अति उत्साहामुळे लवकरच जाग आली. मी असंही ऐकलं, की काही कॅडेट्स तर झोपलेच नाहीयत, सगळे जण ग्रुप करून गप्पा मारत बसले होते.

सगळ्यांची डिस्कशन्स 'सुट्टी' या एकाच विषयाभोवती रंगली होती. कुणी आपापल्या गावी भेटायचे प्लॅन्स करत होते, एकमेकांना घरी बोलवत होते. दुसऱ्या कुठल्यातरी 'कूल' व्यक्तीला भेटवायचे, भेटायचे वगैरे प्लॅन्स चालू होते. एकदम उत्सवी वातावरण होतं. मी माझ्या तीन आळशी दोस्तांची वाट बघत होतो. नेहमीप्रमाणे मी तयार होऊन सगळ्यात आधी आलेलो होतो. आमच्यात यावर सगळ्यात शेवटी यायचा. आर्मीने त्याचे स्टायलिश केस तर हिरावून घेतले होते, पण त्याचा ॲटिट्यूड नाही काढून घेऊ शकली. तो रोज पंधरा मिनिटं घालवून त्याचे एवढेसे उरलेले केस सेट करत बसायचा.

यावरचे केस लांब असते तर त्याने रोज किती वेळ खाल्ला असता देव जाणे! डेव्हिड नेहमीच अगदी व्यवस्थित तयार व्हायचा. तो सहसा फॉर्मल शर्ट आणि पँट घालायचा, जणू चर्चमध्येच चाललाय.

मनूला कॅज्युअल लूक आवडायचा, तो मोस्टली जीन्स आणि टीशर्टमधेच असायचा.

मनू आणि डेव्हिड आले. यावरच्या उशिरा येण्यामुळे मला नेहमीसारखाच राग आला. आम्ही आता निघणं गरजेचं होतं. रेल्वे स्टेशनवर सोडायला आलेली ॲकॅडमीची बस निघणारच होती.

अखेर एकदाचा यावर आला. तो ब्लॅक टीशर्ट आणि डेनिम जीन्समध्ये कसला हँडसम दिसत होता! ॲकॅडमीतल्या ट्रेनिंगमुळे यावरची जॉ लाइन आधीपेक्षा अजूनच ठळक झाली होती. तो आताच्या कुठल्याही मॉडेलला कॉम्पिटिशन देईल असा दिसत होता. मी मुलगी असतो, तर यावरला डेट करायला मला आवडलं असतं. या शेवटच्या विचारानं मीच दचकलो. 'जरा अतीच झालं हे' असं स्वतःशीच पुटपुटलो.

बस निघायच्या जस्ट आधी यावर आला. सगळे जण झटपट बसमध्ये बसलो आणि आम्ही निघालो. दहा मिनिटं झाली नव्हती, की कुणीतरी हिंदी गाणी म्हणायला लागला. अजिबात वेळ न घालवता आम्हीही सगळे जण गायला लागलो. वाऱ्याची मस्त झुळूक असावी तसा हा बसचा प्रवास झाला आणि तसाच मजेत पुढचा ट्रेनचा प्रवासही पार पडला. आम्ही दिल्ली स्टेशनवर उतरलो. मनूचे आईबाबा आणि भाऊ आम्हाला घ्यायला आले होते. मनू बाबांच्या पाया पडायला लागला तसं त्याच्या बाबांनी त्याला वर खेचून घेतलं आणि त्याला शेकहॅण्ड केला. ते त्याला ऑफिसर म्हणत होते. मनूचा स्वतःच्या घरात त्याला मिळत

असलेल्या या आदरावर विश्वास बसत नव्हता. पूर्वी त्याला घरात फालतू समजलं जात असे. याच कारणामुळे मनूनं आर्मी जॉइन करायचा निर्णय घेतला होता. अभ्यासात तो कधीच चांगला नव्हता. त्याचे वडील त्याला कुठल्यातरी लहानशा लोकल कॉलेजमध्ये घालणार होते, अशाने तो कायमचा दिल्लीतच अडकून राहिला असता. त्या क्षणी अकॅडमी त्याच्यासाठी एकमेव सुटकेचा मार्ग होती.

पुढचे काही दिवस धूसरच गेले; मला आठवतंय ते फक्त खाणं, झोपणं, अजून खाणं. आम्ही रोज दहा वाजायच्या सुमाराला झोपून उठायचो. मनू आम्हाला कुठल्यातरी फेमस असणाऱ्या खायच्या ठिकाणी घेऊन जायचा. मग लस्सी आणि आइस्क्रीम व्हायचं. लंचमध्ये मनूच्या आईनं केलेलं हेवी पंजाबी जेवण असे. मग परत एक झोपेचा राउंड होई. संध्याकाळ डिनरला कुठे जायचं या प्लॅनिंगमध्ये जायची.

अर्थातच डिनरआधी दारू पिणं आणि नंतर पान खाणं असेच. अधेमधे वेळ मिळाला तर नुकतेच रिलीज झालेले नवे पिक्चर्स बघायचो.

***

मनूच्या आजीला बरं नव्हतं म्हणून आम्ही तिला भेटायला गेलो. ती एक गोड आणि प्रेमळ आजी होती. परत एकदा चविष्ट आणि जड जेवण झालं. आम्ही जेवत असतानाच डोअरबेल वाजली. आम्ही चौघेही चरत होतो म्हणून मनूच्या आजीनेच दार उघडलं आणि ती कुणाला तरी घेऊन आली. आजीनं तिची ओळख करून दिली, ''मुलांनो, ही आमची शेजारीण आहे; रवीना. मनूची आणि तिची चांगली ओळख आहे.''

यावरच्या, डेव्हिडच्या आणि माझ्या हातातले चमचे खाली पडले. आमचा विश्वासच बसेना. आम्ही डोळे फाडून बघायला लागलो. रवीना एक्झॅक्टली तशीच होती, जसं मनूनं तिचं वर्णन केलं होतं. रवीना मनूजवळ जाऊन बसली.

आजीनं आम्हाला सांगितलं, की रवीना कधीपासून मनूविषयी चौकशी करतेय. तो अकॅडमीमधून येणार आहे कळल्यापासून ती त्याच्याविषयी विचारतेय. रवीना मनूला प्रश्न विचारायला लागली– तो कसा आहे, ॲकॅडमीमध्ये कसा राहतोय, वगैरे वगैरे. त्यांचं बोलणं सुरू असताना रवीना नकळत मनूजवळ सरकत होती. ते दोघं बोलताना हसत होते आणि अगदी दिसत होतं, की दोघांना एकमेकांची कंपनी आवडतेय.

मनूची आजी मध्येच म्हणाली, ''अगं रवीना, मी तुला विचारायचं विसरले, तुला ते छतावरून आवाज ऐकू यायचे ते अजूनही येतात का? मला आठवलं तुला पूर्वी याच काळात छतावरून आवाज ऐकू यायचे. मनू तुझ्याकडे काही वेळा

झोपायला आला होता, तेव्हा त्याची काही मदत झाली होती का?''

रवीना मनूकडे हसून बघत म्हणाली, "अगदी, मनूची खूपच मदत झाली होती. कधी कधी तर तो रात्रभर जागा असायचा.'' मग ती मनूच्या कानात काहीतरी कुजबुजून निघून गेली.

आम्ही आमच्या प्लेट्स तशाच ठेवून मनूकडे बघत बसलो होतो. मनू मात्र साळसूदपणे परत शांतपणे खायला लागला. आम्ही त्याच्याकडे बघत होतो हे त्याला जाणवतच नव्हतं किंवा तो मुद्दामच तसं करत असावा. शेवटी मनूची आजी वरच्या मजल्यावर गेली.

डेव्हिडनं शांतता भंग करत विचारलं, "ड्युड, ती... ती तीच...''

मनू ताडकन म्हणाला, "हो.''

परत एकदा रूममध्ये पिन ड्रॉप सायलेन्स पसरला.

रवीना खरोखरच होती. तिला पाहून आम्ही तिघं थक्क झालो होतो.

यावर कुजबुजला, "मनू, आम्हाला वाटत होतं की तू खोटं बोलतोयस.''

मनू फायनली काहीतरी बोलला, "असेलही, मे बी, मी त्या रात्री जे काही घडलं होतं त्या शेवटाविषयी खोटं बोललो असेन.'' मग आमच्याकडे पाहून हसत त्याने डोळा मारला.

आम्ही खायला लागलो, पण आम्हा तिघांची भूकच गेली होती. डेव्हिड 'एक्सक्यूज मी' म्हणत बाथरूममध्ये निघून गेला. तो वीस मिनिटांनी आला. तसा मोठाच बाथरूम ब्रेक घेतला त्यानं, मग तो येऊन बसला, पण आमचं दबलेलं हसू ऐकूच न आल्यासारखं दाखवत होता.

मनूच्या घरी परत येताना कुणीच एक शब्दही बोललं नाही. आम्ही सगळे आपापल्या विचारांत गढलेले होतो. मनू त्या रात्रीच्या आठवणींमध्ये रमला असेल. यावर आणि डेव्हिड कसला विचार करत असतील माहीत नाही, पण ते विचार नक्कीच रवीनाबद्दल असणार असं मला तरी वाटत होतं.

***

पाच दिवसांनी वाटायला लागलं, की आता बास झाली दिल्ली. खाण्याचं नाव काढलं तरी आता नॉशिया येत होता. आता कुणी छोले भटुरे म्हटलं तरी मला उलटी येईल असं वाटत होतं. मग आम्ही माझ्या घरी गेलो : नॉयडा.

मेट्रो स्टेशनवर आम्हाला न्यायला पंधरा लोकं आलेले पाहून डेव्हिड, मनू आणि यावर आश्चर्यचकित झाले. तिथे बाबा, आजी आणि माझे काही कझिन्स होते आणि नेहमीप्रमाणेच अजूनही काही नातेवाईक होते, ज्यांना मी कधी भेटल्याचं आठवत नव्हतं. आम्ही घरी पोचलो तसं माझ्या मित्रांचं आश्चर्य अजूनच वाढलं. घरात एखादं लग्न असल्यासारखी गर्दी होती. नेहमीसारखंच

आईबाबांनी सगळ्यांना बोलवून ठेवलं होतं. अगदी दूरच्या नातेवाइकांनाही सोडलं नव्हतं. आम्हाला घराच्या दाराबाहेरच थांबवण्यात आलं. सांगेपर्यंत मी घरात यायचं नव्हतं. काय चाललं होतं ते समजेना. बघतो तर आई हातात मोठी स्टीलची थाळी घेऊन येताना दिसली. ती कधीही रडेल असं वाटत होतं. तिच्या मागे कमीत कमी पंधरा वीस बायका होत्या. त्या सगळ्या रडत होत्या. आता आईही रडायला लागली.

आई एकदम हिंदी पिक्चरमधल्या आईसारखी दिसत होती. ती जवळ येऊन म्हणाली, ''अर्जुन, आलास का तू?''

हे फारच ऑड वाटलं, कारण ती मला तिथे उभा असलेला पाहत होती.

मग आईनं हातातली थाळी माझ्या चेहऱ्याभोवती फिरवली, माझ्या डोक्यावर काहीतरी उधळलं.

एका बाईनं आईचा चेहरा तिच्या हातात धरला आणि म्हणाली, ''सुमन, आला हो तुझा मुलगा घरी!'' यामुळे आई अजून जोरात रडू लागली आणि संसर्गजन्य आजार झाल्यासारख्या इतर बाया पण अजून रडायला लागल्या. सांगायची गरज नाहीच, की आता इथं काहीही बोलणं अशक्य होतं. ही रडारड बघता आम्हाला तिथून पळायची संधीच मिळाली असंच वाटलं. दमलोय अशी सबब देत तिथून निसटलो आणि माझ्या दोस्तांना घेऊन माझ्या रूमकडे गेलो. रूममध्ये जाऊन सगळ्यांनी ताणून दिली.

काही तासांनी बाबांनी झोपेतून उठवलं, ''पोरांनो, उठा उठा आणि आवरून घ्या! ही सेलिब्रेट करायची वेळ आहे!''

मी कंटाळून विचारलं, ''काय सेलिब्रेट करायचंय?'' मला उत्तर माहीत होतंच म्हणा.

बाबा ब्लँकेट्स खेचत म्हणाले, ''NDA मधली तुझी पहिली टर्म संपली म्हणून आपण पार्टी देतोय.''

मी म्हणालो, ''बाबा! यासाठी कशाला हवीय पार्टी, मी ग्रॅज्युएट होईपर्यंत अजून पाच टर्म्स बाकियेत!''

बाबा म्हणाले, ''पोरांनो, पटपट तयार व्हा! बसभरून माणसं माझ्या गावावरून येतायत आणि दुसरी बसभरून अर्जुनच्या आईच्या गावाहून येतायत. सगळे जण येणारेत. मी काही बड्या राजकारण्यांनापण बोलावलंय.'' बाबा अभिमानानं हसत म्हणाले, ''माझा पोरगा आर्मीत गेल्यापासून राजकारण्यांना भेटणं सोपं झालंय.''

मी आश्चर्य वाटून विचारलं, ''खरंच?''

''अर्थातच, आपल्या देशात सैनिकांपेक्षा जास्त मान कुणाला मिळत नसतो. चला, चला तयार व्हा. पुढच्या अर्ध्या तासात आवरून रूमबाहेर या. मी जाऊन

जरा तुझ्या आईला आणि तिच्या मैत्रिणींना शांत करतो. गेले दोन तास त्या का रडतायत कोण जाणे!'' असं पुटपुटत बाबा घाईघाईनं निघून गेले.

मला आठवण आली जेव्हा मी या बेडवर लोळत असायचो आणि आई बाबांना उठवायला पाठवायची. या वेळी बाबा किती आदरानं वागतायत!

जाताना बाबा हेही सांगून गेले, की त्यांनी माझ्या शाळा कॉलेजमधल्या मित्रांना पण बोलावलंय. च्यायला! मी त्या सगळ्यांना फोन करायला विसरूनच गेलो होतो. फोन चेक केला तर त्या फ्रेंड्सचे शंभरेक मेसेजेस येऊन पडले होते. मी आता त्यांना काय एस्क्यूज देता येईल याचा विचारच करत बसलो होतो, तर तेवढ्यात अनुरागचा फोन आला. थिंक ऑफ डेव्हील!

अनुराग चिडलेला दिसला. तो आमच्या ग्रुपकडून बोलत होता. त्याने तक्रार केली, की ॲकॅडमी जॉईन केल्यापासून गेल्या सहा महिन्यांत मी एकदाही कुणाला फोनही केला नाहीये. ते सगळे मला माफ करायला तयार आहेत आणि पार्टीलापण येतील. पण निदान मी सगळ्यांना पर्सनली बोलवावं. तसंच टेबलाच्या खाली स्पेशल दारूची व्यवस्था असली तर उत्तम होईल.

***

रूममधून बाहेर आलो तर पोर्चजवळच्या रूममधून जुळ्या काकांचा आवाज आला. पार्टी सुरूच झाली होती म्हणायचं. नेहमीप्रमाणे पोरं किचनपासून मेन रूमपर्यंत सामानाची ने-आण करत होती.

मी पुढे जाऊन सोफ्यावर बसलेल्या काही नातेवाइकांना भेटलो. त्यांनी माझी चौकशी केली, पण मी काही उत्तर देण्याआधीच ते आपापल्या ग्रुपच्या गप्पांमध्ये रमून गेले. घाणेरडे जोक्स सांगून हास्यविनोद चालले होते. प्रत्येक जण खिदळत होता. तिथून निघालो तर मला एकानं अजून बर्फ आहे का बघायला पण सांगितलं. लहान पोरं इकडे तिकडे नागडीच धावत होती. त्यांचे पालक एकतर दारू पीत असणार किंवा तयार होत असणार. आजीसकट इतर बायकांच्या हातात ऑरेंज ज्यूसचे ग्लासेस होते.

बाबा बाहेरच्या रूममध्ये ये-जा करत होते. फोनवर केटररशी बार्गेनिंग करत होते. आई आणि तिच्या मैत्रिणी तयार होत होत्या.

मी घराबाहेर गेलो आणि पाहिलं तर सगळे शेजारी पार्टीसाठी तयार होत होते. राजकुमारीसारख्या नटलेल्या छोट्या छोट्या मुली दिसत होत्या, बायकामुलांची वाट बघत दारापाशी चर्चा करत बसलेले, घड्याळाकडे बघणारे काका लोक दिसत होते.

मी पुटपुटलो, 'काही गोष्टी कधीच बदलत नाहीत.'

माझ्या ओठांवर हसू आलं. माझ्या आईबाबांनी दिलेल्या सगळ्या पार्टीज

अशाच असत. या वेळीही काही वेगळं नव्हतं. आईबाबा गडबडीत होते. पार्टीसाठी निघायला एक तास उशीरच झाला होता. निघेपर्यंत अजून एक तास उशीर होणार होता. पार्टी संपताना आईबाबा थकून जाणार होते आणि ठरवतील, की यापुढे परत कधीच पार्टी द्यायची नाही. अगदी आमच्या लग्नाच्या पार्ट्यापण देणार नाहीत. मग नातेवाईक आईबाबांना एकेक करून फोन करून सांगतील, की अशी पार्टी दुसरं कुणीच देऊ शकत नाही, पार्टी किती मस्त झाली वगैरे आणि मग लगेच मत बदलून आईबाबा पार्टी देण्याचं कुठलंतरी नवीन कारण शोधून काढतील.

माझा फोन वाजला तसा मी विचारांतून जागा झालो. माझे शाळा कॉलेजमधले फ्रेंड्स आले होते. कधी एकदा त्यांना भेटतो असं झालं होतं. ते सगळे घराच्या बाहेर उभे होते. मी यावर, मनू आणि डेव्हिडला त्यांना भेटवायला घेऊन गेलो. पुढची काही मिनिटं मिठ्या मारणं आणि शिव्या घालणं यात गेली. मी या सगळ्यांना खूप मिस करत होतो, पण ॲकॅडमीच्या सेक्युरिटी डिटेल्समुळे कुणाशी काही बोलू शकलो नव्हतो. या दोन ग्रुप्सची काही फार ओळख करून द्यायला लागली नाही, सगळे दोन मिनिटांत छान मिसळून गेले. कोण कॉलेजमधलं आहे आणि कोण ॲकॅडमीतलं आहे हे थोड्या वेळानं समजेना.

माझ्या कॉलेज फ्रेंड्सना आमच्याविषयी फार प्रश्न पडले होते, आम्ही आर्मी कॅडेट्स कोणत्या बंदुका वापरतो? अजून आम्ही हॅन्ड ग्रेनेड्स फेकलेत का नाही? तिथल्या मुली कशा आहेत? थोडा वेळ प्रश्न सत्र सुरू होतं. आम्ही कार-ओ -बार करायचं ठरवलं. ही दिल्लीची स्पेशॅलिटी असते; कारच्या भोवती जमून दारू पीत गप्पा मारणं. दारूचा विषय आला की तरुण मुलं लगेच कशी चटकन मिसळून जातात. इथं मी सगळ्यांसाठी कॉमन टार्गेट होतो. दारू प्यायल्यामुळे जरा इमोशनल झालो होतो. त्यामुळे मी ट्रेनिंगमधल्या माझ्या सुरुवातीच्या काळाविषयी बोललो. पण त्या सगळ्यांना माझ्याविषयी सिम्पथी वाटेल अशी माझी अपेक्षा चुकीची होती. उलट त्यांना ही आयती संधी भारी मिळाली.

करण नावाच्या माझ्या शाळेतल्या मित्रानं मला खेचण्याचा समारंभ सुरू केला. तो म्हणाला, "हे ड्युड! तू ते जमवलंस तेव्हा मला शॉकच बसला. आय मीन तू तुझ्या पायांवर पळूही शकत नव्हतास ना!"

मनू बोलायला लागला, "हो ना, याला त्याच्या भयंकर खराब रनिंगमुळे ॲकॅडमीतून जवळपास हाकललाच होता. त्याच्या आजीनं गावाहून काहीतरी स्टेरॉइड्स आणले आणि हा वाचला." हे ऐकून माझे नवे जुने, सगळे मित्र हसायला लागले. मला चिडवणं ही यांच्यामधली कॉमन गोष्ट होती.

आता अनुरागही बोलला, "काय रे! अशा पिळक्या पायांनी तू कसं काय

सगळं करतो रे?''

यावर म्हणाला, ''हो ना, हा या पोलिओ झालेल्या पायांनी चालतो कसा कोण जाणे! हा हँडीकॅप कोट्यामध्ये कसा काय सिलेक्ट झाला नाही याचंच आश्चर्य वाटतं मला!''

परत एकदा हसण्याचे फवारे उडाले. ट्रेनिंगचा विषय काढणं ही माझी मोठी चूक होती.

पार्टी नेहमीसारखी धमाल चालली होती. प्रत्येक जण मजा करत होता. लहान मुलांचे नाच झाले. तरुण मुली बॉलिवूडच्या गाण्यांवर नाचणार होत्या. मग सगळेच नाचले. रात्री दोनपर्यंत सेलिब्रेशन सुरू होतं. त्यानंतर सगळे आपापल्या घरी गेले. आता फक्त आम्ही चौघं जणं आणि आजी माझ्या रूममध्ये उरलो. मला दारू प्यायल्यामुळे पुन्हा जरासं इमोशनल वाटत होतं. मी ट्रेनिंग कसं सोडूनच दिलं होतं ते मला आठवायला लागलं आणि आजीच्या भेटीमुळे मी तरलो होतो हेही आठवलं. मी त्याविषयीच बोलत सुटलो.

मी माझं बोलणं थांबवलं तसं आजीनं माझ्याकडं पाहून मला विचारलं, ''तर ग्रेटच झालं हे! तू स्वप्नात पाहिलंस का मी तिथं येऊन तुला अवघड काळात मदत केली असं काही?''

मी तिच्याकडं आश्चर्यानं पाहिलं, ''नाही आजी, तू ॲकॅडमीत मला भेटायला आली होतीस की, आठवत नाहीय का तुला? तू मला म्हणाली होतीस की तू मुद्दाम एकटीच आलीयेस, आईबाबांना येऊ दिलं नाहीयेस.''

हे ऐकूनही ती माझ्याकडे नुसत्या गोंधळलेल्या चेहऱ्यानं बघत राहिली. मग म्हणाली, ''अर्जुन, तू ॲकॅडमीत गेल्यापासून माझी तब्येत बरी नसते. मी माझ्या घराबाहेरही पडत नव्हते. NDA पर्यंत प्रवास करणं तर दूरच राहिलं. आताही घराबाहेर पडायला मला दोन जणांची मदत घ्यायला लागतेय.''

मी विचारलं, ''म...म्हणजे तू कधीच मला भेटायला पुण्याला आली नव्हतीस?''

माझे मित्र आता गोंधळले होते आणि जरासे घाबरलेही होते.

ते स्वप्न तर नक्की नव्हतं. डेव्हिडनं मला व्हिजिटर्स रूममध्ये जाताना आणि कुणालातरी भेटताना पाहिलं होतं. माझ्या अंगावर काटा आला आणि हृदयाची धडधड वाढली. सगळ्यांच्या चेहऱ्यावर भीती दिसत होती.

मी विचारलं, ''पण तू मला भेटायला आली नव्हतीस तर मग ते कोण होतं? आय मिन, अशा गोष्टी ऐकल्या होत्या मी, पण असं काही माझ्याबाबतीत घडेल असं वाटलं नव्हतं. मला मार्गदर्शन करणारा तो ईश्वर होता का? ते कोण होतं?''

आजी जरा शांत बसली होती. माझ्या प्रश्नाचं काय उत्तर द्यावं याचा विचार

करत असावी. मग म्हणाली, "अर्जुन, मला एक गोष्ट सांग. तुला भेटलेली व्यक्ती एक्झॅक्टली माझ्यासारखी दिसत होती? तिनं सफेद सलवार कुर्ता घातला होता का?"

मी होकारार्थी मान हलवली.

"हम्मम...आणि तिच्याकडे काय होतं, एखादी बॅग?"

"हो, एक काळी बॅग होती."

हे ऐकून आजीचा चेहरा पांढरा पडला. तिचे डोळे विस्फारले.

"अरे देवा!" असं म्हणत आम्ही चौघे जणं आपोआपच जवळ सरकून बसलो आणि आम्ही एकमेकांचे हात धरले. आमच्या छातीत धडधडत होतं.

त्यात आजी काहीतरी पुटपुटयाला लागली. ती डोकं गोल फिरवायला लागली. तिचे केस हवेत उडायला लागले. मग ती विचित्र हसायला लागली. तेवढ्यात रूममधले लाइट गेले. आम्ही चौघांनी किंचाळत बेडवरून उडी मारली. आम्ही रूममधून बाहेर पडायला लागलो, तर रूमचं दार बाहेरून कुणीतरी बंद केलेलं होतं.

मग अचानक लाइट आली. आजी बेडवर लोळत हसत होती. ती खिदळत म्हणाली, "अरे ती मीच होते, मूर्खा! दुसरं कोण येणार आहे तुला भेटायला?"

एक परफेक्ट महिना १२

पुढचा स्टॉप होता कोची. दिल्लीहून कोचीचं अंतर बघता आम्ही फ्लाइटनं जायचं ठरवलं.

डेव्हिड आणि त्याचं कुटुंब चेल्लनम नावाच्या छोट्या खेड्यात राहत होतं. कोचीपासून तीस मिनिटांचा बस प्रवास केल्यावर हे खेडेगाव होतं. या तीस मिनिटांच्या बस प्रवासातच आम्हाला आमचा पुढचा आठवडा कसा असेल हे समजलं. ओव्हर पॉप्युलेटेड, पोल्युटेड, नजर जाईल तिकडे माणसांचा बुजबुजाट दिसणाऱ्या दिल्लीमध्ये आम्ही नव्हतो आणि आम्ही त्या गाझियाबादमध्येही नव्हतो. गाझियाबादचा ट्रॅफिक इतका वाईट असतो, की लोक कुणाला भेटायला जाण्यापेक्षा घरीच बसतील.

जसजसं ते गाव जवळ येऊ लागलं तसतसा ट्रॅफिक अजूनच तुरळक होऊ लागलं आणि खूप छान वाटायला लागलं. गर्दीच्या, शहरी आयुष्यापासून हा ब्रेक आवश्यकच होता. सगळेच बसच्या खिडकीतून बाहेर बघत बसलो होतो. ही वेळ स्वतःमधल्या 'मी'सोबत कनेक्ट होण्याची होती. मनःशांती शोधायची होती. कारण आम्ही 'God's Own Country' मध्ये आलेलो होतो.

ढगाळ हवेने एकूण छान मूड झाला होता. हलकासा पाऊस पडून गेला आणि झाडं अजूनच लख्ख हिरवीगार दिसायला लागली. कितीतरी दिवसांनी अशी स्वच्छ ओलसर हवा मी हुंगून घेतली. अजून डेव्हिडच्या घरी पोचलो नव्हतो. असं वाटत होतं, की मी इथल्या निसर्गाशी सुसंवाद साधलाय. अचानक बस थांबली, डेव्हिडचं गाव आलं होतं. डेव्हिडचे बाबा आम्हाला आणायला आले होते. डेव्हिडनं बाबांना मिठी मारली आणि

आईची चौकशी केली. बाबा म्हणाले, की आई घरी डेव्हिडचं आवडतं जेवण तयार करतेय. रात्रीचे जेमतेम आठ वाजले असतील आणि आजूबाजूला वाहनं नव्हती. बस स्टॅण्डपासून डेव्हिडचं घर दहा मिनिटांच्या चालण्याच्या अंतरावर होतं.

यावर आणि मनूने कधी कुठलं खेडेगाव पाहिलं नव्हतं. ते या गावाच्या प्रेमात पडले.

डेव्हिड अगदी लहान मुलाच्या उत्साहाने ओरडला, "ते पिवळ्या रंगाचं घर माझंय!"

ते घर खूप मोठं वाटत नव्हतं, पण घराभोवती विशाल जमीन पसरली होती. घराच्या प्रत्येक दिशेला एक अशा चार क्रिकेट मॅचेस खेळता येतील इतकी मोकळी जागा होती. काही पामची झाडं होती आणि लुसलुशीत गवत होतं. काळ्या पांढऱ्या रंगाच्या दगडांनी घराकडे जायला पायवाट तयार केलेली होती. लाल टाइल्स, आत वळलेल्या पिरॅमिड सारखं छत यामुळे ते घर झोपडीसारखं वाटत होतं, पण भलीमोठी झोपडी. घराचं ते लाल कौलांचं छत इतकं उंच होतं, की बाकीचं घर आहे त्याहून लहान वाटत होतं. लाल छताखाली पिवळ्या रंगाची इमारत होती, काळ्या खिडक्या आणि काळी दारं होती. ते दर्जेदार आर्किटेक्चर आणि एलिगंट डिझाइन यामुळे ते घर जपून ठेवलेल्या एखाद्या हेरिटेज साइटसारखं वाटत होतं. तिथं बरीचशी घरं अशीच होती.

अपेक्षेप्रमाणं डेव्हिडची आई गेटपाशीच उभी होती. डेव्हिडनं आईला मिठी मारली. आम्हाला हात धुऊन जेवायला यायला सांगण्यात आलं. जमिनीवर एक पिवळ्या रंगाचं कापड नीट अंथरलेलं होतं. चार केळीची पानं त्यासमोर मांडलेली होती, प्रत्येक पानाच्या समोर नऊ छोट्या वाट्या नीट मांडल्या होत्या. प्रत्येक वाटीत वेगवेगळी डिश वाढलेली होती. ती हिरवी पानं, ते वेगवेगळ्या रंगांचे पदार्थ आणि तो भात हे मी आतापर्यंत जेवलेलं सगळ्यात रंगीत जेवण होतं. त्या जेवणाची चव तर केवळ अप्रतिम होती. इतक्या पदार्थांमधले फिश, चिकन करी, वांग्याची भाजी, रस्सम हे काही पदार्थ लक्षात राहिले. उद्याचा दिवस दिसणार नसल्यासारखं आम्ही भरपेट जेवलो. अशा जेवणानंतर झोपणंच आवश्यक होतं. घराच्या मागच्या अंगणात सहा कॉट्स लावलेल्या होत्या. आम्ही थोडा वेळ एकमेकांशी गप्पा मारल्या, कॉट्सवर लोळलो, खुल्या आकाशाखाली पडून चंद्रतारे पाहिले. त्यानंतर मला आयुष्यातली सगळ्यात गाढ झोप लागली.

दुसऱ्या दिवशी आम्ही गावातलं चर्च बघितलं आणि गाव बघत भटकलो. दिवसातल्या अतिशय बिझी असणाऱ्या कामाच्या तासांमध्येही हे गाव दिल्ली पहाटे तीन वाजता असते तितकं शांत होतं. फार कमी लोकं रस्त्यांवर फिरताना

दिसत होती. जी माणसं फिरत होती त्यांनाही कुठली घाईगडबड नव्हती.

यावर पुटपुटला, ''या गावाची मुंबईशी काही तुलनाच करू नये!''

आम्ही कुठंही असलो, काहीही करत असलो तरी आमचा एक डोळा डेव्हिडच्या घराकडे होता. त्याची आई पुढच्या जेवणासाठी कधी बोलवतेय त्याची वाट बघत होतो.

***

पुढच्या दिवशी अल्लेपी बॅकवॉटर्स पाहायला गेलो. डेव्हिडनं आमच्यासाठी एक हाउसबोट अ‍ॅरेंज केली होती. हाउसबोट हे खरोखरच बोटीतलं घर होतं हे बघून मला आश्चर्य वाटलं. काही रूम्स आणि मोठा लाउंज होता. लाउंजमध्ये बसायला टेबल खुर्च्या होत्या. आम्ही बोटीत बसलो तशी ती बोट निघाली. फिश फ्राय सोबत थंडगार बिअरची व्यवस्था डेव्हिडनं केली होती. ते खळाळतं पाणी, झुलणारी ताडामाडाची झाडं, लुसलुशीत हिरवाई आणि पक्ष्यांची किलबिल हा फार सुंदर देखावा होता. लंच आणि बिअर झाल्यानंतर आम्ही पुढचे काही तास डेकवरच्या लाउंजमध्ये बसून नुसतं हे सौंदर्य बघत होतो. डोळ्यांनी जितकं निसर्गसौंदर्य पिता येईल तितकं पिऊन घेत होतो. प्रत्येकाचे iPods सुरू होते. इथे एकमेकांशी बोलण्याची काही संधी नव्हती आणि ते बरंच होतं. बोटीत डिनर केल्यानंतर आम्ही तिथंच झोपलो. काहीही प्लॅन केलेला नसताना या ट्रिपनं आम्हाला दिलं, ज्याची आम्हाला सगळ्यात जास्त गरज होती– गडबडीतून थांबण्याची संधी, जरा रोजच्या दगदगीतून बाजूला होऊन स्वतःला जपण्याची संधी आणि आजूबाजूचा निसर्ग जाणवणं.

आमच्याकडे आता या क्षणात काय आहे ते जाणवलं, तसं आमच्याकडे काय नाही याची चिंता मिटली. कारण काहीतरी नसण्याला कधीच अंत नव्हता.

दुसऱ्या दिवशी सकाळी हाउसबोटीला आणि क्रूला बायबाय केला. ताजेतवाने होऊन आम्ही जगाला भिडायला तयार झालो. पुढचे काही दिवस केरळ बघण्यातच गेले आणि पाहण्यासारखं खूपच काही होतं. मनू आणि यावर तर बोलायला लागले, की रिटायर झाल्यावर ते केरळलाच सेटल होणारेत; इथं थोडी जमीन विकत घेउन एखादं फ्युजन रेस्टॉरंट उघडतील. तिथं महाराष्ट्र, पंजाब आणि केरळच फ्युजन फूड असेल. त्या दोघांना बटर फिश आणि माखनी वडापावसारख्या डिशेशही सुचायला लागल्या. मनू आणि यावरनी रेस्टॉरंटचं नावही ठरवलं;

'महा-जब-आला' तीन राज्यांची नावं जोडून तयार केलेलं नाव. ते भयंकर विचित्र नाव वाटत होतं. पण मला त्या दोघांच्या स्वप्नाचा फुगा (किंवा मूर्खपणा) फोडायचा नव्हता म्हणून मी गप्प बसलो. तसंही हा प्लॅन कितपत खरा होता कोण जाणे.

कारण दिल्ली आणि गाझियाबादला असतानाही त्यांनी अशीच काहीतरी बकबक केली होती.

ती डेव्हिडच्या घरातली आमची शेवटची रात्र होती. आम्ही मागच्या अंगणात डेव्हिडच्या बाबांसोबत गप्पा मारत बसलो होतो. डेव्हिडचे बाबा आम्हांला ब्रह्मचर्याचं कौतुक सांगत होते. ब्रह्मचर्य हीच आपण आयुष्यात करू शकतो अशी बेस्ट गोष्ट आहे असं त्यांचं मत होतं. या विषयावर आमचं मत काय आहे हेपण त्यांना जाणून घ्यायचं होतं. आता अशा प्रश्नाला उत्तर तरी काय द्यायचं ते समजेना म्हणून आम्ही गप्पच बसलो होतो.

मनू मात्र बोलायला लागला, ''काका! अहो कसलं ब्रह्मचर्य आणि काय! मी तर दोन दिवसही मास्टरबेट केल्याशिवाय राहू शकत नाही.'' आणि मनू खदखदा हसायला लागला. कितीतरी वेळ त्याचं हसणं थांबेना. त्याला हेही जाणून घ्यायचं होतं, की ब्रह्मचर्यामध्ये वेट ड्रीम्स अलाउड असतात का. मनूचं हसणं सोडल्यास तिथं अगदी शांतता पसरली होती.

सुदैवानं डेव्हिडच्या आईनं आम्हाला जेवायला बोलवलं आणि तिथून सुटका झाली.

फायनली, आम्ही आमची खूप दिवसांची इच्छा असलेल्या जागी निघालो- गोवा.

पुढचा एक आठवडा आम्ही गोव्यात राहणार होतो. माझी, मनू आणि डेव्हिडची ही पहिलीच गोवा ट्रिप होती. यावर गोव्याला फॅमिली, कझिन्स आणि फ्रेंड्सबरोबर बरेचदा गेला होता. ऑबव्हिअसली गोवा त्यांची आवडती सुट्टीची जागा होती. यावर आमचा गाइड असणार होता, तो आम्हाला गोवा दाखवणार होता. यावर म्हणाला, की तिथं कुठली मुलगी आवडली, स्पेशली फॉरेनर मुलगी तर अ‍ॅप्रोच व्हायला हरकत नाही.

यावर म्हणाला, 'गोव्यात काही सांगता येत नाही!'

यावरचे हे शहाणपणाचे बोल ऐकून आमचा ऑलरेडी भरात आलेला उत्साह अजूनच वाढला. मित्रांकडून गोव्याबद्दल इतकं ऐकलं होतं, टीव्हीवर इतकं पाहिलं होतं, की गोवा म्हणजे कुठलीतरी गूढ जागा वाटत होती; जिथं प्रत्येकासाठी फक्त आणि फक्त मजा असणार.

आम्ही बागा बीचजवळ एक अपार्टमेंट भाड्यानं घेतली होती. दुपारी तीन वाजण्याच्या सुमारास तिथं पोचलो. मग एक झोप काढायचं ठरवलं. यावरनं आम्हाला रात्री आठ वाजता उठवलं, पण डेव्हिड दगडासारखा झोपला होता. आम्ही त्याला उठवायला लागलो तर तो त्याच्या घड्याळात बघत पुटपुटला की इतक्या रात्री आता कुठे जायचंय.

डेव्हिड वैतागून म्हणाला, "सगळं काही बंद झालं असेल ना आता, आपण उद्या पहाटे उठूया आणि सूर्योदय पाहायला जाऊया." आणि त्याने ब्लँकेट चेहऱ्यावर ओढून घेतलं.

यावर हसायला लागला. मग तो डेव्हिडला लाथ मारून बेडवरून ढकलत म्हणाला, "अरे, गोवा अमेरिकन टायमिंगवर चालतं, भारतीय नाही. सो, आता उठून, आवरून बाहेर जायची वेळ झालीय, ऊठ!"

डेव्हिडला आश्चर्य वाटलं, पण त्यानं यावरचं ऐकलं. आम्ही शॉवर घेऊन, बेस्ट कपडे घालून, केसांना जेल लावून, अंगावर कलोन मारून आमच्या रेन्टवर घेतलेल्या बाइक्सवर बसून निघालो.

बीच फारच मस्त दिसत होता आणि यावरचं बरोबर होतं, पार्टी आताच सुरू झालेली दिसत होती.

मनू बडबडला, "मला तहान लागलीय, इथं पाणी कुठे मिळेल."

यावर म्हणाला, "गाइज...प्लिज! आपण गोव्यात आहोत. तहान लागली तर बिअर प्या, हा आठवडाभर पाणी पिऊ नका!" यावरचं बोलणं रिक्वेस्टपेक्षा एखाद्या ऑर्डरसारखं वाटत होतं.

सगळे म्हणतात तसं गोवा म्हणजे खरोखरच स्वर्ग आहे आणि या स्वर्गात तर वेगवेगळ्या देशांतून आलेल्या अप्सरा होत्या. काही फिरंगी मुली तिथं फिरताना इतक्या कम्फर्टेबल दिसत होत्या, की लक्षात येत होतं त्या गोव्यात बराच काळ राहतायत.

आमच्या रक्तात अल्कोहोल उसळायला लागलं तसं काहीतरी धाडस करण्याची तीव्र गरज उसळी मारायला लागली. आम्ही यावरकडे पाहिलं तसं त्याला समजलं, की आम्हाला बीच आणि बिअरपेक्षा अजून काहीतरी हवंय. त्यानं आम्हा चौघांना गर्दीपासून वेगळं काढलं.

मग यावर म्हणाला, "इथे एक जागाय जिथं ऑसम पार्टीज होतात. पण ती जागा जरा सिक्रेट आहे आणि असंच उठून कुणीही त्या पार्टीजना जाऊ शकत नाही. मी जरा एक दोन फोन करून बघतो काही करता येतंय का ते."

तो खिशातून फोन काढत गर्दीपासून दूर गेला.

काही मिनिटांनी यावर परत आला आणि म्हणाला त्यानं एका कझीनला फोन केलाय, तो काहीतरी करू शकेल आणि तो लवकरच फोन करून कळवणार आहे. आम्ही एक्साइट होऊन वाट पाहायला लागलो आणि थोड्या वेळातच फोन वाजला. काही मिनिटं कुणाशीतरी फोनवर बोलल्यावर यावरनं फोन कट केला, तो जरासा निराश दिसत होता. आम्ही त्याचा चेहरा बघून काहीतरी अंदाज करून अस्वस्थ झालो होतो. पण त्याआधीच यावर एकदम हसला, आमची मजा

बघत तो दात विचकत म्हणाला, ''मिशनवर चला!''

या आनंदाच्या भरात यावरच्या खडूसपणाची कोण पर्वा करतो. आम्ही एकमेकांना टाळ्या दिल्या आणि मिठ्या मारल्या. मग यावर आम्हाला वॉर्न करत म्हणाला, की जिथं जातोय तिथं पोलिसांची रेड पडू शकते आणि कुणी पकडले गेलो तर तो जबाबदार नसेल. आम्ही तसेही इतके प्यायलेले होतो, की अशा कुठल्याही रिस्कचा विचार करण्याची आमची अवस्थाच नव्हती. आम्ही आनंदानं कबूल झालो.

यावरनं पुन्हा त्या कझीनला फोन करून त्या जागेच्या दिशा नीट समजवून घेतल्या. ती जागा खूप आत होती आणि तिथं कदाचित फोनची रेंज आली नसती. आम्ही उत्साहात बाइक्सवर बसून निघालो. पाऊणेक तास बाइक चालवल्यावर वाटायला लागलं, की पार्टीची जागा आली असेल. जंगल दाट होत होतं आणि इमारती कमी कमी दिसत होत्या.

आम्ही बाइक्स थांबवल्या तेव्हा आम्ही ऑलमोस्ट जंगलातच आलेलो होतो. काहीच दिसत नव्हतं, की ऐकू येत नव्हतं. एखाद्या हॉरर फिल्मच्या सीनमध्ये आल्यासारखं वाटत होतं. अजूनच वाईट म्हणजे एक तुटलेला क्रॉस समोर पडला होता. कुत्री भुंकत होती. पण तोही आवाज ऐकू येईनासा झाला आणि आम्हाला एक्साइटमेंटऐवजी नर्व्हस वाटायला लागलं.

मी सुचवलं, ''आपण परत जाऊया.''

मनू आणि डेव्हिडनं होकारार्थी माना हलवल्या.

यावरनं काही ऐकूच न आल्यासारखं माझ्याकडं दुर्लक्ष करत पुढे जाणं चालू ठेवलं. आमच्याकडं त्याच्यामागं जाण्यावाचून काही ऑप्शन नव्हता. पुढे गेल्यावर यावरनं त्याची बाईक एका झाडाखाली लावली आणि तो जंगलात घुसला. झुडपं बाजूला करत गेलो. तिथं लहानशी पायवाट होती. आम्ही घाबरत त्याच्यामागं गेलो. पाच मिनिटं चालल्यावर एक लाइट बल्ब दिसला.

डेव्हिडनं विचारलं, 'इथं बल्ब कुणी लावला असेल रे?'

कुणीच उत्तर दिलं नाही. थोड्याच वेळात मंद म्युझिक ऐकू यायला लागलं. पुढे जात राहिलो तसं बल्बची संख्या आणि म्युझिकचा आवाज वाढायला लागला. अचानक यावर थांबला. समोर जे दिसलं ते पाहून आमचा आमच्या डोळ्यांवर विश्वास बसेना.

समोर एक आयसोलेटेड बीच होता आणि एक रेस्टॉरंट होतं. एक डान्स फ्लोअर होता, एक डीजे होता आणि जवळपास दोनशे लोकांचा क्राउड होता. क्राउडमध्ये भारतीय आणि फॉरिनर्स दोन्ही होते. ते सगळे उद्याचा दिवस येणार नसल्यासारखे बेभान होऊन नाचत होते.

काही मिनिटांपूर्वीची भीती विसरून आम्ही त्या गर्दीकडे पळत सुटलो. अखेर जमवलंच!

आता अजून बिअर प्यायची आणि अजून डान्स करायची वेळ होती. आम्ही त्या क्राउडमध्ये मिसळून गेलो. आश्चर्य म्हणजे मुलींना आमच्यासोबत नाचायला काहीच प्रॉब्लेम नव्हता. आमच्यासाठी हे तसं नवीनच होतं. तीन-चार तास नाचल्यावर समजलं, की मुलींसोबत फक्त नाचण्याच्या पुढे काही आमची गाडी जात नाहीये. मग बसून गंमत बघायचं ठरवलं.

यावर मात्र अजूनही नाचत होता. मुली त्याच्यासोबत नाचायला एकमेकींना ढकलत होत्या, यावरचं लक्ष वेधून घेण्यासाठी बडबडत होत्या आणि यावरसोबत रूमवर जायलाही त्या मुलींना काही वाटलं नसतं. ऑफकोर्स यातलं काहीही यावरसाठी नवीन नसणारेय. आजूबाजूच्या पोरींच्या वाढत्या संख्येकडे दुर्लक्ष करून यावर आमच्याबरोबर येऊन बसला.

एक इंडियन दिसणारी मुलगी आमच्यासमोर बसली होती. ती उंच होती, देखणी होती आणि तिची फिगर परफेक्ट होती. आमच्याकडे पाहून तिनं एकदोनदा स्माइल दिलं. मला तर लगेच तिच्यासोबत माझं पुढचं आयुष्यही दिसायला लागलं.

मला स्वप्नाळू डोळ्यांनी दिसायला लागलं, 'आधी आमचं प्रेमप्रकरण होईल आणि मग लग्न होईल. पण तिच्या पॅरेन्ट्सचा लग्नाला विरोध असणार, कारण ती श्रीमंत असणार आणि मी हा असा! आमचं एक छान घर असेल आणि आम्हाला एकदोन मुलं होतील.'

यावर पुन्हा एकदा पुटपुटला, "गोव्यात काहीही होऊ शकतं!" आणि तो त्या मुलीकडे गेला.

ते थोडावेळ बोलत होते आणि आमच्याकडे पाहून खिदळले. काय चाललंय ते समजेना. यावर आमच्याकडे परत आला.

मनूने विचारलं, "काय झालं रे? तिनं तुला नाकारलं का?"

यावर म्हणाला, "हो."

मनू त्याची थट्टा करत वेडावत म्हणाला, " 'गोव्यात काहीही होऊ शकतं!' इथंही दिल्लीपेक्षा काही वेगळं नाहीये?"

यावर म्हणाला, "वेल! गोवा वेगळंच आहे. तिला डेव्हिड क्युट वाटतोय आणि तिला त्याच्याशी बोलायचंय."

आमचा आमच्या कानांवर विश्वास बसेना. डेव्हिड नर्व्हस झाला होता, पण आम्ही बरंच समजावल्यावर तो तिच्याकडं जायला तयार झाला. तरी तो उठून तिच्याकडं जायला अडखळतच होता, शेवटी यावरनं ओरडून त्याला घाई केली.

ती मुलगी बीचकडे तोंड करून क्षितिज बघत बसली होती, डेव्हिड तिथं जाऊन तिच्याशेजारी बसला. जेमतेम पाच मिनटं तर ते बोलले असतील आणि लगेच किस करायला लागले. मग ते दोघं उठून बीचमागच्या मोठ्या खडकांच्या मागे गायब झाले.

मनू आमच्याकडे वळून म्हणाला, "गेलं बघा ब्रह्मचर्य!"

आम्ही हसत सुटलो.

अर्ध्या एक तासानं डेव्हिड त्या खडकांमागून बाहेर आला. त्याचे कपडे विस्कटलेले होते आणि तो जरासा वेगळाच चालत होता.

मला जाणवलं, की त्याच्या चालण्यात एक नवीनच कॉन्फिडन्स आलेला होता.

एक गोंधळलेला मुलगा तिकडं गेला होता आणि एक पुरुष परत आला होता.

गोव्यातले पुढचे काही दिवस असेच मजेत गेले. आम्ही दुपारी झोपून उठायचो, बिअर आणि खादाडी करून दिवसाची सुरुवात करायचो, संध्याकाळी बीचवर टाइमपास करायचो, झोपायचो, उठून पुन्हा पार्टी करायला जायचो. सगळं आयुष्य असंच गेलं असतं, तर काय धमाल होती! मनू आणि यावरपण तेच बोलत होते. आता त्यांना त्यांच्या रेस्टॉरंटसाठी बेटर जागा गोवाच वाटत होती. दिल्ली, नोएडा आणि कोचीपेक्षा राहण्यासाठी उत्तम जागा गोवा होती.

माझ्या मनात विचार आला, 'अरे अजून तर मुंबईला जायचं राहिलंय की!' या विचारानं माझ्या चेहऱ्यावर हसू आलं. अतिशय जड हृदयानं आम्ही गोव्याचा निरोप घेतला. आम्ही गोव्याला परत येऊ, नक्कीच लवकरच परत येऊ असं ठरवलं.

आमचा पुढचा आणि शेवटचा स्टॉप होता मुंबई. मुंबईत आल्याक्षणी मला स्ट्राइक झालं, की मी यावरला कधीच विचारलं नाहीये, की तो मुंबईत कुठे राहतो. अर्थात, माझं मुंबईविषयी ज्ञान टीव्हीवर जितकं पाहिलेलं होतं तेवढंच होतं. तरी एक मुंबई श्रीमंतांची आणि प्रसिद्ध माणसांची असते आणि दुसरी मुंबई उरलेल्या माणसांची असते हे मला माहीत होतं.

मी यावरला काही विचारायच्या आधीच एक माणूस दिसला, त्यानं 'यावर शाह' असं नाव लिहिलेली पाटी हातात धरलेली होती. तो एकदम नीटनेटका आणि हँडसम माणूस होता. मनू आणि मी एकमेकांकडे पाहिलं. यावरनं पुढे जात त्या माणसाच्या हातात बॅग दिली. त्या माणसाच्या मागे अजून दोन जण उभे होते. त्यांनी आमच्याही बॅग्ज घेतल्या. हे सगळं फारच भारी होतं. तीन माणसं फक्त आमच्या बॅग्ज उचलायला एअरपोर्टला आली होती. आम्हाला आणायला

दोन कार्स आलेल्या होत्या; एक BMW आणि दुसरी Mercedes होती. आम्ही आता इम्प्रेस होण्याच्याही पलीकडे पोचलो होतो.

यावर श्रीमंत आहे हे मला नेहमीच ठाऊक होतं, पण तो इतका श्रीमंत असेल असं वाटलं नव्हतं. यावर आणि मी BMW मध्ये बसलो आणि मनू आणि डेव्हिड Mercedes मध्ये बसले. सुमारे ४५ मिनिटांच्या ड्राइव्हनंतर आम्ही यावरच्या घरी पोचलो. यावरचं घर म्हणजे एका पॉश एरियामधली एक लॅव्हिश अपार्टमेंट होती. यावर श्रीमंतांच्या मुंबईमधला होता. यावरच्या नोकरांनी आमचं सामान घेतलं, आम्ही जस्ट त्यांच्या मागोमाग गेलो. लिफ्ट उघडली तेव्हा जो फ्लॅट समोर दिसला तो एखाद्या फिल्म सेटमधला वाटत होता. क्रीम शेडमध्ये रंगवलेल्या भिंती, सगळं कसं परफेक्ट मॅच होतं. यावरनं घरात जाताच एका बाईंना विचारलं, की अम्मी कुठे आहे. त्यांनी सांगितलं की त्याची आई कुठल्यातरी चॅरिटी इव्हेंटसाठी गेली आहे.

यावरनं आम्हाला त्याच्या रूममध्ये नेलं. ती एक नॉर्मल आकाराची पण सामानानं खचाखच भरलेली रूम होती. भिंतीवर खूप फोटो लावलेले होते. आम्ही जवळ जाऊन नीट पाहिलं तर दिसलं, की प्रत्येक फोटोमध्ये यावर वेगवेगळ्या देशामध्ये होता. एका फोटोमध्ये जेमतेम पाच वर्षांचा यावर आयफेल टॉवरजवळ उभा होता. दुसऱ्या एका फोटोत यावर स्टॅच्यू ऑफ लिबर्टीपाशी उभा होता. असे दहा तरी फोटो होते, म्हणजे यावर दहा देशांमध्ये जाऊन आला होता.

मनूने चकित होत विचारलं, "यावर, तू इतका श्रीमंत आहेस हे कधीच बोलला नाहीस रे!"

यावर बेडवर उडी मारत म्हणाला. "तू कधी विचारलंच नाहीस!"

मनूनं विचारलं. "किती श्रीमंत आहेस तू?"

मनूला दुसऱ्याला अनकम्फर्टेबल करणारे प्रश्न विचारायची सवयच होती. दुसरं कुणी विचारूच शकणार नाही असं काहीही मनू बिनधास्त विचारतो.

यावर सहज म्हणाला, "एक्झॅक्ट फिगर तर माहीत नाही, साधारण पाचशे कोटी असतील."

हे ऐकून आमचे डोळे विस्फारले.

मी विचारलं, "तू घरातला एकटाच मुलगा आहेस का?"

यावर फोटोंकडे हात दाखवत म्हणाला, "हो, पण मला एक मोठी बहीण आहे, तिचं नाव आलिया."

डेव्हिडनं ते फोटो निरखत विचारलं, "पुन्हा एकदा सांग यावर, तू आर्मीत का आला आहेस?"

रूमची समुद्राकडची खिडकी उघडत यावर म्हणाला, "अरे, तुम्ही सगळे

आर्मीत आला आहात त्याच कारणानं आलोय.''

मनू फाडकन म्हणाला, ''नाही, आम्ही सगळे पोट भरण्यासाठी आलोय आर्मीत.''

यावर म्हणाला. ''वेल, पोट भरण्यासाठी इतर मार्गही असतातच की!''

यावरच्या बोलण्यात पॉइंट होता.

मनूने यावरचं कपाट उघडून त्याच्या वस्तू बघत विचारलं, ''मग, तू देशाचं रक्षण करत असतोस तेव्हा तुझ्या या साम्राज्याची काळजी कोण घेतं?''

यावर खूप अभिमानानं म्हणाला, ''आलिया घेते काळजी! ती USA मधल्या टॉप युनिव्हर्सिटीची MBA ग्रॅज्युएट आहे. आलिया अंडर थर्टी टॉप टेन वुमेन एंटरप्रुनरपैकी एक आहे. तिनं दोनदा हे रँकिंग मिळवलंय.''

मनूच्या चौकशा थांबवत डेव्हिडनं पोटावर हात फिरवत विचारलं, ''भूक लागलीय यार! तुझी आई तर घरात नाहीये. तू काहीतरी खायला करशील का?''

यावर बेडवर पसरत म्हणाला, ''काय हवंय खायला?''

काय हास्यास्पद प्रश्नय हा अशा अर्थानं डेव्हिडनं आमच्याकडं पाहिलं. मग म्हणाला, ''अरे, घरात काय काय आहे त्यावर ठरवायला लागेल ना हे!''

यावर म्हणाला, ''जस्ट सांग रे तुला काय हवंय खायला!''

डेव्हिड म्हणाला, ''काहीही? याला काहीच अर्थ नाहीये. घरात ते सामान नसेल तर काय करणार, तुला मी सांगेन तो पदार्थ करताच येत नसला तर काय करणार?''

यावर आवाज वाढवत, डोळे फिरवत म्हणाला, ''ओह गॉड! मला इतकंच सांगा की तुम्हाला काय हवंय खायला?''

यावरचं उत्तर बघून आम्ही सरप्राइज्ड झालो आणि एक गेम खेळायचा ठरवला.

मनू ओठांवरून जीभ फिरवत म्हणाला, ''मला बटर चिकन, गार्लिक नान, छोले भटुरे, गुलाबजाम आणि ताक हवंय.''

डेव्हिड म्हणाला. ''मला फिश फ्राय, प्रॉन करी आणि डोसा हवाय.''

मी म्हणालो, ''मला चिकन फजिता, पॅनकेक्स विथ मेपल सिरप आणि की-लाइम पाय हवाय.''

यावरनं इंटरकॉमचं बटण दाबलं आणि सगळ्यांचे पदार्थ सांगितले. आम्ही वाट पाहत होतो, की पलीकडून कुणीतरी सांगेल, की हा पदार्थ मिळणार नाही, पण असं काहीच झालं नाही.

मनूनं आशेनं विचारलं, ''या बिल्डिंगमध्ये कुणी सेलिब्रिटीज राहतात का

रे?''

यावर तिरकस हसत म्हणाला, ''मित्रा! तू कुणाला सेलिब्रिटी समजतोस त्यावर हे डिपेंड आहे.'' मग तो म्हणाला, ''यावरून बरी आठवण झाली, तुम्हाला बिल्डिंगमध्ये कुणी सेलिब्रिटी दिसले, तर त्यांना त्रास देऊ नका. आमच्या सोसायटीत या बाबतीत बरेच कडक नियम आहेत.''

यावरनं एका कप्प्यातून एक अल्बम काढला. त्यात बॉलिवूडच्या मोठमोठ्या लोकांसोबत फोटो होते; अॅक्टर्स, डिरेक्टर्स, प्रोड्यूसर्स. तुम्ही नाव घ्याल त्याच्यासोबत यावरचा फोटो होता.

मनू जबरदस्त इम्प्रेस झाला.

यावरचं कुटुंब आम्हाला डिनरला भेटलं. यावरच्या अब्बानी आम्हाला दुर्मीळ आणि महाग स्कॉच ऑफर केली. ती स्कॉच फारच छान होती. पुढचे काही दिवस आम्ही अगदी ऐषआरामात घालवले. कार्समधून फिरणं, खाणं, ड्रिंक्स आणि अर्थातच सेलिब्रिटीज. मनूने यावरला एकदोनदा लाज आणली.

मुंबईतला आमचा शेवटचा दिवस म्हणजे आमच्या सुट्टीच्या परफेक्ट महिन्याचाही शेवटचा दिवस होता.

१३ धाव अर्जुन, धाव!

पुढच्या पाच टर्म्स ॲकॅडमीमधलं आमचं आयुष्य घड्याळाच्या काट्यावर गेलं. ट्रेनिंग, सुट्ट्या आणि पुन्हा ट्रेनिंग. तिसऱ्या टर्मच्या शेवटी ॲकॅडमीतलं आयुष्यच आमच्यासाठी रोजचं आयुष्य बनून गेलं. दुसरी कुठली जगण्याची पद्धतच आता माहीत नव्हती– भरपूर कष्ट घेऊन ट्रेनिंग करणं आणि मग धमाल पार्टीज करणं. दर रविवारी आम्हाला ॲकॅडमीबाहेर जायची परवानगी असे. बाहेरच्या जगाची तेवढीच एक खिडकी आमच्यासाठी उघडी असे. कोर्स जसजसा पुढे गेला तसतसं आयुष्य जरासं सोपं होत गेलं. आता पनिशमेंट कमी झाल्या. स्वतःसाठी अधिक वेळ मिळू लागला किंवा असं म्हणता येईल, की स्वतःसाठी वेळ कसा काढायचा ते आम्हाला समजायला लागलं. सीनिअर्स मित्र होत गेले. प्रत्येक ग्रॅज्युएशन बॅचचा अर्थ होता मित्र गमावणे आणि त्यांच्या आठवणी जपणे.

आम्ही आमच्या सुट्टीचा पॅटर्न मात्र कधीच बदलला नाही- दिल्ली, नोएडा, कोची, गोवा आणि मुंबई. त्याच ऑर्डरमध्ये आम्ही जायचो. दिल्ली म्हणजे आमच्यासाठी खाण्याची मोहीम असे. माझ्या घरी गेलो की हमखास पार्टी असे. कोची म्हणजे आमच्यासाठी आत्मपरीक्षणाचा काळ असे. गोवा म्हणजे पार्टीज करणे आणि मग मुंबईमधलं पेज ३ ॲडव्हेंचर्स लाइफ. आता चौघांचं कुटुंब आम्हाला एकच कुटुंबासारखं वाटायचं. सगळ्यांचे पालक आता मित्र झाले होते. तेही एकमेकांच्या घरी जायचे.

NDA नंतर इंडियन मिलिटरी अकॅडमी (IMA) मध्ये जायचं असतं. तिथं एक वर्षाचं ट्रेनिंग पूर्ण केल्यानंतर आम्ही

आर्मीमधले कमिशन्ड ऑफिसर्स बनतो. IMA मधलं आयुष्यपण NDA मधल्या आयुष्यापेक्षा फार काही वेगळं नव्हतं. आतापर्यंत शारीरिक कष्टांची खूप सवय झाली होती.

फायनली, ज्या दिवसाची आम्ही वाट बघत होतो तो दिवस अखेर आला. आज आमचे कष्ट, समर्पण आणि पॅशन या सगळ्यांची परतफेड होणार होती. आज आम्ही आर्मी ऑफिसर्स झालो. आता आम्ही जेंटलमन कॅडेट्स नव्हतो, आम्ही देशाची सेवा करणारे आर्मी ऑफिसर्स होतो. तो कुठल्याही आर्मी ऑफिसरसाठी आणि त्याच्या कुटुंबीयांसाठीही आयुष्यातला सर्वांत स्पेशल दिवस असतो. हा दिवस साजरा करण्यासाठी IMA मध्ये एक संपूर्ण दिवसाचा मोठ्या प्रमाणात साजरा केला जाणारा सोहळा असतो.

कमांडंट आणि सन्माननीय पाहुण्यांची भाषणं असतात. हा सोहळा एका विशेष कार्यक्रमानं संपतो; यात प्रत्येक कॅडेट एका विशिष्ट फरशीवर पाऊल ठेवतो, या फरशीवर 'अंतिम पग' (शेवटचं पाऊल) असं लिहलेलं असतं. ही फरशी हे दर्शवते की इथं कॅडेट म्हणून तुमचा प्रवास संपतो आणि ऑफिसर म्हणून आयुष्य सुरू होतं. हे याचंही प्रतीक आहे, की मुलगा म्हणून प्रवास संपतो आणि मुलाचा पुरुष होतो. या 'अंतिम पग'कडे जाताना माझ्या अंगावर रोमांच आले होते. घेतलेले कष्ट बघता 'अंतिम पग'कडे घेऊन जाणारं प्रत्येक पाऊल खूप स्पेशल होतं, कॅडेट्सना इथं जागा मिळवायला फार कष्ट करायला लागले होते. सगळा सोहळा जवळच्या प्रेमाच्या माणसांमुळे अजूनच स्पेशल झाला. माझी आई, बाबा आणि आजी आले होते. करण माझा मोठा भाऊ काही कारणाने भारतात येऊ शकला नव्हता. त्याची आठवण आली.

यावर, मनू आणि डेव्हिडचे कुटुंबीयदेखील आले होते. सगळ्या पालकांच्या डोळ्यांत आमच्याविषयी अभिमान झळकत होता. फॉर्मल इव्हेंट पार पडल्यावर आमचं वेगळं सेलिब्रेशन झालं. आम्ही सगळीकडे नाचत होतो, मिठ्या मारत होतो, रडत होतो. सगळ्यांच्या भावना उचंबळून आल्या होत्या. त्या एरियात इतका आवाज होता, की काही ऐकू येत नव्हतं. आम्ही कॅप्स हवेत फेकल्या, पुशअप्स केले, एकत्र गाणी गायलो. हे एक भारी फीलिंग होतं. पालकांच्या डोळ्यांतले अश्रू थांबत नव्हते.

आत खोलवर कुठंतरी थोडंसं दुःखही जाणवत होतं. ॲकॅडमीतलं आयुष्य संपलं होतं. एकमेकांना गुडबाय करावं लागणार होतं. आता आमची पुन्हा कधी भेट होणार होती कोण जाणे. आता टर्म ब्रेक्स आणि सुट्ट्या नव्हत्या. एकदा रेजिमेंटमध्ये गेलात की सुट्टी कधी आणि किती मिळेल हे त्या रेजिमेंटवर अवलंबून असतं. आर्मीत सुट्टी मिळणं नेहमीच अवघड असतं. मित्रांबरोबर

धमाल करणं वगैरे दूरच राहिलं.

यावर, मनू आणि डेव्हिडला गुडबाय करणं माझ्या आयुष्यातल्या सर्वांत अवघड गोष्टींपैकी एक गोष्ट होती. आम्ही तासभर बसून नुसत्या गप्पा मारल्या, जेव्हा शक्य होईल तेव्हा एकेमकांना भेटायचं प्रॉमिस केलं. मे बी, आमची पोस्टिंग कधीतरी एकत्रही होईल. मनू आणि यावरने अजूनही त्यांच्या रिटायरमेंट रेस्टॉरंटची जागा फायनल केलेली नव्हतीच. त्यांच्यासाठी दिल्ली, गाझियाबाद, कोची, गोवा, मुंबई हे सगळे ऑप्शन्स ओपन होते. भरून आलेल्या हृदयांनी आम्ही एकमेकांना मिठ्या मारल्या आणि आपापल्या घरी गेलो.

***

पंधरा दिवसांच्या छोट्याशा ब्रेकनंतर माझं पहिलं पोस्टिंग नागालँडमध्ये होतं.

एक दिवस अचानक मला आणि माझ्यासोबत इतर ऑफिसर्सना अर्जंट मीटिंगसाठी बोलवण्यात आलं. मीटिंगरूममध्ये गेलो तेव्हा समजलं, की एक प्रॉब्लेम निर्माण झालाय;

दहशतवाद्यांच्या एका ग्रुपने आर्मीच्या एका खबरीचं अपहरण केलं आहे. ते भरपूर खंडणी आणि काही दहशतवाद्यांची सुटका अशा मागण्या करत आहेत. सरकार आणि मिलिटरी या सिच्युएशन वर लक्ष ठेवून आहेत. आमचे एक ऑफिसर मेजर रेड्डी या मिशनचे सुपरव्हायझर होते. त्यांनीच आम्हाला थोडक्यात सगळी माहिती दिली. एक तास अस्वस्थपणे वाट पाहिल्यावर आम्हांला आतल्या मोठ्या रूममध्ये बोलवलं गेलं. तिथं काही सीनिअर ऑफिसर्स डिस्कशन करत होते. कॉन्फरन्स टेबलवर एक मॅप पसरून ठेवलेला होता. दोन मॉनिटर्स दोन ऑपरेटर्स बघत होते.

मेजर रेड्डी मॅपकडे लक्ष वेधत बोलायला लागले. "आपल्याला एक रेस्क्यू ऑपरेशन करायचंय, माझ्यासकट तुमच्यापैकी पाच जणं त्यासाठी निवडले आहेत."

माझ्या हृदयाची धडधड वाढली. शरीरात उत्साहाची लहर दौडायला लागली; माझं स्वप्न खरं होत होतं. शेवटी सैनिक यासाठीच तर जगतो.

मेजर रेड्डी आम्हाला डिटेल्स सांगायला लागले, "या एरियामधले दहशतवादी शस्त्रांच्या पुरवठ्यासाठी काही मध्यस्थांवर अवलंबून आहेत. त्यांच्यापर्यंत पोचण्याचा दुसरा कुठला सोपा मार्ग नाहीये. या तीन मध्यस्थांवर विश्वास ठेवायला आणि बोलायला लागायला पण त्यांनी बराच काळ घेतलाय. तर आम्ही विचार केला, की हे दहशतवादी या माणसांसोबत कंफर्टेबल झाले की काय करतील? एकत्र दारू वगैरे प्यायला लागतील, दारू पिऊन काही महत्त्वाची माहिती सांगायला लागतील? हे मध्यस्थ म्हणजे आपले काही अंडरकव्हर ऑफिसर्स किंवा एक्स

ऑफिसर्स आहेत. ते दहशतवाद्याशी डील करून कॉन्फिडेन्शिअल माहिती काढून घेत होते. तर या केसमध्ये टारगेट आहे आर्मीशी बरेच वर्षं संबंधित असणारा आपला एक माणूस. त्याने स्वतःची उपयुक्तता सिद्ध केली आहे आणि आपल्याला खूप माहिती पुरवली आहे. त्यानं काही गुन्हेगार पकडायला मदत केलीय आणि त्याच्या माहितीमुळे आपण काही टेररिस्ट ऑपरेशन्स रोखू शकलो आहोत.''

''इतकंच नाही तर त्याची आपल्या काही ऑफिसर्सशी जवळीक असल्यानं त्याला आपल्याविषयी बरीच माहिती आहे. आपली लोकेशन्स, स्ट्रॅटेजीज, आपली टार्गेट्स आणि महत्त्वाचं म्हणजे आपले संघटनेतले खबरी. त्याच्या बायकोनं आपल्याला बरेचदा फोन करून धमकी दिलीय, की ती ही माहिती पब्लिकमध्ये उघड करेल. दहशतवाद्यांना त्याची खरी आयडेंटिटी कशी समजली हे अजूनही कळलेलं नाहीये. आता त्यांनी त्याला ओलीस म्हणून ठेवलंय आणि मागण्या करतायत. आर्मी त्याच्या सुटकेसाठी वाटाघाटी करतेय, पण दहशतवादी अजिबात दाद देत नाहीयेत.''

मेजर रेड्डींनी समजावलं, ''आता संध्याकाळचे पाच वाजलेत. प्लॅन असाय, की एकीकडे वाटाघाटी करत राहायच्या आणि रात्री अटॅक करायचा. एक सीनिअर ऑफिसर्सची टीम एकीकडे त्यांच्याशी कम्युनिकेशनची जबाबदारी घेतील. एक वेगळी पाच जणांची टीम माझ्यासोबत अटॅक करायला निघेल आणि आपण हे रेस्क्यू ऑपरेशन पार पाडूया.''

कम्युनिकेशन टीम रूममधून निघून गेली.

मेजर रेड्डींनी मॅप बघत पुन्हा बोलायला सुरुवात केली, ''ऑल राइट मेन, तर आपल्याकडं हे डिटेल्स आहेत. आपल्या एका खबरीनं सांगितलं आहे, की टार्गेटला या टेकडीवरच्या निर्जन इमारतीत ठेवलं आहे.'' मेजर रेड्डींनी मॅपवरचा एक स्पॉट दाखवला, ''दहशतवाद्यांना वाटत असेल ते जंगलात लपले असते तर आर्मीने सहज पकडलं असतं; म्हणून टेकडी बरी. टेकडीवर अजिबातच झाडंझुडपं नाहीयेत, त्यामुळे येणारं कुणीही अगदी सहज दिसू शकतं. टेकडीवरची ही इमारत अगदी वरच्या टोकाला आहे, त्यामुळे कुठल्याही दिशेनं कुणी आलं तरी घरातून नीट दिसतं. त्या इमारतीला खिडक्या नाहीयेत. एकच दार आहे. त्यामुळे घरात एक्झॅक्ट किती जणं आहेत, ते घरात कुठे असतात हे समजलेलं नाही. घराच्या चारी दिशांना चार गार्ड्स असतात आणि त्यांना मारून टाकल्याशिवाय आपल्याला आत जाता येणार नाहीये.''

एका ऑफिसरनं विचारलं ''स्नायपर्स? आपण त्या चौघांना स्नायपर्सनं उडवू शकतो आणि मग घरात प्रवेश करू शकतो का?''

मेजर रेड्डी चिंताग्रस्त दिसत होते.

"टेकडी उत्तर आणि पश्चिम दिशेनं नदीनं घेरली गेलीय. स्नायपरला गार्ड्सचा क्लीअर व्ह्यू मिळण्यासाठी नदीपलीकडे त्या दिशांच्या टेकड्यांच्या टोकावर असायला लागेल. हे अंतर खूप जास्त आहे. जास्त अंतर म्हणजे नेम चुकण्याची जास्त शक्यता आणि चुकलेली गोळी भिंतीवर टक्करली तर आवाज होणार. त्यात धोका फार आहे." मेजर रेड्डी फार काळजीनं बोलत होते. रूममध्ये शांतता पसरली.

मी एक प्रश्न विचारायचं ठरवलं, "पण रात्रीच का?"

मेजर रेड्डी म्हणाले, "एक्स्क्यूज मी? पुन्हा विचार."

मी शांतपणे समजावलं, "ते रात्री अधिक अलर्ट असतील. ते सर्वांत उंचावर असणारेत आणि त्यांच्याकडे नाइट गॉगल्स असू शकतील. आपण रात्रीही लपू शकणार नाही. सो, आपण रात्री हल्ला करण्याचं काही ॲडव्हान्टेज नाहीये. त्यापेक्षा आपण पहाटे पहाटे हे ऑपरेशन केलं तर? त्या वेळी ते रिलॅक्स असतील आणि आपण येऊ असं त्यांना वाटत नसेल?"

मेजरनं विचारलं, "पण बाहेरच्या चार गार्ड्सचा प्रॉब्लेम नाही सुटणार आणि आपण दोघांना मारलं तरी उरलेले दोघं सावध होणार, कारण ते सतत एकमेकांशी बोलत असणार."

मी मॅप बघत म्हणालो, "लोकेशनची माहिती देणारा आपला खबरी गार्ड्सपैकी कुणाला ओळखतो का? तो ओळखत असेल तर एक मार्ग आहे."

मेजर रेड्डी म्हणाले बघतो आणि त्यांनी इनाकाला फोन लाऊन माझ्याकडे दिला.

मी विचारलं, "इनाका, यापैकी किती जणांना तू ओळखतोस आणि किती चांगला ओळखतोस?"

तो उत्तरला, "मी एकाला ओळखतो, तो त्या ओलीस ठेवलेल्या संघटनेचा सहभाग आहे."

मी विचारलं, "तो तुझ्या जवळचा आहे का? तू त्याच्याशी फोनवर बोलतोस का?"

इनाका म्हणाला, "नाही. त्याचा फोन नंबर आहे माझ्याकडे, पण आम्ही कधी बोलत नाही; पण आम्ही व्हॉट्सॲप वर मेसेजेस पाठवतो."

मी म्हणालो, "हे परफेक्ट आहे. मेजर रेड्डी आता कुणी आपली माणसं या गार्ड्सवर वॉच ठेवून आहेत का?"

मेजर म्हणाले, "हो, आपली एक टीम त्यांच्यावर वॉच ठेवून आहे."

मी विनंती केली, "तुम्ही त्यांना फोन करून अगदी जवळून ऑब्झर्व्ह करायला सांगता का?"

मेजर रेड्डी म्हणाले, "शुअर" आणि त्यांनी फोन करून ते घर जवळून मॉनिटर करायला सांगितलं. जयराज नावाचा ऑफिसर त्या टीमचा लीडर होता.

मी इनाकाला विचारलं, "इनाका, तू तुझ्या मित्राला व्हॉट्सॲपवर एखादा जोक पाठवू शकतोस का? आणि तो जोक खरंच विनोदी असायला हवा?"

इनाका म्हणाला, "हो, नक्कीच."

इनाकानं त्याच्या मित्राला त्यांच्या भाषेत काहीतरी जोक पाठवला. रूममधला प्रत्येक जण माझ्याकडे प्रश्नार्थक नजरेनं बघत होता. मी त्यांच्याकडं दुर्लक्ष करून माझ्या कामावर फोकस करायचं ठरवलं. पाच मिनिटांनी जयराज बोलला, "इथं काहीतरी झालंय. या चौघांनी एकाचवेळी फोन बाहेर काढून पाहिला आणि ते हसायला लागलेत. ते दोनेक मिनिटं तरी हसत आणि बोलत होते, मग त्यांनी फोन खिशात ठेवले."

मी माझा प्लॅन समजावला, "येस! तर इथं काय झालंय? इनाकाने एकाला जोक पाठवला, की तो तिघांना फॉरवर्ड करतो. एक मेसेज त्या चौघांना तीस सेकंद डिस्ट्रॅक्ट करतो. पुढच्या दोन तासांत इनाका अजून दोन मेसेजेस पाठवेल. पुन्हा असंच झालेलं दिसलं, तर आपल्याला त्यांच्या वागण्याचा एक पॅटर्न लक्षात येईल. मेसेज चेक करताना ते एकमेकांशी बोलत नाहीत. हे लक्षात घ्या, की रात्री ते हाय अलर्टवर असणार आणि त्या वेळी ते मेसेजेस बघणार नाहीत किंवा फॉरवर्ड करणार नाहीत. सकाळी ते रिलॅक्स असतील. तर सकाळी आपण मेसेज पाठवला, की ते चौघं फोन बघतील. त्याच वेळेत आपल्या स्नायपर्सनी दक्षिण आणि पूर्व दिशेचे गार्ड्स मारले, तर आपल्याला आपली पोझिशन न गमावता त्या घरापर्यंत जाण्याचा जास्त चांगला चान्स मिळू शकतो."

एक ऑफिसर काळजीनं म्हणाला, "पण तीस सेकंड्स फारच कमी वेळ आहे टेकडी चढायला. आपल्याला तीन मिनिटं तरी हवीयंत."

मी समजावलं, "हो, म्हणूनच इनाका व्हिडिओ आणि जोक पाठवेल. ती व्हिडिओ क्लिप इतकी बघावीशी वाटेल अशी असेल, की शेअर केल्याशिवाय राहवणार नाही. ही पाच मिनिटांची व्हिडिओ क्लिप असेल ती जी ते पाहिल्याशिवाय राहूच शकणार नाहीत."

अजून एक ऑफिसर म्हणाला, "अशी बघावीशी वाटेल अशी व्हिडिओ क्लिप कुठून आणणार? त्यांनी ती ऑलरेडी पाहिली असेल तर काय करणार? सगळ्या प्लॅनची वाट लागेल."

मी समजावलं, "ती ऑलरेडी तयार असणारी व्हिडिओ क्लिप असून चालणार नाहीये. आपल्याला उद्या सकाळआधी अशी क्लिप तयार करावी लागेल." मी इनाकाला विचारलं, "नागालँडमधली सर्वांत फेमस मॉडेल कोण

आहे?''

इनाका उत्साहानं म्हणाला, ''कॅथलिन. ती नागालँडमध्ये चांगलीच फेमस आहे. ती आता बॉलिवूडमध्ये जाणार आहे असंही ऐकलंय.''

मग हे ठरवलं गेलं. काही सीनिअर ऑफिसरर्सनी स्टेट गव्हर्नमेन्टच्या मदतीनं या कॅथलिनशी संपर्क साधला आणि तिचा व्हिडिओ बनवण्यात आला. तिला बरंच समजवावं लागलं. आधी कॅथलिन संशयानं नकार देत होती, पण नंतर तयार झाली. तिला जेव्हा समजलं, की तिला खरंच कपडे काढायचे नाहीयेत, फक्त कपडे काढणार असल्याचं नाटक करायचं आहे, तेव्हा ती हा व्हिडिओ करायला तयार झाली.

कॅथलिनला समजावलं, 'तू व्हिडिओच्या सुरुवातीला असं काहीतरी फक्त सूचक बोलायचंय, पाच मिनिटं त्यांना खेळवायचंय आणि मग हा सगळा जोक आहे म्हणून व्हिडिओ संपवायचाय. हा व्हिडिओ ते दहशतवादी सोडून कुणीच पाहणार नाहीये. जे हा प्लॅन यशस्वी झाला, तर थोड्याच वेळात मृत्युमुखी पडणार आहेत.'

व्हिडिओ तयार झाला, तो पाच मिनिटांचा होता. दरम्यान, जयराज आणि टीम त्या घरावर नजर ठेवून होतेच. इनाकानं टेस्ट रन म्हणून अजून दोन जोक्स पाठवले आणि त्यांनी ते दोन्ही वेळा फॉरवर्ड केलेले दिसले. हा पूर्ण प्लॅन तयार झाल्यावर सीनिअर ऑफिसर्सना सांगितला. त्यांना पटवून द्यायला बरेच कष्ट घ्यायला लागले. त्यांना या प्लॅनविषयी खात्री नव्हती, पण दुसरा काहीही मार्ग नाहीये हेही समजत होतं. त्यामुळे ते कबूल झाले.

रात्री सहा जणांची आमची टीम जयराजच्या टीमला जॉइन झाली. आम्हाला लोकेशन आणि गार्ड्स पाहायचे होते. सकाळी गार्ड्स बदलले जाणार याची खात्रीच होती. त्याआधीच आमचा अटॅक होणं आवश्यक होतं. कारण ते रात्रभर पाहारा देऊन थकलेले असणार आणि ब्रेकची वाट पाहत असणार. आम्ही ती जागा आणि लोकेशन नीट न्याहाळलं आणि आम्ही काही तास वाट पाहिली. रात्री दोन वाजण्याच्या सुमारास आम्ही टेकडीच्या दिशेने जाऊ लागलो. कुणाला न कळता घराच्या जास्तीत जास्त जवळ जाऊन बसण्याचा प्लॅन होता. दक्षिण आणि पूर्व दिशेकडे आम्हांला दोन सेफ लोकेशन्स हवी होती.

कारण त्या दिशेचे गार्ड्स आम्ही आधी मारणार होतो. आम्ही धीराने सकाळ होण्याची वाटी पाहत होतो. अंधारात ते गार्ड्स दक्षतेनं उभे होते. सहा वाजता सूर्य क्षितिजावर उगवला आणि दिसण्यासाठी गरजेचा असा पुरेसा प्रकाश पडला. जयराजच्या टीमनं कळवलं की गार्ड्स आता सैलावले आहेत.

आम्ही इनाकाला टेस्ट मेसेज पाठवायला सांगितलं. मेसेज पाठवून पंधरा

मिनिटं झाली तरी काहीच घडलं नाही. पंधरा मिनिटांनी पुन्हा एक मेसेज पाठवायला सांगितलं, तरीही काही झालं नाही. हा प्लॅन वर्क होताना दिसत नव्हता आणि सूर्यप्रकाश मात्र वाढत होता. आम्ही अजून एकदा प्रयत्न करायचं ठरवलं. या वेळी कॅथलिनचा व्हिडीओ पाठवायला सांगितला. व्हिडिओ पाठवून एक्झॅक्टली दहा मिनिटं झाल्यावर आम्हाला जयराजनं सांगितलं, की त्यांनी फोन्स बाहेर काढले आहेत. ते जोक नाही, व्हिडिओच बघत होते याची खात्री करून घेणं आवश्यक होतं म्हणून आम्ही अजून तीस सेकंड्स थांबलो. त्यांनी मोबाईलवरून नजर काढली नाही तर आम्ही पुढे जायचं होतं.

तीस सेकंड्स झाल्यावर दोन स्नायपर्सनी दक्षिण आणि पूर्व दिशेचे गार्ड्स उडवले. आम्ही तिघांचे दोन ग्रुप्स करून घेतले होते. आम्हाला पळायचं होतं आणि उरलेल्या दोन गार्ड्सना उडवायचं होतं. आपले दोन साथीदार रक्ताच्या थारोळ्यात मरून पडलेत याची जाणीव नसणारे ते दोघे व्हिडिओ बघण्यात रंगले होते.

मेजर रेड्डी दक्षिण दिशेकडे धावायला लागले आणि मी पश्चिम दिशेकडे धावायला लागलो. हातात फक्त सुरा होता. हातात वेळ खूपच कमी असल्यानं आम्ही ओझं न घेता पळणं भाग होतं. बाकीची टीम दारूगोळा घेऊन येतच होती. टेकडीचा चढ तीव्र होता तरी आम्ही तो तीन मिनिटांत चढलो. दक्षिण आणि पूर्व दिशेच्या भिंतीकडे जायचं पहिलं ध्येय पूर्ण झालं. पुढंच लक्ष्य होतं उरलेल्या दोन गार्ड्सना मारणं. थेट लढाईचा हा माझा पहिलाच अनुभव होता. आम्ही आपापले सुरे बाहेर काढले. त्या गार्ड्सच्या मागून हल्ला केला, एका हातानं तोंड दाबत त्यांचे गळे चिरले. त्यांची हालचाल पूर्ण थांबेपर्यंत हात तोंडावरून काढले नाहीत.

लवकरच आमची टीम पोचली. आता हातात दारूगोळाही होता. आमचा खबरी सोडल्यास आत जाऊन प्रत्येकाला मारून टाकणं हाच आमचा प्लॅन होता. तीन आकडे मोजत आम्ही आत घुसलो.

रूमच्या मध्यभागी एका खुर्चीला आमच्या खबरीला बांधून ठेवलं होतं. जे कुणी दिसेल त्यावर आम्ही फायर करायला सुरुवात केली. पाच मिनिटांच्या फायरिंग नंतर तिथं कुणीही दहशतवादी शिल्लक उरला नव्हता. गोळ्यांचा धूर आणि रक्ताच्या वासानं ती जागा भरून गेली.

त्यांनीही थोडंसं फायरिंग केलं आणि दुर्दैवानं आमच्या एका ऑफिसरच्या पायाला गोळी लागली. आता आम्हाला दोघांना खाली न्यायचं होतं. दोन ऑफिसर्सनी खबरीला सोडवलं आणि खाली नेऊ लागले. उरलेले दोन ऑफिसर्स जखमी ऑफिसरला खाली नेऊ लागले. मेजर रेड्डी त्या घरात मिशनसंबंधी अजून

काही महत्त्वाची माहिती मिळते का हे शोधायला लागले.

अचानक पूर्व दिशेने फायरिंगचा आवाज ऐकू येऊ लागला. आम्ही त्या घराबाहेर पडायचा प्रयत्न करायला लागलो, पण त्या हल्ला करणाऱ्यांच्या गोळ्यांचा धूर खूप दाट होता. बाहेर जायचा प्रयत्न केला, की त्या धुराने हवा भरलेली असल्याने काही दिसत नव्हतं. या धुरामुळेच स्नायपर्सना अटॅक करणारे नीट दिसत नव्हते. आमच्याकडच्या कल्पना, वेळ आणि गोळ्या सगळंच संपत चाललं होतं.

मेजर रेड्डी ओरडले, "खबरी आणि जखमी ऑफिसरला सेफ पॉइंटपर्यंत घेऊन जा. मी इथं कव्हर देतोय."

ते माझे सीनिअर होते आणि काही आर्ग्युमेंट करायला स्कोप नव्हता. त्यांनी माझी गन घेतली आणि पूर्व दिशेला दणादण फायर करायला लागले. त्यामुळे आम्हाला टेकडी खाली उतरायला जरा जास्त वेळ मिळाला. खाली उतरल्यावर आम्ही सीनिअर ऑफिसरशी कम्युनिकेशन साधलं. ते म्हणाले, खबरीला परत आणणं आपलं ऑब्जेक्टिव्ह होतं, ते पूर्ण झालंय. सीनिअर्सनी आम्हाला परत यायला सांगितलं आणि मेजर रेड्डींविषयी ते वाटाघाटी करतील हेही सांगितलं. टेकडीच्या पूर्व दिशेकडून अजून दहशतवादी येतील असा अंदाज होता. मी काय चाललंय ते ऐकत होतो, स्नायपर्सना मागे हटायला सांगायला लागले, मेजर रेड्डींना दहशतवादी घेरायला लागले. थोड्याच वेळात त्यांच्याकडच्या बुलेट्स संपल्या असत्या.

जयराज ओरडला, "ते फक्त चौघे जण आहेत."

आम्ही मेजर रेड्डींना सोडवण्यासाठी परत जायची परवानगी मागत होतो. पण काही उपयोग नव्हता. आमच्याकडे मागे हटण्याशिवाय काही ऑप्शन नव्हता. आम्ही सेफ पॉइंटला पोचलो, तसं मी बाकीच्या टीमला पुढे जायला सांगून पुन्हा टेकडीच्या दिशेने धावत सुटलो.

त्या दिवशी मला काय झालं होतं कोण जाणे, पण त्या क्षणी मला तेच करायचं होतं. मी त्या टेकडीवरच्या इमारतीकडे जितक्या जोरात धावता येईल तितक्या जोरात धावत सुटलो. तिथं पोचल्यावर दारातून डोकावून पाहिलं तसं दिसलं, की ते दहशतवादी मेजर रेड्डींना लोखंडी सळ्या, खुर्च्या, जे काही हाताला लागेल त्यानं बडवत होते.

मेजर रक्तबंबाळ झाले होते, ते बेशुद्ध होऊन पडले होते. त्या जखमी, बेशुद्ध माणसावर ते चौघं असा क्रूरतेनं हल्ला करतायेत हे बघून माझं डोकंच फिरलं. मी काहीही विचार न करता ओरडत एखाद्या जंगली जनावरासारखा त्यांच्यावर तुटून पडलो. माझा सुरा काढून एकाला मारला. तो सुरा त्याच्या मानेत

घुसला तसा तो खाली कोसळला. उरलेले तिघं मला ठोसे मारायला लागले आणि मीही मारायला लागलो. मला पडणारा प्रत्येक ठोसा मला अ‍ॅकॅडमीतल्या बॉक्सिंगच्या दिवसांची आठवण करून देत होता. ठोसे खाण्याची मला चांगलीच सवय झाली होती. माझ्या एका ठोशाने एक जण बेशुद्ध होऊन खाली कोसळला. तिसऱ्याला मी धरलं आणि त्याचा गळा आवळू लागलो. चौथा मागून माझी मान आवळू लागला. आता मी माझ्या हातात असण्याऱ्याची गचांडी सोडली असती तर मला दोघांशी लढावं लागलं असतं. मी ठरवलं की हातात असणाऱ्याचा गळा दाबणं सुरूच ठेवायचं. एकच आशा होती, की मी ज्याचा गळा आवळत होतो तो माझ्याआधी मरेल आणि मग मी मागच्या माणसाला बघून घेईन.

थोड्याच वेळात मला श्वास कमी पडायला लागला, चक्करल्यासारखं होऊ लागलं. हातात फारसा वेळ उरला नव्हता, पण दुसरं काहीच करता येण्यासारखं नव्हतं. अचानक माझ्या गळ्यावरची पकड सैल झाली. मी मागे बघितलं तर तो मागचा माणूस जमिनीवर कोसळला होता. डोकं फुटून त्याचा मेंदू उघडा पडला होता. स्नायपरने त्याला गोळी घातली असावी. मी विचार केला की स्नायपर्ससकट सगळ्यांना तर परत फिरायचे आदेश मिळाले होते. इतक्यात जाणवलं की मी गळा आवळत होतो तो माणूस मेलाय.

लगेच मी मेजर रेड्डींना उचललं आणि सेफ पॉइन्टकडे धावत सुटलो. माझं मन सांगत होतं, धाव अर्जुन धाव!

थँक यू! १४

सेफ पॉइंटवरून आर्मीच्या गाड्यांनी आम्हाला घेतलं. खबरी, जखमी ऑफिसर आणि मेजर रेड्डी यांना तातडीनं उपचार देणं गरजेचं होतं त्यामुळे ते हॉस्पिटलकडे गेले, बाकीचे आम्ही बेसवर परतलो. या ऑपेरेशनसाठी जबाबदार असणाऱ्या सीनिअर ऑफिसरना आम्ही भेटलो. मिशन चांगलं पार पडलं म्हणून त्या रूममध्ये प्रत्येकानं जल्लोश केला आणि एकमेकांचं अभिनंदन केलं. आम्ही सगळे शांत झाल्यावर मिशनचं सखोल विश्लेषण झालं. आर्मीची ही पद्धत होती, प्रत्येक मेजर ऑपरेशननंतर सगळ्याच गोष्टींची नीट नोंदणी होत असे. केलेल्या चुका, शिकलेले धडे, केलेली निरीक्षणं आणि सगळं काही नोंदवलं जात असे.

माझ्या मनात आलं, की मी ऑर्डर मोडली होती हा विषय चर्चेला नक्कीच येणार आहे. ते मला असंच सोडून देणार नाहीत. पण तेवढा एक भाग सोडून सगळ्याची चर्चा करण्यात आली. नंतर आम्हाला जाऊन आराम करण्याची परवानगी मिळाली. मी सध्या त्या विषयाचा फार विचार करायचा नाही, असं ठरवलं. मस्त शॉवर घेऊन मी झोपी गेलो.

सकाळी माझ्यासाठी लेटर आलं.

लेफ्टनंट अर्जुन शर्मा, रिपोर्ट टू मीटिंग रूम नंबर१५, उद्या १०.०० वाजता.

मी त्याप्रमाणे तिथे पोचलो. तिथं कडक युनिफॉर्ममधले दहा सीनिअर ऑफिसर्स एका लायनीत बसले होते, त्यांच्यासमोर एक खुर्ची होती. सगळ्यांची नजर माझ्यावर रोखलेली होती.

काही ऑफिसर्सना मी ओळखत होतो आणि काही जण नवीन होते. मला बसायला सांगण्यात आलं. त्या रूममधला तणाव मला स्पष्ट जाणवत होता. दिलेल्या सूचनांचं पालन करणं हा सैनिक असण्याचा एक महत्त्वाचा भाग असतो. ऑर्डर न पाळण्याचे परिणाम गंभीर होऊ शकतात. त्यांच्या मनात काय असेल ते सांगता येत नव्हतं.

एका ऑफिसरनं विचारलं, "आत्ता तू इथं का आहेस हे तुला माहीत आहे का?"

मी कुजबुजत उत्तर दिलं. "मला कल्पना आहे सर!"

"तुला काय वाटतंय ते सांग."

"आम्हाला परत फिरण्याच्या ऑर्डर्स दिल्या होत्या. मी ती ऑर्डर पाळली नाही."

तो चौकशीच्या सुरात म्हणाला, "प्लिज, अजून व्यवस्थित एक्सप्लेन कर?" त्या ऑफिसरला पाहून मला आजीची आठवण आली. तिला आवडत नसणारं काहीही मी केलं, की ती अशाच पद्धतीनं मला केलेलं सगळं काही बोलायला लावत असे.

मी स्पष्ट केलं, "खबरीला घेऊन परत येण्याच्या ऑर्डर्स होत्या. मेजर रेड्डींसाठी आर्मी नंतर वाटाघाटी करणार होती, पण मी त्या ऑर्डर्स पाळल्या नाहीत. मी मेजर रेड्डींना घ्यायला टेकडीवर परत गेलो. माझ्या अशा वागण्यानं मी कदाचित पूर्ण ऑपरेशन धोक्यात आणलं असतं."

"मग तू हे असं का केलंस?"

हा एकच ऑफिसर मला प्रश्न विचारत होता. बाकीचे सगळे माझ्याकडं नुसते रोखून पाहत होते.

मी स्पष्ट केलं, "आम्ही त्यांच्या दहा माणसांना मारलं होतं. मला वाटलं त्या बदल्यात ते मेजर रेड्डींचा नक्कीच प्रचंड छळ करतील. आर्मीनं काही करण्याआधीच ते मेजर रेड्डींना मारूनही टाकतील, म्हणून मी हा चान्स घेण्याचं ठरवलं."

त्यानं माझं वाक्य रिपिट केलं, "तू चान्स घेतलास?" त्याचा आवाज उंचावला होता, "मिस्टर अर्जुन, तू चान्स घेतलास. तुला जे सांगितलं होतं त्याच्या विरुद्ध तू वागलास. थँक गॉड की तू मेजर रेड्डींना वाचवू शकलायस. अदरवाईज आपली खूपच वेगळ्या प्रकारची मीटिंग झाली असती, समजलं का?"

मला व्यवस्थित समजलं होतं. वेगळ्या प्रकारची मीटिंग म्हणजे ऑफिशिअल मीटिंग; माझं कोर्ट मार्शल झालं असतं.

माझ्या मनात विचार आला, 'आज कोर्ट मार्शल नाहीये.'

मी सुटकेचा श्वास सोडला.

या अशा प्रकारच्या संकटामध्ये मी अजून कुठल्या पद्धतीनं रिॲक्ट केलं असतं ते मला समजत नव्हतं. बाकीच्या मीटिंगला आता फारसा अर्थ नव्हता; ती केवळ फॉर्मॅलिटी होती.

सीनिअर ऑफिसर्स मी काय करायला हवं होतं याविषयी बोलत राहिले आणि मी ऐकत राहिलो– निदान ऐकतोय असं दाखवत राहिलो.

त्यांच्यापैकी एकानं माझ्या डोळ्यांत पाहत प्रश्न विचारला. या ऑफिसरला मी याआधी पाहिलं नव्हतं. तो मध्यभागी बसला होता यावरून समजत होतं, की त्याची पोझिशन महत्त्वाची होती. तो प्लॅनिंगच्या वेळेस होता, पण तेव्हा तो एकही शब्द बोलला नव्हता.

तेव्हाही तो सगळ्यांचं निरीक्षण करत बसला होता.

त्यांनी विचारलं, "मी कर्नल चौधरी. तू तिथे परत गेल्यावर काय काय झालं ते आम्हाला डिटेलमध्ये सांगू शकतोस का?" हे विचारून ते खुर्चीत सरकून बसले.

मी बोलायला लागलो, "मी जोरात टेकडीवर पळत गेलो. त्या इमारतीत जाऊन पाहिलं तर तिथे चार दहशतवादी होते. मी आत शिरून सुरा काढला आणि एकाला मारला, अजून एकाला ठोस लगावला. आता दोनच उरले." मी त्यांना माझ्या मागच्या दहशतवाद्याला मारणाऱ्या स्नायपरविषयी काहीही सांगू शकत नव्हतो नाहीतर त्याचंही इंटरॉगेशन झालं असतं.

"मी त्यातल्या एकाचा गळा दाबून जीव घेतला. चौथा माझ्या मागे माझा गळा दाबत होता. मग मी त्याला कोपराने ढकललं आणि पलीकडे गन पडली होती तिनं उडवलं." मी सरळ खोटं बोललो.

कर्नल चौधरींनीं खुर्चीत सरकत विचारलं, "तुला खात्री आहे का? तू बोलतोयस ते अचूक आहे का?"

आता मला जरा कोडं पडलं. मनात विचार आले, 'त्यांना त्या स्नायपर विषयी माहिती असेल का? त्यांना माहिती असेल तर मी सरळ सरळ त्यांच्या तोंडावर खोटं बोलतोय हे त्यांना समजत असणार. पण ते नुसतेच माझ्याशी खेळत असतील तर काय? मी त्या शूटरविषयी काहीही सांगता कामा नये. त्या मिशनवर दोनच स्नायपर्स होते. त्यामुळे त्यातल्या कुणी मला मदत केली ते शोधणं त्यांच्यासाठी फारच सोपं आहे. मी ती रिस्क घेऊ शकत नाही.'

मी ठामपणे उत्तरलो. "हो. हेच झालं होतं."

एका चिडखोर चेहऱ्याच्या ऑफिसरनं मला विचारलं, "अशी सिच्युएशन

परत आली आणि तुला परत फिरायच्या ऑर्डर्स आल्या तर तू काय करशील?'' तो ऑफिसर त्या रूममध्ये सर्वाधिक रागावलेला मनुष्य वाटत होता. आता तो खराच चिडलेला होता की ते गुड कॉप-बॅड कॉप खेळत होते ते माहिती नाही.

मी अतिशय जपून उत्तर द्यायचं ठरवलं. मला हातून काहीच गमवायचं नव्हतं. मला खोटं बोलायचं होतं; मला खूप खूप खोटं बोलावं लागणार होतं. मला असं म्हणायचं होतं, की मी त्यांच्या ऑर्डर्स पाळीन आणि जखमी ऑफिसरला मागे सोडून निघून येईन. पण काही केल्या हे शब्द काही माझ्या तोंडातून फुटेनात. कारण मनातल्या मनात मला माहीत होतं, की मी परत जाणार आणि पुन्हा तेच करणार जे मी आधी केलं होतं.

त्या ऑफिसरनं पुढे झुकून कडक सुरात तेच विचारलं, ''तू काय करशील?''

प्रत्येकाची नजर माझ्यावर खिळलेली होती.

मनात माझा स्वतःशीच संवाद सुरू होता. 'अर्जुन, हे करू नकोस. तू आताच कुठे या गोंधळातून बाहेर पडलायस.'

आणि असा प्रसंग पुन्हा घडण्याची शक्यता तरी अशी कितीशी आहे? तू आतापुरतं खोटं बोल आणि जेव्हा वेळ येईल तेव्हा तुला हवं तेच कर. पण मी जितकं स्वतःला पटवू पाहत होतो तितकी खरं बोलायची ऊर्मी दाटून येत होती.

मनात विचार येत होते, 'हो, मी पुन्हा असं झालं तरी परत जाऊन लढेन आणि माझ्या माणसांना परत आणीन. मी माझ्या माणसांना असं मागे सोडून द्यायला आर्मी जॉइन केली नाहीये. खड्ड्यात गेल्या तुमच्या ऑर्डर्स! मी हेच करेन. मी पुन्हा, पुन्हा, पुन्हा असाच वागेन!'

हे सगळं कटू सत्य बोलायला मी तोंड उघडलं तितक्यात कर्नल चौधरींनी त्या ऑफिसरच्या हातावर हात ठेवला.

चौधरी म्हणाले, ''ठीक आहे लेफ्टनंट अर्जुन. तू या प्रश्नाचं उत्तर देऊ नकोस.''

त्यांची ही आज्ञा ऐकून सगळे त्यांच्याकडे रोखून पाहू लागले. पण त्यांनी कुणालाच अजिबात किंमत दिली नाही. मी सुटकेचा श्वास सोडला, कारण माझ्या उत्तरानं माझ्या करिअरवर काय परिणाम झाला असता कोण जाणे. मग मला तिथून जाण्याची परवानगी देण्यात आली. असं वाटत होतं, की मी जणू माझ्याकडं येणारी गोळीच चुकवलीय.

परत येताना मला माझी टीम भेटली. सगळे जण जमले, की आम्ही ड्रिंक्स घ्यायचं ठरवलं.

पुढचे काही दिवस उदास गेले. कर्नल चौधरी या ऑपरेशनसाठी आले होते तसेच गायबही झाले. त्यांच्याविषयी काही चौकशी करायची माझी हिंमत झाली

नाही. मी तो सगळाच एपिसोड मागे टाकायचं ठरवलं. काही दिवसांनी आमच्या टीममधले सगळे जण बरे झाले आणि आम्ही सहा जणांनी डिनरनंतर भेटायचं ठरवलं. मी विचार केला, की दारू पिऊन त्या ऑपरेशनविषयी स्टेप बाय स्टेप बोलायला जाम मजा येईल. मी भलताच उत्साहात होतो.

तेवढ्यात सहा वाजता मला आदेश आला, की कर्नल चौधरींना मला भेटायचं आहे. ते कॅम्पसमधल्या एका बंगल्यात राहत होते आणि मला त्यांना एका तासात भेटायचं होतं. मी तयार होऊन त्यांच्या घरी गेलो. मला ही मीटिंग कशाविषयी असेल याची अजिबात कल्पना येत नव्हती, पण समहाऊ काही बरं फीलिंग येत नव्हतं. मला कर्नल चौधरी जरासं विचित्र कॅरॅक्टर वाटत होते.

ते सतत निरीक्षण करत राहत आणि क्वचित बोलत. ते कधीही रिलॅक्स, जोक्स मारताना किंवा कुठेही रमतगमत गप्पा ठोकताना दिसत नसत.

त्यांचा बंगला काही फार लांब नव्हता. तिथं गेल्यावर मला बसायला आणि वाट पाहायला सांगितलं गेलं. दहा मिनिटांनी पायऱ्यांवर पावलांचा आवाज ऐकू आला. पाहिलं तर कर्नल चौधरी आले होते. त्यांनी मला शेकहॅण्ड करून बसायला सांगितलं. आतापर्यंत मला एक गोष्ट समजून चुकली होती, की ते कुणीतरी वेगळे होते. त्यांचं चालणं आणि बोलणं नेहमीच्या आर्मी ऑफिसर सारखं नव्हतं.

ते खूप जास्त कडक होते. त्यांनी जवळपास उर्मट स्वरात मला ऑफर केली, ''ड्रिंक?''

मी उत्तरलो, ''शुअर, स्कॉच चालेल.''

ते बारकडे जाऊन दोन ड्रिंक्स घेऊन परत आले आणि अचानक विचारलं, ''मग, त्या दिवशी हा जो काय स्टंट तू केलास, ऑर्डर्स लाथाडल्यास, ते सगळंच तुला काय स्मार्ट मूव्ह वाटते का?''

त्यांनी मला बेसावध असताना घेरलं होतं, पण मी त्यांना खरं सांगायचं ठरवलं.

मी उत्तरलो, ''सर, परिस्थिती बघता ती एकमेव सकारात्मक मूव्ह होती असं मला वाटतं. यशाची शक्यता केवळ ५०% होती, पण तो बेस्ट चान्स होता हे नक्की. आपण त्यांची दहा माणसं मारली होती हे बघता त्यांनी मेजर रेड्डींना अजिबात जिवंत सोडलं नसतं. नुसतं ठार मारलं नसतं, तर प्रचंड टॉर्चरही केलं असतं. थोड्या वेळानं कुमक घेऊन परत जाण्यात काहीही अर्थ नव्हता. त्यासाठी पुरेसा वेळ नव्हता.'' मी स्पष्ट केलं.

स्कॉचचा घुटका घेत चौधरी म्हणाले, ''वा! फारच छान. तुला माहितीय का अर्जुन, तुम्ही कुठे सुरुवात केलीत हे महत्त्वाचं नसतं, तुम्ही कुठे शेवट केलात

ते महत्त्वाचं असतं. म्हणजे जेव्हा तू IIT एंट्रन्स आणि आर्मी टेस्ट एकाच वेळेस पास केली होतीस तेव्हा तू उगीचच गोंधळ घातला होतास. तू पालकांना आधीच आर्मीविषयी सांगितलं असतंस, तर ती सिच्युएशन इतकी कॉम्प्लिकेटेड झाली नसती. इव्हन तुझ्या ट्रेनिंगच्या वेळेससुद्धा ट्रेनिंग सुरू ठेवण्यासाठी तुला तुझ्या आजीकडून बरंच मार्गदर्शन घेण्याची गरज निर्माण झाली होती. पण आता बघ, तू कसा बदलला आहेस. आता तू प्रेशरखाली पॅनिक होत नाहीस; आता तू सतत एक स्टेप पुढचा विचार करतोस. हे मला आवडतंय.''

ते जरासं हसत म्हणाले, ''मला हे सगळं कसं माहिती यावर तुझी एनर्जी वाया घालवू नकोस. ते फार सोपं असतं – तुझ्या शेजारपाजारी एकदोन जणांना मित्र बनवणं, एक दोन पेग घेतले, की ते सहज बडबडतात आणि अॅकॅडमीत तर आमचेच लोक असतात. आमचे लोक सगळीकडेच असतात.''

माझा अस्वस्थपणा दिसू नये असा प्रयत्न करत मी विचारलं. ''तुम्ही नक्की कोण आहात?''

कर्नलनी स्पष्ट केलं, ''वेल! माझ्या या भेटीचा हाच हेतू आहे. मी कोण आहे आणि काय करतो हे सांगणं.

''दहाएक वर्षांपूर्वी तू पाहिलंस तर भारतावर वेगवेगळ्या ग्रुप्सकडून सतत हल्ले होत असत असं तुला दिसेल. आपल्याला फार शत्रू होते– गँगस्टर्स, माफिया, अतिरेकी, भ्रष्ट राजकारणी, शत्रू देश आणि कोण नाही! कधी कधी ते एकेकटे अटॅक करत असत, पण बरेचदा ते मिळून कट रचत.

''बरेचदा आपला रिस्पॉन्स कसा असे? आपण निषेध नोंदवायचो आणि पुढे जायचो. आयुष्य असंच सुरू राहायचं. पण आता मात्र असं नाहीये. पाच वर्षांपूर्वी सरकार, विरोधी पक्षाचे नेते आणि आर्मी या सगळ्यांनी मिळून एक टॉप सिक्रेट, हायली स्पेशलाइज्ड, घातक टीम तयार करायचा निर्णय घेतला. ही टीम आपल्या देशासाठी डर्टी जॉब्ज करणार होती. आपण ऑफिशिअली जे काही करू शकत नव्हतो ते सगळं आपण या टीममार्फत करणार होतो. आमचं प्रत्येक ऑपरेशन वेगळं आणि विशेष असतं. कुणाची सुटका करणं असो की हत्या करणं असो, काम देशात असो की देशाबाहेर असो, सर्जिकल स्ट्राइक्स असो, डॉक्युमेंट्स चोरणं असो आणि तू जो जो विचार करू शकशील असं कुठलंही काम आम्ही करतो. ही टीम तयार केल्यानंतर प्रत्येक वेळेस जेव्हा भारताच्या भूमीवर हल्ला झाला, तेव्हा आपण त्यांना उत्तर दिलेलं नाही असं इतरांना वाटत असलं, तरी आपण प्रत्युत्तर दिलेलं असतं. पण अगदी शांतपणे, कुठलाही आवाज न करता आपण आपली ऑपरेशन्स पार पाडलीयत.''

कर्नलनी पुढे समजावलं, ''आमच्या मिशन्सचं स्वरूपच असं वेगळं असतं,

की त्यात तुम्हाला खूप वेगवेगळ्या प्रकारानं गोष्टी हाताळाव्या लागतात. त्याचं ट्रेनिंग तुम्हाला मिळालेलं नसतं.

"विमानातून उडताना आयुष्य बदलवणारे निर्णय घ्यावे लागतात. काहीही घडू शकतं. तुमच्या मार्गात काहीही येऊ शकतं. त्यासाठी ट्रेनिंग देणं अशक्य असतं. मग, आम्ही काय करतो?

"तर आम्ही काही स्ट्राँग इंट्युशन असणारे ऑफिसर्स निवडतो आणि त्यांना स्वतःवर विश्वास ठेवण्यासाठी ट्रेनिंग देतो."

कर्नलनी पुढे विचारलं, "अर्जुन, मला काय म्हणायचंय ते तुला समजतंय ना?"

मी उत्सुकतेनं विचारलं. "हो, मला समजतंय. हे सगळं कशा पद्धतीनं चालतं?"

मला अजून माहिती हवी होती.

कर्नल चौधरी पुढे म्हणाले, "तर एक इंटरव्ह्यू घेतला जातो. तो तर तू ऑलरेडी पास झालेला आहेस. हो, त्या दिवशी आम्ही तुला आर्मीतली शिस्त या विषयावर कंटाळवाणं लेक्चर द्यायला बोलावलेलं नव्हतं. ती तुझी टेस्ट होती. तिथल्या प्रत्येकाला हे माहीत होतं की तुला तिथं का बोलावलंय. पण त्यांचं आमच्याविषयीचं ज्ञान इथेच संपतं, त्यांना इतकंच माहिती असेल, की टीमचा भाग कोण असेल. पण आतमध्ये काय चालतं ते केवळ आम्हालाच ठाऊक असतं. तर ऑफिशिअल स्टोरी अशी असेल, की तू इंटरनॅशनल मिशनसाठी UN सोबत असशील.

"मग पुढचं आमच्या हातात असेल. सहा महिन्यांचं ट्रेनिंग दिलं जाईल. ट्रेनिंग पास करू शकणारे ऑफिसर्स टीम जॉइन करतील आणि पास होऊ न शकणारे रेजिमेंटमध्ये परत जातील. ट्रेनिंगमधून पार पडलात तर वेगवेगळ्या ऑपरेशन्सवर तुम्हाला शिफ्ट करण्यात येतं. एक आठवडा एका जागी राहता येतं किंवा फार फारतर एक महिना राहता येईल. तुम्ही कुणाला सांगू शकत नाही की आम्ही कोण आहोत आणि काय करतो.

"लेफ्टनंट अर्जुन, एका गोष्टीची मी तुला खात्री देतो जर तू तुझं आयुष्य देशासाठी आणि देशाच्या जवानांसाठी देणार असशील, तर तुला इथं तक्रार करायची संधी मिळणार नाही. तू आम्हाला जॉइन कर किंवा करू नकोस, तू आपल्या या कॉनव्हर्सेशनबद्दल कुणालाही काहीही सांगू शकत नाहीस आणि ही ऑर्डर आहे."

इतक्या वर्षांत तोंडी कमिटमेन्टची किंमत मी एव्हाना नीट जाणली होती. मी काही आता अठरा वर्षांचा पोरगा नव्हतो, एखादी जबाबदारी घेऊन नंतर पळून

जाणं आता शक्य नव्हतं. या स्पेशल टीमची केवळ चकाकी माझ्यासाठी पुरेशी नव्हती. मी जस्ट खूप एक्साइट झालोय म्हणून मला या टीममध्ये जाण्यासाठी तयार व्हायचं नव्हतं. मी नक्की कशासाठी आणि कुठे चाललोय हे मला माहीत करून घ्यायचं होतं.

मी अजून माहिती मिळवायची ठरवलं.

मी माझा रिकामा ग्लास टेबलावर ठेवत विचारलं, "या टीमचा प्रमुख कोण असेल? मी जे काही करेन ते कायदेशीर असेल याची खात्री करून घ्यायची आहे मला."

कर्नल म्हणाले, "मी प्रमुख आहे आणि कायदेशीर खात्रीविषयी तुला चीफ ऑफ आर्मीकडून मेसेज मिळाला तर?" कर्नल चौधरींनी शेजारी पडलेला रिमोट उचलत समोरचा टीव्ही सुरू केला. या नवीन इनिशिएटिव्हविषयी चीफ ऑफ इंडियन आर्मी यांचा रेकॉर्डेड मेसेज सुरू झाला.

मी विचारलं, "मला निर्णय घ्यायला किती वेळ मिळेल?"

ते हसत म्हणाले, "आपण एका आठवड्याने भेटू. मला हो किंवा नाही मध्ये उत्तर हवंय."

माझी निघायची वेळ झाली होती. मी उठून त्यांना अभिवादन करून निघालो. मी निघायला लागलो तसे ते म्हणाले, "अर्जुन, एक शेवटची गोष्ट : तुझे दोन्ही निर्णय योग्य होते. मेजर रेड्डींसाठी परत जाणं आणि त्या स्नायपरबद्दल तोंड बंद ठेवणं."

मी मागे वळून न पाहता तिथून चालत राहिलो.

त्यानंतरची संध्याकाळ मेजर रेड्डी आणि इतर टीम मेंबर्ससोबत गेली. ज्या दिवशी मी ऑलमोस्ट मारला गेलो होतो, त्या दिवशी प्रत्येकाच्या बाबतीत काहीतरी विनोदी किस्सा घडला होता आणि तो त्याला सांगायचा होता. स्पेशली आमच्याकडे कुठली दुर्घटना घडलेली नसल्यानं आता गोष्टी विनोदी वाटत होत्या.

पुढचा पूर्ण आठवडा मी कर्नल चौधरींच्या ऑफरविषयी विचार करण्यात घालवला. जितका विचार करत होतो तितकं वाटत होतं, की मी स्पेशल टीम जॉइन करायलाच हवी.

मी स्वतःलाच विचारलं, "किती ऑफिसर्सना असा चान्स मिळत असेल?"

मी जेव्हा जेव्हा रेस्क्यू ऑपरेशनविषयी विचार करायचो तेव्हा तेव्हा माझ्या नसांमधून वेगाने रक्त वाहू लागायचं. मला ते सगळं अजून हवं होतं. मी स्वतःला सतत विचारत राहिलो, की स्पेशल टीम जॉइन न करण्यामागं माझ्याकडं नक्की काय कारण आहे आणि मला एकही कारण दिसेना.

एक आठवड्यानं मी कर्नल चौधरींना पुन्हा भेटलो आणि साइनअप केलं. माझ्या मनात कुठलाही संशय नव्हता. मला माझ्या निर्णयामुळं अतिशय शांत वाटत होतं. चौधरींनी मला हे सगळं कसं आणि केव्हा सुरू होणार याविषयी थोडी माहिती दिली.

ट्रेनिंग पीरियडविषयी त्यांचा एकुलता एक सल्ला होता, 'मरू नकोस.' तो सल्ला ऐकून मी जरासा सटपटलोच.

मी थेट मेसमध्ये गेलो आणि एक लार्ज ड्रिंक ऑर्डर केलं. तिथं एकटं बसून शांतपणे माझं ड्रिंक एन्जॉय करायचा माझा प्लॅन होता; पण माझ्या शेजारचा ऑफिसर माझ्याशी बोलू लागला तेव्हा तो प्लॅन बाजूला पडला.

त्यानं स्वतःची ओळख करून दिली, "हाय! मी गुरमीत!"

हजार व्होल्टच्या हास्यासहित त्यानं ओळख करून दिली. थोड्याच वेळात आम्ही भरपूर गप्पा मारल्या. आर्मी, NDA, आमचे कुटुंबीय, मित्र आणि सगळंच. मी त्याला यावर, मनू आणि डेव्हिडबद्दल सांगितलं. आश्चर्य म्हणजे त्याचाही NDAमध्ये असताना चार मित्रांचा ग्रुप होता. बोलता बोलता दोन तास कसे गेले ते समजलंच नाही आणि रात्र झाली. आम्ही दुसऱ्या दिवशी बारपाशी पुन्हा भेटायचं ठरवलं. माझं थोडंसं ड्रिंक राहिलं होतं, त्यामुळे गुरमीत आधी निघाला.

निघता निघता तो मागे वळून थांबला आणि म्हणाला, "अरे, तुला थँक्स म्हणायचं राहून गेलं." मला कळेना हा कशासाठी थँक्स म्हणतोय.

तो हसत म्हणाला, "त्या दिवशी माझं नाव इंटरव्ह्यूमध्ये घेतलं नाहीस म्हणून थँक्स!"

मग गुरमीतनं मला डोळा मारला आणि म्हणाला, "अजून एक गोष्ट, मलाही सहा महिन्यांसाठी UN मिशनवर पाठवतायत." माझी प्रतिक्रिया पाहायच्या आधीच तो तिथून निघून गेला. मी मुकाट्यानं माझं ड्रिंक संपवलं आणि बारमधून बाहेर आलो. दोन स्कॉचच्या पेगपेक्षाही गुरमीत कोण आहे हे समजल्यानं मला जरा गुंगल्यासारखं झालं होतं.

गेलं वर्षभर जो आर्मी बेस माझं घर होता त्याकडे मी पाहत राहिलो आणि जरा इमोशनल झालो. मी स्वतःला सांगितलं, 'आर्मीतल्या माणसाला तो रिटायर होईपर्यंत कुठलं घर नसतं.'

यावरून मला आठवण झाली, की मनू आणि यावरला एक फोन करायला हवा आणि त्यांच्या रिटायरमेंट रेस्टॉरंटमध्ये पार्टनर व्हायला हवं.

यॉट । १५

मी माझ्या नवीन प्रवासासाठी तयार होतो.

एकच प्रॉब्लेम होता; कुठून सुरू करायचं ते समजत नव्हतं. ट्रेनिंग कुठे होणार आहे किंवा तिथं कसं जायचंय ते समजत नव्हतं. माझ्याकडे फक्त एक नवीन मोबाईल फोन होता. हा फोन मला नागालँड बेस सोडण्यापूर्वी देण्यात आला होता. त्या फोनमध्ये काही नंबर्स आणि काही ॲप्स इन्स्टॉल केलेले होते. पण त्यावरून मी कुठे जाणं आवश्यक आहे ते समजत नव्हतं.

एके दिवशी मला त्या फोनवर मेसेज आला, की उद्या मला दिल्ली एअरपोर्ट वर पोचायचं आहे, १५.०० वाजता. आमच्यापैकी किती जणांना या ट्रेनिंग प्रोग्रॅमला बोलावलं असेल याची मला उत्सुकता वाटत होती. ट्रेनिंग किती काळ चालणारेय आणि त्यानंतरचं आयुष्य कसं असेल याचं कुतूहल वाटत होतं. मी माझं सामान भरून दिल्लीला जायला निघालो.

दिल्ली एअरपोर्टबाहेर कॅबमधून उतरलो तसा एक अनोळखी माणूस माझ्या दिशेनं आला, 'हे तुझ्यासाठी आहे.' असं म्हणत त्यानं मला एक एन्व्हलप दिलं आणि तो निघून गेला.

त्या एन्व्हलपमध्ये कोलकात्याचं तिकीट होतं. सिक्युरिटी चेकिंगनंतर माझ्याकडे टाइमपास करायला एका तासाहून जास्त वेळ होता. मी ट्रेनिंगचा विचार मनातून दूर सारत काही फोन केले. आधी आजीला फोन केला, त्यात बराच वेळ ती तिच्या नवीन शेजाऱ्यांच्या तक्रारीच सांगत होती. आईबाबा सध्या लग्नांना जाण्यात बिझी होते, कारण लग्नाचा सीझन चालू होता. यावरनं सांगितलं, की तो एका मुलीच्या प्रेमात पडलाय. तिला तो मुंबईत

सुट्टी घालवत असताना भेटला होता आणि हे प्रेमप्रकरण त्याला नेक्स्ट लेव्हलवर न्यायचं होतं. डेव्हिड त्याचं ऑफिसर असणं एन्जॉय करत होता. मनू फोन उचलणार नाही हे मला माहीत होतं. त्याचं पोस्टिंग काश्मीरला झालं होतं. तिथली परिस्थिती तणावाची होती. फ्लाइट स्मूथ होती. मी कोलकाता विमानतळावर पोहोचलो तसा आताही एक अनोळखी माणूस माझ्याजवळ आला, पण या वेळी त्यानं मला त्याच्या मागं मागं यायला सांगितलं.

मला प्रश्न पडला की यांना माझं एक्झॅक्ट लोकेशन कसं समजतं. मग वाटलं, की त्यांनी मला मोबाईल दिलाय त्यामुळे असेल. मला कारमध्ये बसवून अनोळखी लोकेशनवर नेण्यात आलं. तिथं एका घरात नेलं. त्या घरात काही रूम्स होत्या. मोठ्या हॉलमध्ये टीव्ही होता आणि बसायला भरपूर जागा होती. बरेचसे लोक तिथंच बसलेले दिसले. तीसेक आर्मी ऑफिसर्स तिथं ऑलरेडी आलेले दिसले.

एका ऑफिसरनं घोषणा केली, ''कुणाला विश्रांती घ्यायची असेल, तर वरच्या मजल्यावर काही बेड्स आहेत. आपण इथं काही तास घालवणार आहोत. आपण बाकीच्या ऑफिसर्सची वाट पाहतोय आणि अर्थातच कर्नल चौधरींची वाट पाहतोय.''

सगळे जण तिथं पोहोचेपर्यंत आम्ही दोन तास वाट पाहिली. नंतर तिथं एकूण पन्नास सैनिक होते— ४५ पुरुष आणि ५ स्त्रिया. त्यातल्या केवळ गुरमीतला मी ओळखत होतो. थोड्याच वेळात कर्नल चौधरी आले.

ते बोलायला लागले, ''हॅलो एव्हरीवन, जे मला ओळखत नाहीत त्यांच्यासाठी- मी कर्नल चौधरी आहे आणि मी या डिव्हिजनचा प्रमुख आहे. तुम्ही इथं का आहात याविषयी तुम्हा सगळ्यांना थोडीफार कल्पना आहे; पण एक संपूर्ण असं चित्र तुमच्यापैकी कुणीच पाहिलेलं नाही. तर आता ते चित्र तुम्हाला दाखवण्याचा प्रयत्न मी करणार आहे.

''पाच वर्षांपूर्वी भारतीय आर्मीच्या इतिहासात एक निर्णय घेण्यात आला; सगळ्यात ॲडव्हान्स्ड, सगळ्यात डेंजरस आणि सगळ्यात उत्तम अशी एक टीम तयार करण्याचा. यामागे उद्देश असा होता, की अतिशय अवघड आणि क्रिटिकल मिशन्स या टीमनं पार पाडायची. सरकार आणि मिलिटरी जे काही ऑफिशिअली करू शकत नाही ते सगळं ही टीम करेल. हे डर्टी वर्क आहे. सर्जिकल स्ट्राइक्स, हत्या घडवणं, किडनॅपिंग करणं, रेस्क्यू ऑपरेशन्स करणं आणि अजून बरंच काही यात असतं.

''तुमच्यापैकी बरेच जण NDA बॅचेस मधले टॉपचे कॅडेट होते. तुम्ही सगळे आर्मीतले बेस्ट सैनिक आहात. पण आमचं हे ट्रेनिंग तुम्ही याआधी

कधीच अनुभवलं नसेल असं असणार आहे. आर्मीनं याआधी अशा प्रकारची ट्रेनिंग्ज घेतलेली नाहीत. हे ट्रेनिंग प्लॅन करायला, त्याची तयारी करायला, ट्रेनिंग प्रत्यक्षात सुरू करायला आम्हाला तीनपेक्षा अधिक वर्षं लागलीयत. हे आर्मीनं तयार केलेलं आतापर्यंतचं सर्वांत ॲडव्हान्स्ड ट्रेनिंग असेल. तुम्हाला सर्वोत्तम पोषण आणि ट्रेनिंग मिळावं म्हणून आम्ही विविध क्षेत्रांतले अनेक एक्स्पर्ट्स हायर केलेयत.

''आमचा पहिला उद्देश असणारेय तुम्हाला या जगातला बेस्ट सैनिक बनवणं. आमचा दुसरा उद्देश असणारेय आमची ही डिव्हिजन सिक्रेट ठेवणं आणि हे प्रत्येकानं लक्षात घ्या, की आमची गुप्तता राखण्यासाठी आम्ही कुठल्याही थराला जाऊ शकतो.'' कर्नलन चौधरींनी स्पष्ट केलं. मग कर्नल चौधरींनी खिशातून एक अगदी छोटासा चमकता बॉल काढला. तो एखाद्या बॉल बेअरिंग सारखा दिसत होता, ''आमच्यासोबत ज्यांनी ज्यांनी गेल्या पाच वर्षांत काम केलंय त्या सगळ्यांना एका लहानशा सर्जरीमधून जावं लागलंय. हे इन्स्ट्रूमेंट त्यांच्या मानेत बसवलं जातं.

''जेंटलमन, या 'नियंत्रण'ला भेटा. मित्रांनो, हा काही साधासुधा बॉल नाहीये. हे एक डिव्हाइस आहे जे आम्ही कुठल्याही क्षणी ट्रिगर करू शकतो, मग तुम्ही जगाच्या पाठीवर कुठेही लपून बसा. जेव्हा हा ट्रिगर होतो तेव्हा एक क्राइम सिन तयार होतो. त्यात असं दिसतं की तुम्हाला डोळ्यात गोळी घातली गेलीय. इतकंच नाही, तर तुम्ही आम्हाला एक फेक व्हिडिओ तयार करून द्यायचा आहे. त्यात असं दिसायला हवंय, की तुम्ही आर्मीमधून काहीतरी चोरी करताय. तुम्हाला गोळी घातल्यावर, तुम्ही गद्दार आहात हे पटवायला त्या व्हिडिओचा उपयोग केला जाईल. अर्थातच तुम्ही आमचं कुठलं मिशन धोक्यात आणलंत किंवा आम्हाला उघडं पाडायचा प्रयत्न केलात, तरच हे सगळं केलं जाईल. तुमच्या सगळ्या सोशल मीडिया अकाउंट्सचा ॲक्सेस आम्हाला असेल. आमच्याकडे आर्टिफिशिअल इंटेलिजन्सवर बेस्ड असलेलं एक सॉफ्टवेअर आहे, ते तुमच्या सर्व ऑनलाइन ॲक्टिव्हिटीज बघत असतं. तुम्ही आमच्या डिव्हिजनला चिंतेत पाडणारं किंवा काहीही दिखाऊ असं पोस्ट केलंत, तर आमचा कॉन्फरन्स कॉल सुरू होतो. आमचे टॉप डिसिजन मेकर्स त्या कॉलवर कनेक्टेड असतात. हे लोकं आता या ऑफिसरला मारायचं का नाही हा निर्णय घेतात. मत ५०% पर्यंत पोहोचलं, की बूम! तुम्ही संपलेले असता. तर या सगळ्यावरून आम्ही आमची गुप्तता जपण्याबाबत किती सीरिअस आहोत हे तुमच्या लक्षात आलं असेल. तुम्हाला इथून परत फिरायचं असेल, तर ही शेवटची संधी आहे. तुमच्या विरुद्ध कुठलीही ॲक्शन घेतली जाणार नाही. पण

तुम्ही जॉइन व्हायचं ठरवलंत तर मात्र आयुष्यभरासाठी हे रहस्य सांभाळावं लागेल. कुठलंही ऑपरेशन पार पाडताना तुम्ही मारले गेलात, तर आम्ही तुमच्याशी असलेली कुठलीही लिंक नाकारणार. जर शत्रूने तुम्हाला पकडलं तर आम्हीच तुम्हाला आधी संपवणार; पण हे नक्की, की तुमच्यानंतर तुमच्या कुटुंबाची व्यवस्थित काळजी घेतली जाईल.''

कर्नलच्या या स्पष्टीकरणानंतर तिथं विलक्षण शांतता पसरली. कर्नलनी वाट पाहिली, पण कुणीच जागचं हललं नाही. असं दिसत होतं की कुणालाच माघार घ्यायची नसावी, स्पेशली ते 'नियंत्रण' नावाचं डिव्हाइस पाहिल्यावर. ते एखाद्या सायन्स फिक्शन मूव्हीमधलं डिव्हाइस वाटत होतं. प्रत्येकाची उत्सुकता टोकाला पोचली होती.

कर्नल म्हणाले, ''चला, असं दिसतंय की प्रत्येक जण तयार आहे. व्हेरी वेल! आपण सुरू करूयात.

''तुम्हाला एकामागून एक सर्जरीसाठी बोलवलं जाईल आणि मग तुमचे व्हिडिओ तयार केले जातील आणि तुम्हाला थोडं पेपरवर्कपण करावं लागेल. हे सगळं झालं, की आपण ट्रेनिंग सेंटरकडे जाऊ.'' चौधरी दाराच्या दिशेनं चालायला लागले आणि थांबले. मग म्हणाले, ''मी तुम्हाला एक गोष्ट सांगायला विसरलोय, तुमच्यापैकी केवळ सहा जण या ट्रेनिंगमधून फायनल टीमसाठी निवडले जातील. बाकीचे ४४ जण त्यांच्या रेजिमेंट्समध्ये परत जातील.''

चौधरी रूममधून बाहेर गेल्यानंतर रूममध्ये कुजबुज सुरू झाली. प्रत्येक जण त्या सहा जणांच्या फायनल टीमविषयी ऐकून काळजीत पडला होता. पूर्ण आयुष्यभरासाठी असं इतकं मोठं सिक्रेट ठेवायची जबाबदारी घेणं ही फार मोठी गोष्ट होती. तुम्ही सिलेक्ट झाला नाहीत तरी काळजी घेणं गरजेचं होतं. तरीही कुणी माघार घेतली नव्हती. सगळ्या पन्नास ऑफिसर्सनी फॉरमॅलिटीज पूर्ण केल्या.

लवकरच आम्ही एका बसमध्ये बसलो. आम्हाला ट्रेनिंग सेंटरचं लोकेशन समजू नये अशी त्यांची इच्छा होती. बसच्या सगळ्या काचा पूर्ण काळ्या केलेल्या होत्या. बाहेरचं कुठलंही दृश्य आम्हाला दिसून चालणार नसावं. सेंटरला पोचण्यासाठी सुमारे बारा तास आम्ही त्या बसमधून प्रवास केला. ट्रेनिंग सेंटरची पहिली झलक म्हणजे प्लेझंट सरप्राइज होतं. तो परिसर टिपिकल ट्रेनिंग सेंटर सारखा वाटत नव्हता. तो परिसर तसा लहान दिसत असला तरी भारी वाटत होता. त्या परिसराभोवती दहा फूट उंच भिंतीचं चौकोनी आकारात कुंपण घातलेलं होतं. सगळ्या परिसरावर हिरवंगार गवत पसरलेलं होतं. आम्ही जवळ जाऊन पाहिलं तेव्हा समजलं, की ते सिंथेटिक गवत होतं. तरीच ते इतकं हिरवंगार

आणि एकसारखं दिसत होतं. याव्यतिरिक्त लॉनच्या आतमध्ये चार मोठ्या इमारती होत्या, पंधरा फूट उंच आणि काळ्या काचांनी बनलेल्या. या इमारती कुंपणापासून आणि एकमेकांपासून समान अंतरावर होत्या. त्यांचा एक चौकोन तयार झालेला होता. क्लॅस्ट्रोफोबिया येऊ नये, पण तरी एक बंदिस्त वातावरण तयार करावं असा हेतू असावा. प्रत्येक इमारत एकसारखी दिसत होती. एकच गोष्ट वेगळी होती. प्रत्येक इमारतीवर भलेमोठे LED स्क्रीन्स लावले होते. ते जमिनीपासून वीस फूट उंच होते.

समोरच्या इमारतीच्या LED वर MAIN लिहिलेलं होतं. मागच्या एका इमारतीच्या LED वर NUTRITION लिहिलेलं होतं, डावीकडच्या इमारतीच्या LED वर MIND आणि उजवीकडच्या इमारतीच्या LED वर BODY लिहिलेलं होतं.

प्रत्येक इमारतीचं दार उघडं होतं आणि कुठे गार्ड्स दिसत नव्हते. खरंतर प्रत्येक इमारत पंधरा फूट उंच असताना त्या दहा फूट उंचीच्या कुंपणाला काय अर्थ होता कोण जाणे.

हे ट्रेनिंग जर सिक्रेट ठेवायचं असेल तर बाहेरून दिसू शकतील अशा या मोठमोठ्या उंच बिल्डिंग्जची काय गरज होती? इथं रनिंग ट्रॅक्स कुठेही दिसत नव्हते, मग आम्ही धावायचं कुठे? स्वीमिंग पूल आणि शूटिंग रेंजपण दिसत नव्हते. कशाचा काही अर्थच लागत नव्हता.

प्रत्येक जण माझ्यासारखाच इकडेतिकडे पाहत होता. आमच्या डोळ्यांत प्रश्न होते आणि चेहऱ्यावर कन्फ्युजन होतं. अशात कर्नल चौधरी तिथं कधी आले आणि आमच्यासमोर, मेन बिल्डिंगच्या समोर येऊन कधी उभे राहिले ते समजलंच नाही.

चौधरी म्हणाले, "मला माहितेय की तुमच्या मनात या क्षणी खूप सारे प्रश्न आहेत आणि त्या सगळ्यांची उत्तरं तुम्हाला मिळतील. पण मला हेही माहितीय, की आता तुम्हा सगळ्यांना खूप भूक लागलीय, त्यामुळे तुम्ही माझ्यामागे का येत नाही?" नंतर ते मेन बिल्डिंगकडे चालायला लागले.

पण त्या बिल्डिंगच्या दाराकडे न जाता ते एका भिंतीकडे जायला लागले. एका ऑफिसरने त्यांना हे लक्षात आणून दिलं तसं चौधरींनी हसून त्यालाच त्या दारातून आत जायला सांगितलं. तो ऑफिसर दारातून जायला लागला तसं त्याचं डोकं धडकलं. तो डोकं चोळत मागे सरकला. कर्नल म्हणाले, "मित्रा, ते दार नाहीये. भिंतीवर दाराचा आभास तयार केला आहे."

त्यांनी रिमोटवरच एक बटण दाबलं तसं दार अदृश्य होऊन भिंत दिसायला लागली. ते भिंतीकडे जाऊ लागले. मला वाटलं आता भिंतीवर चढतायत का

काय! पण तसं काही झालं नाही. ते भिंतीतून अदृश्य झाले. ते दृश्य बघून प्रत्येक जण चकित झाला. टीव्हीवर एखादा जादूचा प्रयोग पाहत असल्यासारखं वाटलं. कर्नल जसे गेले होते तसेच आले.

"सगळ्यांनी माझ्या मागे या. थांबू नका, माझ्यावर विश्वास ठेवा." असं म्हणत ते पुन्हा त्या भिंतीत गडप झाले. एक ऑफिसर त्यांच्या मागे गेला, तो जरा संकोचत होता पण मग भिंतीकडे गेला आणि तोही अदृश्य झाला. हळूहळू प्रत्येक जण त्याच्यामागे जाऊ लागला.

माझी टर्न आली. माझं मन मला सांगत होतं, की मी भिंतीत गेलो तर मी धडकेन आणि मला लागेल; पण इतर जण जात होते ते बघून मीपण आत जाऊ शकतो यावर विश्वास ठेवायचा ठरवलं. माझं शरीर अत्यंत गोंधळून गेलं होतं.

मी भिंतीच्या आत पाय ठेवायचा प्रयत्न केला तसं तिथं काहीच नाही हे मला जाणवलं. माझा पाय हवेत गेला आणि मग जमिनीवर पडला. मला माझा पाय दिसेना. माझं पूर्ण शरीर त्या भिंतीतून आत आलं तसा मला मी दिसू लागलो. मी स्वतःशी पुटपुटलो, 'अजून एक आभास.'

भिंतीवर दाराचा आभास आणि दारावर भिंतीचा आभास तयार केलाय, फारच हुशारी!

त्या सगळ्या भिंती आतून ट्रान्स्फरंट होत्या. इतक्या तलम दिसत होत्या की तिथं जणू काच नसावीच. आतून बाहेरचं सगळं स्वच्छ दिसत होतं. बाहेरून भरपूर नैसर्गिक प्रकाश आत येत होता. तिथला प्रत्येक कोपरा एकतर नैसर्गिक उजेडानं किंवा LED च्या उजेडानं लख्ख उजळून निघाला होता. आम्ही कर्नल चौधरींच्या मागे गेलो, एक मोठं दार आलं. आता हे खरंच दार होतं की आभास होता याची खात्री नव्हती. पण पुढे गेलो तसं ते दार उघडलं आणि एका लहान जागेत आम्ही प्रवेश केला. तिथली बरीचशी जागा एका मोठ्या गोलाकार टेबलाने व्यापली होती आणि टेबलाभोवती काही खुर्च्या होत्या. टेबलाच्या मध्ये अजून एक गोल होता त्यावर भरपूर खाद्यपदार्थ होते. प्रत्येक खुर्चीसमोर १२/१३ इंचाचा स्क्रीन होता. कर्नल बसले आणि सगळ्यांना बसायला सांगितलं.

मग ते बोलायला लागले, "ऑल राइट गाइज, तर ज्या लोकांना हे समजलं नसेल त्यांच्यासाठी; हा आपला कॅफेटेरिया आहे. शेफ्स कुकिंग एरियामध्ये असतील. ते अन्न प्लेट्स आणि बोउल्समध्ये ठेवून प्रत्येकाला टॅग लावतील. एक बेल्ट सगळे पदार्थ टेबलाच्या मध्यावर घेऊन येईल. प्रत्येक खुर्चीसमोर एक स्क्रीन आहे, ज्यावर पदार्थांची लिस्ट असेल. तुम्ही पदार्थ सिलेक्ट केलात, की टेबल तो पदार्थ तुमच्यापर्यंत पोहोचेल. काही काळातच टेबल तुमच्या खाण्याच्या आवडी आणि सवयी यांचा अभ्यास करून तुम्हाला पदार्थ सुचवेल. टेबल तुमचे

दहा आवडते पदार्थ लक्षात ठेवू शकतं आणि तुम्हाला हवं असेल तेव्हा देऊ शकतं. आता बसा आणि इथलं फूड एन्जॉय करा.''

त्यांनी त्यांच्या समोरच्या स्क्रीनकडे नजर वळवली. मी जवळच्याच एका खुर्चीवर बसलो. बसलो तसा मॉनिटरवर वेलकम मेसेज झळकला. कोणी खुर्चीत बसलं हे त्यांना कसं समजलं कोण जाणे. प्रत्येक जण स्क्रीनशी खेळू लागला. मेन्यूमध्ये भरपूर ऑप्शन्स होते. त्यातले बरेचसे पदार्थ चविष्ट आणि 'नॉट सो हेल्दी' कॅटेगरीमधले होते. मी काही डिशेश ऑर्डर केल्या. टेबलानं झटपट त्या आणलेल्या बघून आश्चर्य वाटलं. सगळेच पदार्थ इतके चविष्ट होते, की बऱ्याच जणांनी जरा जास्तच खाल्लं. कर्नलपण चवीनं जेवत होते. सगळीकडे शांतता पसरली होती. डेझर्ट खाल्ल्यावर फार झोप यायला लागली. माझ्यासारखीच इतरांची अवस्था होती.

कर्नल म्हणाले, ''ऑल राइट एव्हरीवन, सगळ्याचं खाऊन झालं असेल तर तुम्हाला तुमच्या रूम्स दाखवतो.''

आम्ही कर्नल चौधरींच्या मागे निघालो. आता आमच्या अपेक्षा फारच वाढलेल्या होत्या. आमच्या रूम्स कशा असतील याविषयी कुतूहल होतं. तिथं तीन लिफ्ट्स होत्या आणि आम्हाला सगळ्यात वरच्या मजल्यावर जायला सांगितलं होतं. काही जण कर्नल सोबतच लिफ्टमध्ये शिरले बाकीचे इतर लिफ्ट्समध्ये शिरले. आम्ही पंधराव्या मजल्यावर गेलो. पाहतो तर सगळीकडे अरुंद बोळ आणि भिंती होत्या. भिंती चमकदार आणि रंगीबेरंगी होत्या. भिंतिवर आमची नावं होती. नावाखाली स्लायडिंग दार होतं. कर्नल चौधरी माझ्या नावासमोर थांबले. त्यांनी मला दाराच्या दिशेनं जायला सांगितलं. मी दाराजवळ गेलो तसं ते स्लायडिंग सरकून दार उघडलं.

चौधरींनी सांगितलं, ''केवळ दोघेच जण तुमच्या खोलीचं दार उघडू शकतात, तुम्ही स्वतः आणि सिक्युरिटी. आता तुम्ही विचार करत असाल की सिक्युरिटी कुठंय, तर ते कमांड सेंटरमधून प्रत्येक गोष्टीवर लक्ष ठेवून आहेत, गरज असतील तरच दिसतात. तर मी सांगत होतो, की गार्डशिवाय केवळ तुम्हीच तुमच्या रूमचं दार उघडू शकता. रूममध्ये गेल्यावर तुम्ही दार उघडं ठेवा किंवा दार बंद ठेवून पूर्ण प्रायव्हसी मिळवा.''

ती रूम प्रशस्त होती. माझ्या बेडशेजारची भिंत पूर्ण काचेची होती. मला बाहेरचं सगळं काही छान दिसत होतं. कर्नलनी मला बेडशेजारचं बटण प्रेस करायला सांगितलं. तसं केल्यावर भिंत अपारदर्शक झाली आणि दार बंद झालं. संपूर्ण प्रायव्हसी तयार झाली. रूममध्ये टीव्ही आणि फ्रिज होता.

आमची वरच्या मजल्याची टूर सुरू राहिली. प्रत्येकाला आपापल्या रूम्स पाहायच्या होत्या. प्रत्येक रूममधून बाहेरचा मस्त व्ह्यू दिसत होता. सगळ्या रूम्स बाहेरच्या काचेच्या भिंतीलगत बांधलेल्या असाव्यात. फायनली, आम्ही ओपन एरियात आलो. तिथं भलामोठा टीव्ही होता आणि तिथून बाहेरचं सुंदर दृश्य दिसत होतं. तिथं काही सोफे आणि बिनबॅग्स होत्या. एक व्हेंडिंग मशिन होतं आणि एक स्नॅक बारही होता. स्नॅक बारसमोर छोटा मॉनिटर होता.

कर्नल बसले आणि आम्हालाही आरामशीर बसून घ्यायला सांगितलं. ते हसत म्हणाले, ''मला खात्री आहे की तुमच्या मनात बरेच प्रश्न असतील. विचारा.''

एका ऑफिसरनं विचारलं, ''तुम्ही सांगितलंत की हे सेंटर टॉप सिक्रेट आहे, मग इथं कुठेच गार्ड्स कसे दिसत नाहीयेत. बाहेरचं कुंपण फक्त दहा फूट उंचीचं आहे. कुणीही उडी मारून आत येऊ शकतं. हा एकूण परिसर तसा लहानसाच आहे पण या बिल्डिंग्ज इतक्या उंच आहेत.

''या बिल्डिंग्ज कुठूनही दूरवरून सहज दिसू शकतील. हे काहीच समजत नाहीये.''

कर्नलनी ऑर्डर दिली, ''चांगला प्रश्नय. माझी इच्छा आहे की तुम्ही सगळ्यांनी खिडकीबाहेर बघून मला काय दिसतंय ते सांगा.''

आधी आम्हाला फक्त दूरपर्यंत पसरलेली शेतं दिसली. मग आम्ही जवळून पाहिलं तर अजून एका भिंतीचं कुंपण दिसलं. कर्नल बोलायला लागले, ''ही जी दुसरी भिंत तुम्ही बघताय ती तीस फूट उंच आणि दोन किलोमीटर लांब पसरलेली आहे. त्याच्यावर हाय होल्टेजच्या तारांचं कुंपण आहे. कुठलाही माणूस किंवा जनावर ती भिंत नकळतपणे ओलांडून आत येऊ शकत नाही आणि कुणी आलाच तर एक हायली सेन्सिटिव्ह थर्मल कॅमेरा ग्राउंडच्या इंचा इंचावर नजर ठेवून आहे. तो कॅमेरा दोन्ही भिंतींच्या मधली प्रत्येक हालचाल पकडतो आणि कमांड सेंटरला रिपोर्ट जातो.''

प्रत्येक जण पुरेसा इम्प्रेस्ड झालेला दिसत होता. पण कर्नल बोलत राहिले, ''तरी आपण मानून चालू या, की शत्रू किंवा गुप्तहेर दुसऱ्या भिंतीपर्यंत पोचला आणि ते दुसरं कुंपण म्हणजे फक्त दहा फूट उंचीची भिंत आहे. तिथून कुणीही इझीली उडी मारून आपल्या कंपाउंडमध्ये येऊ शकतं, राइट? अजिबात नाही. माझी खात्री आहे, की तुमच्यापैकी प्रत्येकाला त्या पसरलेल्या सिंथेटिक गवताविषयी कुतूहल वाटलं असणार. ते गवत म्हणजे एक मोठा सेन्सर आहे. त्याच्यावर झालेली थोडीशी हालचाल ते टिपतं. पण ते गवत त्यांच्यामध्ये आणि आपल्यामध्ये कसा फरक करतं? तुमच्या मानेत बसवलेलं विलक्षण डिव्हाइस आठवलं का? त्या प्रत्येक डिव्हाइसमध्ये एक ट्रान्समीटर बसवलेला आहे. हा ट्रान्समीटर एक

यूनिक फ्रिक्वेन्सी सोडतो, ज्यामुळे ती व्यक्ती ओळखता येईल. जर त्या सिंथेटिक गवताच्या सेन्सरने ही फ्रिक्वेन्सी पकडली नाही किंवा ती फ्रिक्वेन्सी जर मॅच झाली नाही, तर सिक्युरिटी टीम अलर्ट होते आणि चारही बिल्डिंग्ज संपूर्णपणे बंद होतात. या परिसरात असताना हा 'नियंत्रण' म्हणजे तुमची ओळख आहे. केवळ त्या हिरव्या सिंथेटिक गवतावर नाही तर या संपूर्ण परिसरातच तुमची प्रत्येक हालचाल टिपली जाते. या परिसरात नियंत्रणशी जोडलेली हालचाल नसेल, तर सगळ्या सिस्टीम्स तत्काळ लॉकडाउन होतात.

"तर, आता तुम्हाला आपण इथं सुरक्षा कशी राखतो या प्रश्नाचं उत्तर समजलं असेल. आता या बिल्डिंग्ज बाहेरून कुणालाही कशा दिसतात याचं उत्तर देतो."

कर्नलनी खिशातून फोन काढून त्यावर काहीतरी ब्राऊज केलं. समोरचा मोठा टीव्ही अचानक सुरू झाला. टीव्हीवर एका फॅक्टरीच्या इमेजेस दिसत होत्या. माणसं काम करत होती, ट्रॉलीमधून सामान हलवत होती.

आम्ही हे काय पाहत होतो ते समजेना.

कर्नल म्हणाले, "दारासारखी दिसणारी भिंत आणि भिंतीमध्ये असणारं दार यात याचं उत्तर दडलेलं आहे." ते आमच्याकडं अपेक्षेनं पाहत होते. आम्ही ट्रेनिंग सेंटर आणि टीव्हीवर दिसणारी फॅक्टरी यातला संबंध शोधून काढावा अशी त्यांची अपेक्षा असावी.

माझ्या लक्षात आलं. मी उत्साहाने ओरडलो, "हे डिजिटल प्रोजेक्शन आहे."

कर्नलनी समजावलं, "हो, तुझं बरोबर आहे. काही वर्षांपूर्वी M.M.M.E.C. गोरखपूर मधल्या काही इंजिनिअर्सनी आम्हाला त्यांचा हा शोध दाखवला. आर्मीसाठी हा उपयुक्त शोध ठरेल असं त्यांचं म्हणणं होतं-एक इंटेलिजन्ट डिजिटल प्रोजेक्टर. हा प्रोजेक्टर एका स्पेशल गॅसच्या पातळ लेयरवर 4D प्रोजेक्शन तयार करू शकतो. आम्ही त्या गॅसची लेयर कायम ठेवायचं काम करतो. बाकीचं सगळं काम ते शंभर प्रोजक्टर्स करतात. बाहेरून दिसणाऱ्याला आता तुम्ही टीव्हीवर पाहिलं तेच दृश्य दिसतं." त्यांच्या बोलण्यात आपल्या तांत्रिक प्रगतीचा अभिमान झळकत होता.

कुणीतरी विचारलं, "क्रांतिकारक शोध आहे हा! ते इंजिनिअर्स सध्या कुठे असतात?"

कर्नल उत्तरले, "शेवटचं मी ऐकलं तेव्हा युरोपमध्ये कुठेतरी त्यांच्या यॉटवर पार्टी करत होते."

कर्नलच्या या उत्तराने सगळेच जण हसायला लागले.

माइंड गेम्स | १६

"ऑल राइट ऑफिसर्स! झोपायची वेळ झालीय. तुमचे उरलेले प्रश्न उद्या सकाळपर्यंत होल्ड करा. तुमच्या रूममध्ये एक रिस्टवॉच आहे. तुम्ही झोपायच्या आधी ते आठवणीनं घालायचं आहे. सकाळी तुम्ही तयार झालात की या." इतकं बोलून कर्नल चौधरी निघून गेले.

दुसऱ्या दिवशी मी एक्झॅक्ट ०८.०० वाजता उठलो. झटपट आवरून मी रूमच्या बाहेर पडलो. पाहिलं तर प्रत्येक जण जवळपास त्याच वेळेस हॉलमध्ये आलेला होता. हे जरासं अजब होतं. माझ्या आठवणीप्रमाणे कुणालाही अमुक एका वेळेस रिपोर्ट करायला सांगितलं नव्हतं. कर्नल कोचावर बसून आमची वाट पाहत होते. "गुड मॉर्निंग एव्हरीवन! आज आपण साइटसिईंगला जाणार आहोत आणि या जागेविषयी तुम्हाला जी माहिती असायला हवी ती सगळी मी देणार आहे. सर्वांत आधी तुमच्या मानेतल्या नियंत्रणला हॅलो म्हणा. हे लक्षात ठेवा, की हा बॉल इथं तुमची ओळख आहे. या नियंत्रणमुळेच तुम्ही कोण आहात ते इथल्या मशिन्सना आणि सेन्सरला समजणार आहे. काल आपण एका अदृश्य दारातून आत गेलो ते तुम्हाला आठवत असेलच ना? जर तुमच्या आत नियंत्रण नसता तर तुमची त्या दाराशी टक्कर झाली असती. दार तुमचा नियंत्रण सेन्स करतं आणि आपणहून तुमच्यासाठी उघडतं.

"याच पद्धतीनं सिंथेटिक गवतालाही तुम्ही कोण आहात ते समजेल. कॅफेतल्या खुर्चीवर तुम्ही बसलात आणि स्क्रीनवर वेलकम शब्द आले हे आठवलं का? तर तुम्हाला मुद्दा समजला असेल.

तुम्ही रूममध्ये असाल आणि तुमच्या रूमचं दार बंद असेल तेव्हाच्या हालचाली सोडून तुमची प्रत्येक हालचाल इथं ट्रॅक होणार आहे. तुमचं श्वास घेणं, तुम्ही कसे चालता, कसे बोलता, धावता, बसता आणि सगळं काही इथे मॉनिटर होतंय. या ट्रेनिंग सेंटरच्या प्रत्येक रूममध्ये हजारो सेन्सर्स आहेत. ते भिंतीवर, छतावर आणि जमिनीवर बसवलेले आहेत. हे सेन्सर्स प्रत्येक हलत्या गोष्टीची नोंद घेतात आणि ते प्रत्येकाच्या 'नियंत्रण'द्वारे तुमच्याशी जोडलेले राहतात. तुम्ही जेवणासाठी बसता आणि ऑर्डर करता तेव्हा सेन्सर्स तुम्हाला ओळखतात. प्रत्येक पदार्थाच्या बाऊलवर शेफने पोषणमूल्यांचं लेबल लावलेलं असतं.

"तुम्ही खाल्लेली प्रत्येक कॅलरी मोजली जाते. तुमच्या शरीरात जाणारे मिनरल्स, व्हिटॅमिन्स मोजले जातात. तुम्ही किती गोड खाता ते मोजलं जातं. प्रत्येक वॉशरूममध्ये सेन्सर आहे. ती वॉशरूम कुणी वापरली ते समजतं. तुमचं मूत्र आणि विष्ठा लॅबमध्ये पाठवली जाते. त्यावरून तुम्ही पुरेसं पाणी पिताय ना, आवश्यक तेवढं फायबर खाता का नाही, शरीरात प्रोटीन फार कमी जातंय का या सगळ्याचं रेकॉर्ड होतं."

कर्नल बोलतच होते, "एका रूममधून दुसऱ्या रूममध्ये जाणं स्मूथ आहे, एका रूमचे सेन्सर्स बंद होतात आणि दुसऱ्या रूमचे सेन्सर्स सुरू होतात. इथे वेगवेगळ्या दिशांना पसरलेले सेन्सर्स आपण वापरतोय म्हणून मोकळ्या जागांऐवजी आपण बंद रूम्स ट्रेनिंगसाठी वापरणार आहोत. आपण हा डेटा ॲनलाइज करून तुमच्या ट्रेनिंगसाठी वापरणार. सॉफ्टवेअर्स आणि एक्स्पर्टस डेटा ॲनलाइज करून तुम्हाला सल्ला देतील. चला, आता फिरायला जाऊ यात."

आम्ही कर्नलच्या मागे मागे चालायला लागलो. आता जाताना प्रत्येक भिंतीकडे लक्ष जात होतं.

भिंतींकडं पाहून कुणालाच वाटलं नसतं की त्या आमच्यावर लक्ष ठेवून आहेत. अचानक मला वाटायला लागलं, की हजारो डोळे मला बघतायेत. सिस्टीममधल्या सगळ्या गोष्टी आता नियंत्रणशी कनेक्टेड आहेत हे आम्हाला समजलंच होतं. आमच्याशिवाय कुणीही या परिसरात येऊ शकत नाही हेही कळलं होतं. या प्रिमाईसमधल्या प्रत्येक रिसोर्सपर्यंत केवळ ऑथॉराइज्ड व्यक्तीच पोहोचू शकत होती. कर्नल चौधरी पहिल्यांदा आम्हाला न्यूट्रिशन बिल्डिंगमध्ये घेऊन गेले. काल गेलो होतो तो कॅफेटेरिया तिथंच होता. आम्ही त्यांच्या मागे जात राहिलो. इथं सगळं काम कशा पद्धतीनं चालतं ते आता समजत होतं.

कर्नल म्हणाले, "काल तुम्ही जेवलात ते चविष्ट जेवण लक्षात असेल ना? ती चव लक्षात ठेवा कारण असं जेवण तुम्हाला महिन्यातून एकदाच मिळणार आहे. नेहमी तुम्हाला आमच्या स्पेशलाइज्ड डायटिशिअननी आखून दिलेल्या

डाएट प्लॅननुसारच जेवण मिळणार आहे. ज्या पद्धतीनं आम्हाला तुमच्यात बदल व्हायला हवे आहेत, त्या गरजेनुसार तुमचं डाएट असेल. काही डॉक्टर्स, आहारतज्ज्ञ आणि बॉडीबिल्डर्स यांची टीम बॅलन्स्ड डाएट तयार करण्यासाठी गेली दोन वर्षं काम करत आहेत. हे डाएट प्रत्येकासाठी वेगळं डिझाइन केलेलं असेल. अर्थात तुम्हाला पदार्थांच्या निवडीसाठी काही मर्यादित ऑप्शन्स दिले जातील, पण ते तुमच्या शरीराच्या गरजेवर अवलंबून असतील. काही पदार्थ केवळ तुमच्यासाठीच असतील आणि काही पदार्थ तुम्हाला मिळणार नाहीत. इथली टीम प्रत्येकासाठी रोजच्या रोज पूरक आहार पुरवेल. काही प्रश्न आहेत का?''

सगळं काही स्पष्ट झालं पण ती मेजवानी महिन्यातून एकदाच आहे हे कळल्यावर जरा वाईट वाटलं. मग आम्हाला BODY नावाच्या बिल्डिंगमध्ये नेण्यात आलं. त्या रूममधल्या गोष्टी एकाच वेळेस ओळखीच्या तरी विचित्र वाटत होत्या. तिथं ट्रेडमिल्स होती, पण आम्हाला धुळीनं भरलेल्या ग्राउंड्सवर पळायची सवय होती. तिथं बऱ्याच प्रकारची जिम इक्विपमेंट्स होती, पण त्यातली कुठलीही आम्ही NDA किंवा आर्मी बेसमध्ये पाहिलेली नव्हती.

कर्नल म्हणाले, ''हा तुमचा फिजिकल ट्रेनिंगचा एरिया आहे, तुम्हाला प्रश्न पडला असेल, की हा नेहमीपेक्षा वेगळा का वाटतो आहे. तर ही सगळी इक्विपमेंट्स हायली स्पेशलाइज्ड आहेत.

''तुम्हाला नुसतं धावायला लावण्यात आम्हाला इंटरेस्ट नाहीये. ते तुम्ही ॲकॅडमीत भरपूर केलंच आहे. तेच रूटीन इथे करण्यानं तुमचा परफॉर्मन्स काही सुधारणार नाहीये. ही ट्रेडमिल्स आणि सेन्सर्स एकत्र काम करतात आणि तुमच्या हालचाली, श्वास घेणं, हाताच्या हालचाली याचा ॲनालिसिस करतात. तुम्हाला परफॉर्मन्स सुधारावा म्हणून बदल सुचवले जातील.

''स्पेशली : ब्रीदिंग, योग्य पद्धतीनं श्वास घेणं किती बदल घडवून आणू शकतं हे पाहून तुम्हाला नवल वाटेल. अर्थातच तुम्हाला आवश्यक असा पूरक आहार आणि मदत दिली जाईल. तुमच्या वेळेपैकी ३०% वेळ तुम्ही इथे घालवणार आहात.''

मला काही हे सगळं समजलं नाही. आम्ही प्रचंड कष्ट घेतल्याशिवाय बेस्ट रिझल्ट कसा देणार होतो? आम्ही सगळे जण एकमेकांकडे गोंधळून पाहत होतो.

कर्नलनी त्यांच्या मागोमाग दुसऱ्या मजल्यावर यायला सांगितलं. तिथं स्वीमिंग पूल होता. पुन्हा एकदा तेच झालं. नेहमीच्या स्वीमिंग पूल्सपेक्षा वेगळा होता. अर्थात, इथे सगळंच वेगळं होतं म्हणा! एकाच मजल्यावर ५० पूल्स होते. प्रत्येक पूल १० फूट लांब आणि १० फूट रुंद होता. प्रत्येक पूल्सभोवती बऱ्याच

वायर्स वेढलेल्या होत्या. आम्ही कर्नलकडे उत्सुकतेनं पाहू लागलो.

कर्नल हसत म्हणाले, "फ्यूचरमधल्या स्वीमिंग पूल्समध्ये तुमचं स्वागत आहे. तुम्हाला वाटत असेल की इथं कसं पोहायचं. तुम्ही केवळ पाण्यात एका जागी उभं राहायचंय, तुमच्याभोवतीचं पाणी हलेल. प्रत्येक पूलमध्ये सेन्सर्स आहेतच."

अजून एका मजल्यावर ऑर्टिलिरी होती. आधी कधीही पाहिल्या नव्हत्या अशा गन्स भिंतीवर लावलेल्या होत्या. अशा गन्स आम्ही मूव्हीजमध्ये पाहिल्या असतील, पण प्रत्यक्षात नाही.

कर्नलनं आम्हाला एखादी गन उचलायला सांगितली. ओह माय गॉड! कसली हलकी गन होती ती! नेहमीच्या गनपेक्षा २५% पण वजन नसेल. कर्नल म्हणाले, या गनचा नेम आणि शॉट खूप जास्त अचूक आहे. तिथं इतरही काही वेपन्स होती.

पिस्तुलं, ग्रेनेड्स, बझुका आणि बरंच काही होतं. कर्नलनं समजावलं, की ही स्पेशल डिव्हिजन असल्यामुळे अशी विशेष महाग वेपन्स देणं परवडतं, ही सगळी शस्त्रं अतिशय महाग असतात आणि त्यामुळे मोठ्या प्रमाणावर यांचं उत्पादन होत नाही.

पण आम्हा सगळ्यांचं लक्ष खरंतर रोबॉटिक माशीवर खिळलं होतं. एकदा तुम्ही या रोबोटिक माशीमध्ये एखादं टार्गेट फीड केलं आणि ॲक्टिव्ह केलं की ती उडत जाते आणि त्या टारगेटला विषारी चावा घेते. एकदा टारगेट लॉक केलं, की ही माशी टारगेटची मूव्हमेंट ट्रॅक करते आणि फॉलो करते. ही रोबोटिक माशी दहा किलोमीटरपर्यंत फॉलो करू शकते. तुम्ही चाव्यातलं विषाचं प्रमाण किती ठेवायचं ठरवू शकता. जास्तीत जास्त एका महिन्यानं टारगेट मरेल असंही विषाचं प्रमाण ठेवता येतं.

आपल्याकडं याच पद्धतीनं काम करणारा रॅट बॉम्बपण आहे. पण हा रॅट बॉम्ब चावत नाही, पण एक पूर्ण बिल्डिंग उडवून टाकतो. नियंत्रण तुमच्या आत असेल तरच या सगळ्या गन्स आणि डिव्हाइसेस ॲक्टिव्ह होऊ शकतात.

कर्नल चौधरींनी आम्हाला इतरही मजले दाखवले. प्रत्येक मजला वेगवेगळ्या पद्धतीच्या लढाईसाठी आम्हाला तयार करण्यासाठी होता. त्यांनी पाच वेगवेगळ्या प्रकारच्या फ्री हँड फायटिंगचा उल्लेख केला ज्याविषयी आम्हाला कुणालाही माहिती नव्हती. दोन मजले आम्हाला केवळ प्रोत्साहित करण्यासाठी होते. शेवटचा मजला फारच वेगळा आणि इंटरेस्टिंग होता. तिथं वेगवेगळे कपडे, विग्ज आणि ॲक्सेसरीज होत्या. त्या रूममध्ये सेन्सर्स नव्हते असं कर्नलनं सांगितलं. इथं आम्हाला वेषांतर करायला शिकवणार होते.

असं दिसत होतं, की आमचा ट्रेनिंगमधला ४०% वेळ लढाईच्या नवीन पद्धती, तंत्र, नवीन वेपन्स, स्ट्रॅटेजीज, नवीन कम्युनिकेशन स्किल्स आणि वेगळ्या सिच्युएशन्समधली ऑपरेशन्स कशी हाताळावी हे शिकण्यात जाणार होता.

कर्नलनं विचारलं, "तर, ३०% फिजिकल वर्कआउट, ४०% या स्पेशलाइज्ड ट्रेनिंगमध्ये. मग उरलेला ३०% वेळ काय करणार आहात? काही अंदाज?"

कुणीतरी खिडकीतून दिसणाऱ्या MIND असं लिहलेल्या बिल्डिंगकडे हात दाखवला. तेवढी एकच बिल्डिंग पाहायची उरली होती. कर्नल म्हणाले, "करेक्ट! तुमच्या सिचुएशन्समध्ये सगळ्यात खतरनाक अस्त्र असणार आहे तुमचा मेंदू. आम्ही तुमच्या मनाला अशा पद्धतीनं ट्रेनिंग देणार आहोत, की तुमचं शरीर १००% परफॉर्मन्स देऊ शकेल. आता तुम्ही करताय त्यापेक्षा डबल काम तुम्हाला करता येईल. चला, त्या बिल्डिंगमध्ये जाऊन बघूयात."

सगळे जण त्यांच्या मागून गेलो. पहिल्या मजल्यावर टेबल्स आणि खुर्च्या होत्या. टेबलावर काही टॅबलेट्स ठेवलेले होते.

कर्नलनी एक टॅबलेट उचलला, "आतापर्यंत तुम्हाला कळलंच असेल, की ही टॅब्लेट्स तुम्हाला ओळखू शकतात आणि प्रत्येकाला त्याच्या व्हिजुअल पर्सनलाइज्ड वर्कस्टेशनशी जोडू शकतात. टॅबलेट्सच म्हणजे केवळ जोडणारी टर्मिनल्स आहेत. तुमचं व्हर्च्युअल मशिन क्लाउडवर आहे. त्यामुळे तुम्ही कुठलाही टॅबलेट उचलून वापरू शकता, काही फरक पडत नाही. आता टॅब्लेट्स का? कारण आमची इच्छा आहे, की तुम्ही वाचावं आणि पाहावं. भविष्याची किल्ली फक्त वर्तमानकाळातच दडलेली नसते, ती वर्तमानकाळ आणि भूतकाळात दडलेली असते. आमची इच्छा आहे, की तुम्हाला जगातल्या सगळ्याच बाबींचा इतिहास माहीत असायला हवा, तुम्ही तो शिकायला हवा. राजेमहाराजे, राष्ट्रं, सध्या जगात सुरू असलेल्या भानगडी आणि धगधगत असलेले संघर्ष. तुम्ही वाचायला हवं अशा मटेरिअलनं तुमचं वर्कस्टेशन भरलेलं आहे. त्याव्यतिरिक्तही तुम्ही तुम्हाला काय हवं ते वाचू शकता. तुम्ही काहीही वाचून संपवलं, तर तुम्ही त्यातून काय शिकलात आणि तुम्हाला काय वाटतंय ते रेकॉर्ड करायला सांगितलं जाईल. वेगवेगळे एक्स्पर्ट्स तुमच्या सबमिशन्सचं परीक्षण करतील आणि तुमच्याशी चर्चा करतील. कधी ही डिस्कशन्स वन टू वन असतील किंवा ग्रुप डिस्कशन्स असतील. तुम्ही एकमेकांशी विधायक डिस्कशन्स करावीत असा आमचा प्रयत्न असेल. तुम्हाला लेक्चर्स पण अटेंड करावी लागतील, पण काळजी नका करू, फार लेक्चर्स नसतील. तुमचं एक्स्पर्ट्सशी किंवा कुठल्याही बाहेरच्या माणसाशी कम्युनिकेशन यामधून होणार आहे."

त्यांनी एका रिकाम्या भिंतीकडे बोट दाखवलं. याचीच वाट पाहत असल्यासारखं त्या भिंतीवर कुठूनतरी एक स्क्रीन उमटला.

पुढच्या मजल्यावर एका विशाल स्क्रीन व्यतिरिक्त काहीही नव्हतं. कर्नल चौधरी स्क्रीनकडे गेले आणि विचारलं, "ही रूम कशासाठी असेल याचा काही अंदाज आहे का? नाही.

"ओके, समजावतो! ही तुमची योग आणि मेडिटेशन रूम आहे." हे ऐकून आम्ही एकेमकांकडे चकित होऊन पाहायला लागलो.

कर्नल म्हणाले, "सगळं जग सध्या योग आणि मेडिटेशनच्या माध्यमातून मेंदूच्या शक्ती किती असतील ते शोधत आहे आणि तुम्हीही तो शोध घेणार आहात. तुम्हाला फोकस करायला याची मदत होईल. त्याक्षणी खरोखर काय महत्त्वाचं आहे त्यावर लक्ष केंद्रित करणं आणि बाकीच्या सगळ्याकडं दुर्लक्ष करणं हे तुम्हाला शिकायला लागणार आहे."

वरचे काही मजले वेगळे आणि विलक्षण होते. मशिन्स, कोडी, बोर्ड गेम्स आणि काय नव्हतं तिथं!

एका मजल्यावर सायकिएॅट्रिस्टचं व्हर्च्युअल ऑफिस होतं. टीव्हीसारखा दिसणारा मोठा स्क्रीन भिंतीवर लावलेला होता. स्क्रीनकडे तोंड केलेल्या काही खुर्च्या होत्या.

"ही रूम कशासाठी असेल, थांबा तुम्हाला डेमो देतो." असं म्हणत कर्नलनी मॉनिटरला स्विच ऑन व्हायची ऑर्डर दिली.

स्क्रीनवर एक तरुण स्त्री दिसायला लागली. ती एका पार्कमध्ये एका बेंचवर बसली होती. कर्नल चौधरींनी एका ऑफिसरला येऊन त्या मुलीला डेटवर जाण्याविषयी विचारायला सांगितलं.

स्क्रीन दोन भागांमध्ये विभाजित झाली. एका भागात ती मुलगी दिसायला लागली आणि दुसऱ्या भागात तो तरुण ऑफिसर दिसायला लागला. हा ऑफिसर भलताच हँडसम दिसत होता आणि त्याच्यात आत्मविश्वासही भरपूर होता. मला वाटलं, की मला असलं काही करायला जमणार नाही.

ऑफिसर झळाळत्या हास्यासहित म्हणाला, "हाय! माझं नाव विश्वास आहे!"

त्या मुलीनं काहीच इंटरेस्ट न दाखवता उत्तर दिलं, "मग?"

यामुळे एक प्रकारची ऑकवर्ड शांतता पसरली. त्या ऑफिसरनं विचारलं, "तुला माझ्यासोबत बाहेर यायला आवडेल का?"

ती मुलगी खेकसली, "अजिबात नाही! दररोज किती मुलं मला विचारतात हे तुला माहितेय का? असल्या फालतूपणासाठी माझ्याकडे मुळीच वेळ नाहीये.

गेट लॉस्ट!''

एव्हाना तो ऑफिसर लाजिरवाणा झाला होता. कर्नलनी त्याला परत येऊन बसायला सांगितलं आणि ते बोलायला लागले, ''मग कसं काय होतं हे सगळं?''

रूममधला प्रत्येक जण हलला होता.

कर्नलनी त्या ऑफिसरला विचारलं, ''तू तिला विचारलंस तेव्हा तुझ्या मनात नेमकं काय चाललं होतं?''

लाजिरवाणा होत तो ऑफिसर उत्तरला, ''मी विचार करत होतो, की ही किती देखणी आहे आणि माझ्यासारख्या मुलाबरोबर यायला कितपत तयार होईल कोण जाणे. पण तरीही एक प्रयत्न करून बघूया.''

कर्नल म्हणाले, ''तू प्रयत्न केलास ही चांगली गोष्ट केलीस. खूप जणांकडे तर तिच्याकडे जाण्याइतके गट्सपण नसतील. पण इथं प्रॉब्लेम असा झाला, की तू करेक्ट गोष्टीवर फोकस केला नाहीस.''

कर्नलनी ती क्लिप पुन्हा पहिल्यापासून लावली, ''या मुलीकडे आणि आजूबाजूच्या वातावरणाकडे नीट बघा. काय काय दिसतंय तुम्हाला?'' त्यांनी विचारलं.

मी संपूर्ण एक मिनिट स्क्रीनकडे बघत होतो, पण मला काही क्ल्यू लागला नाही.

कर्नल म्हणाले, ''तिच्या तर्जनीकडे बघा. बोटाचा खालचा भाग उरलेल्या बोटापेक्षा फिका दिसतोय आणि तिथं अंगठीचा वळ उठलेला दिसतोय.

''आता बेंचकडे बघा, तिथं एक अंगठी काढून ठेवलेली दिसतेय. याचा अर्थ असा, की तिनं नुकतीच तिची अंगठी काढून ठेवली आहे. तिच्या गळ्यात बघा, तिनं श्रीकृष्णाचं लॉकेट घातलं आहे, म्हणजे ती हिंदू आहे, पण तिच्या भांगात कुंकू नाहीये, म्हणजे तिची एंगेजमेंट झालीय पण लग्न झालेलं नाही. असं दिसतंय, की या कपलने नुकतीच एंगेजमेंट मोडली असावी. अंगठीचा वळ इतका ठळक आहे, की त्यावरून समजतंय एंगेजमेंट होऊन बराच काळ झालेला असावा. ही मुलगी वयानं तिशीची वाटतेय, म्हणजे आता लग्न लवकरच होणार असावं. तिनं कदाचित ऑलरेडी लग्नाची तयारी सुरू केली असेल. तिच्या मनात तिनं भावी नवऱ्यासोबत आयुष्य प्लॅन केलं असेल. तिच्या हातात भारतीय तिरंगा असलेलं ब्रेसलेट दिसतंय म्हणजे ही मुलगी देशभक्त असावी.''

कर्नल बोलत होते, ''आता त्या बेंचकडे नीट पाहा बरं, ती जागा तुमच्या खूप ओळखीची आहे –खडकवासला. पूर्ण शहरात अशा प्रकारचं एकच पार्क आहे. मुलीच्या हातात एक मोठी बॅग आहे. ती कपड्यांची असते तशी खूप मोठी बॅग नाही, पण एका दिवसाच्या ट्रिपला पुरेल अशी बॅग आहे. याचा अर्थ ती

मुलगी तिथली नाहीये, ती दुसरीकडून आली आहे. याचा अर्थ ती तिच्या फियान्सीला भेटायला आली असेल, तो आर्मी ऑफिसर असू शकतो किंवा ती त्याच्यासोबत वन डे ट्रिपवर आली असेल. यावरून असंही समजतंय, की तिला आर्मीतले पुरुष आवडतात. त्या दोघांचं भांडण आणि मग ब्रेकअप झाला असावा. तिचे डोळे बघा, फार दुःखी दिसतायत. बहुधा तिनं हा ब्रेकअप केला नसेल. आता दोघांचं लग्न होणार असेल. तिच्या फ्रेंड्सना आणि नातेवाइकांना हे सगळं माहिती असेल आणि तो तर तिला सरळ सोडून, तिथून निघून गेलाय. त्यानं तिची काहीही पर्वा केलेली नाही. ऑफिसर्स! या सिच्युएशनमध्ये महत्त्वाचा शब्द आहे: 'काळजी.'

"ती कुठल्या परिस्थितीतून जातेय याची तिच्या प्रियकराने अजिबात काळजी केली नाहीये.

"अशा अवस्थेत तिला शेवटची गोष्ट कोणती घडायला हवी असेल; तिचं लग्न मोडलेलं असताना कुठलातरी अनोळखी माणूस येऊन तिला बाहेर येतेस का असं विचारणं.

"ती तिच्या विचारांत इतकी चूर आहे, त्यामुळं तिचं तुम्ही कसे दिसता याकडे लक्षच गेलेलं नाही. इतकं गरम होत असताना सावलीत बसायचं सोडून ती अशी उन्हात बसलीय, म्हणजे ती अत्यंत निराश आहे आणि तिथं बराच वेळ बसली असावी. इथं तुम्ही काय करणं अपेक्षित आहे? तिच्याविषयी काळजी दाखवणं. ती किती दुःखात दिसतेय असं म्हणा आणि म्हणूनच तिला विचारल्यावाचून राहावलं नाही अशा पद्धतीनं संवाद साधा. आता तिला कसं वाटतंय हे विचारा. आता तुम्हाला थोडासा बेटर चान्स आहे.

ती कदाचित उत्तर देईल की ती ठीक आहे. पण कुठल्यातरी अनोळखी माणसासोबत लगेचच पर्सनल आयुष्य तिला नक्की डिस्कस करायचं नसणार. तुम्ही स्वतःची आर्मी ऑफिसर म्हणून ओळख करून दिलीत, तर तिला कदाचित कम्फर्टेबल वाटेल. पुढची स्टेप असेल तुम्ही तिला पाणी देऊ शकता. तुमच्याकडे पाणी नसेल तर बाहेरच्या स्टोअरमधून घेऊन या. यानं तुमच्या यशाची शक्यता अधिक वाढेल. आता हे अगदीच शक्य आहे, की ही मुलगी पुन्हा प्रेमाच्या भानगडीत पडणार नाही आणि ॲरेंज मॅरेज करेल. पण हे बघा, अशा प्रकरणात कुठलाही गॅरंटी देणारा फॉर्म्युला नसतो. तुम्ही ऑड गोष्टी तुमच्या बाजूला वळवत राहणं इतकंच करता येतं."

कर्नलनी अभिमानानं सांगितलं, "दर आठवड्यात अर्धा तास तुम्ही इथं घालवणार आहात, कधी ग्रुपमध्ये कधी एकट्यानं घालवाल. तुम्हाला काही इशू

असतील, काही फोबिया, काही मानसिक जटिल समस्या असतील तर ते सोडवण्यात सायकिऍट्रिस्ट तुमची मदत करतील. सायकिऍट्रिस्ट तुम्हाला आर्मीतले माइंड गेम्स शिकायलाही मदत करतील.''

टूर संपली होती. उरलेला दिवस ही जागा स्वतःहून फिरायला आणि पाहायला मोकळा ठेवलेला होता.

ट्रेनिंग दुसऱ्या दिवसापासून सुरू होणार होतं. शारीरिक दृष्टीनं ते फार अवघड नव्हतं, पण मानसिकदृष्ट्या ते थकवणारं ठरू शकत होतं. इथं सतत डोळे उघडे ठेवून सतर्क राहणं आवश्यक होतं. कधी कधी नुसते चालत असू आणि कुठल्यातरी हल्ल्याचा इशारा दिसू शकतो. तो इशारा इग्नोर करून पुढे जाणं म्हणजे पॉइंट्स गमावणं. त्या हल्ल्याची आधीच दखल घेऊन तो रोखणं यात बोनस पॉइंट्स मिळणार. प्रत्येक गोष्टीसाठी पॉइंट्स मिळणार. चांगला परफॉर्मन्स म्हणजे जास्त पॉइंट्स. सर्वांत जास्त पॉइंट्स मिळवणारे सहा लोकं सिलेक्ट होणार आणि बाकीचे परत जाणार.

***

सहा महिन्यांचं ते ट्रेनिंग सहा वर्षांसारखं वाटलं. आम्हाला सगळ्यांना त्यामुळे थकवा आला, पण ते ट्रेनिंग अतिशय एक्सायटिंगही होतं आणि आम्ही सतत काट्यावर होतो. तरीही ही अशी पहिलीच आणि यूनिक टीम असल्यामुळे प्रत्येकाला त्या फायनल टीमचा भाग व्हायचं होतं.

आश्चर्य म्हणजे आमच्यातल्या बहुतेक जणांचा फिजिकल परफॉर्मन्स २००% झाला. आम्ही तिप्पट अंतर पळू लागलो, दुप्पट वेगानं पोहू लागलो आणि पाण्याखाली पाच मिनिटं श्वास रोखून धरता येऊ लागला. तिथल्या सर्व ॲवलेबल वेपन्सवर मास्टरी मिळवली. शेवटच्या आठवड्यात मॉक ऑपरेशन्स पार पाडायची होती.

आम्ही अशी वीस ऑपरेशन्स केली होती. टीम्स रँडमली तयार केलेल्या होत्या. मी खूपच एक्सायटेड होतो, कारण मी सोळा ऑपरेशन्समध्ये विनिंग टीम्सचा भाग होतो. हे काम सगळ्यांपेक्षा जास्त होतं आणि टीमच्या प्रत्येक विजयात माझा महत्त्वाचा सहभाग होता.

या ऑपरेशन्समधल्या परफॉर्मन्सवर आम्हाला पॉइंट्स मिळणार होते. तुम्ही हरणाऱ्या टीममध्ये असलात, तरी तुमचा परफॉर्मन्स कसा आहे यावरूनच तुमचे पॉइंट्स ठरणार होते.

अखेर, शेवटच्या दिवशी रिझल्ट्स अनाउन्स झाले आणि मी करून दाखवलं. जगातल्या सर्वांत उत्कृष्ट सैनिकांच्या टीमचा मी सदस्य झालो होतो हे जाणवल्यावर मला खूप आनंद झाला.

मी मनू, यावर आणि डेव्हिडला फोन करून बढाई मारू शकत असतो तर काय मजा आली असती. NDA अर्धवट सोडून देणारा तो मुलगा मीच होतो याच्यावर आता माझाच विश्वास बसत नव्हता. पुढच्याच दिवशी आम्हाला आमच्या पहिल्या आणि खऱ्या मिशनवर पाठवण्यात आलं.

ते गेले | १७

कर्नल चौधरींनी मला त्यांच्या ऑफिसमध्ये येऊन भेटायला सांगितलं. त्यांचं ऑफिस मेन बिल्डिंगमध्ये होतं. त्या मीटिंगच्या अर्धा तास आधीच मी तिथं पोचलो. इतका वेळ कुणासाठी नुसती बसून वाट पाहायची हे आता माझ्यासाठी रेअरच झालं होतं. पण भविष्याची एक्साइटमेन्ट वाटत होती आणि त्या दिवशी करण्यासारखं दुसरं काही नव्हतं.

ही मीटिंग संपल्यावर मला सगळ्यांना फोन करायचे होते. सगळ्यांशी भरपूर गप्पा मारून बरेच दिवस झाले होते. माझ्या टीमच्या बाहेरच्या कुठल्या व्यक्तीशी मी अनेक दिवसांत भरभरून असं बोललोच नव्हतो. बाहेरच्या जगातल्या बऱ्याच गोष्टी माहिती करून घ्यायच्या होत्या. खूप काही घटना डिटेलमध्ये ऐकायच्या होत्या आणि मलाही खूप बोलायचं होतं. कर्नलनी माझ्या पाठीवर थाप मारली तशी माझी विचारांची साखळी तुटली. लवकर आल्याबद्दल मी माफी मागणार होतो, पण घड्याळात पाहिलं तर गेली तीस मिनिटं मी अशी दिवसाढवळ्या स्वप्नं पाहण्यातच घालवली होती.

कर्नल आणि मी त्यांच्या ऑफिसात गेलो. त्यांनी ऑफिसचं दार लावून घेतलं आणि मला चांगली तीसेक सेकंद घट्ट मिठी मारली. ते पुटपुटले, "आम्हाला तुझी आठवण येईल. आय विल मिस यू!" त्यांचा आवाज इमोशनल झाला होता.

मी त्यांना चिडवत म्हणालो, "अहो! तुम्हीच तर मला जायला भाग पाडताय."

कर्नलनी विचारलं, "भरपूर काम केलंयस तू! आता तुझी

रेग्युलर आर्मी लाइफ जगायची वेळ झालीय आणि आता तू फॅमिली लाइफही सुरू करायला हवंस. तुला गर्लफ्रेंड्स आहेत का नाही?''

मी हसत उत्तरलो, ''नाही, एकही गर्लफेंड नाही आणि असती तरी तिनं मला कधीच सोडून दिलं असतं.''

''हां, हे बाकी खरंय. मी इथे बिझी झाल्यामुळे माझी बायको मला सोडून गेली.''

हे बोलताना कर्नलच्या चेहऱ्यावर मजेशीर एक्स्प्रेशन्स होते.

''एनीवे, हे ठरलंय; तुझं पोस्टिंग दिल्लीमध्ये असेल आणि उद्यापासून तुझी एक महिन्याची सुट्टी सुरू होईल.''

ही बातमी ऐकून माझा चेहरा आनंदानं फुलला.

माझा माझ्या कानांवर विश्वास बसेना, याचा अर्थ असा होता, की मी दिल्लीमध्ये कमीत कमी दोन वर्षं तरी असणार होतो. कर्नल चौधरींनी मला खात्री दिली होती, की मला मोस्टली बरचसं पेपरवर्क दिलं जाईल, तेही लिमिटेड असेल. अशा रिलॅक्स आयुष्याची माझी सवयच गेली होती, पण ते मिळालं असतं तर हवंच होतं. मी माझ्या कुटुंबाबरोबर राहू शकणार होतो, प्रत्येक वीकेंडला शाळा कॉलेजातल्या मित्रांना भेटू शकणार होतो. सगळे सण कुटुंबासोबत साजरे करू शकणार होतो. खरंतर अशा प्रकारच्या आयुष्याकडे परत जाता येईल असं मला आता वाटतच नव्हतं.

कर्नलनी चौकशी केली, ''तू अजूनपर्यंत तुझ्या फॅमिलीला काही सांगितलंयस का?''

मी उत्तरलो, ''नाही, काहीही कन्फर्म होण्याआधी मला उगीच त्यांना आशेला लावायचं नव्हतं.''

कर्नलनी पुढे होत माझ्या हातात लेटर ठेवलं, ''हे घे तुझं कन्फर्मेशन लेटर.''

मी लगेचच लेटर उघडून पाहिलं, त्यात सगळं काही व्यवस्थित लिहलंय ना हे बघायचं होतं.

पहिल्यांदा जेव्हा कर्नल चौधरी म्हणाले होते, की त्यांना माझ्या टीममधून काढून मला दिल्लीला हलवायचं आहे, तेव्हा माझा त्यांच्यावर विश्वासच बसला नव्हता. मी मनानं इथून निघण्यासाठी तयारच नव्हतो. कारण ही टीमच माझं एकमेव आयुष्य बनली होती. मी सतत मिशनवर असणारा एक सैनिक झालो होतो.

त्यांनी विचारलं, ''कसं वाटतंय मग आता?''

मी म्हणालो, ''खरं सांगायचं तर पहिल्यांदा तुम्ही हे सुचवलंत तेव्हा काय

करावं ते समजत नव्हतं, पण आता इथं एक दिवसही काढावासा वाटत नाहीये. हेच विचार येतायत की घरी जाऊन कुटुंबीय, मित्र आणि एकूणच जगासोबत कितीतरी गोष्टी मागे पडल्यायत त्या भरून काढायच्या आहेत. मागच्या सात वर्षांत खूप काही बदललं नसेल अशी आशा करतोय.''

''मित्रा! सगळं काही बदललंय.''

बारकडे जात त्यांनी विचारलं, ''ड्रिंक?''

''माझ्यासाठी डबल, प्लिज!'' ते ग्लास भरत होते म्हणून मी सांगितलं.

कर्नलनी विचारलं, ''या सगळ्या वर्षांमध्ये, सतत काम करत असताना तू सगळ्यांत जास्त काय मिस केलंयस?''

मी म्हणालो, ''कुठून सुरुवात करू आणि कुठे थांबू ते समजत नाहीये कर्नल! पण आजी गेली तो दिवस कधीच विसरू शकणार नाही. मला अजूनही आठवतं आम्ही अरेबियन समुद्रातील एका रेस्क्यू ऑपरेशनसाठी तयार होत होतो, मालदीवच्या पश्चिमेला सोमालियन पायरेट्सनी आपलं एक शिप हायजॅक केलं होतं. आम्ही निघणार होतो तेव्हाच ही बातमी येऊन धडकली. खरंतर दोन दिवस माझे कुटुंबीय माझ्यापर्यंत पोहोचायची धडपड करत होते, पण पोहोचू शकत नव्हते. आजीनं स्पष्टपणे इच्छा व्यक्त केली होती, की तिला अग्नी मीच द्यावा. पण ऑलरेडी खूप उशीर झाला होता आणि ते माझ्यासाठी थांबू शकले नाहीत. मी घरी पोहोचेपर्यंत आजीच्या मृत्यूनंतरचे सगळे विधी उरकले होते, अगदी तिचं अस्थिविसर्जनपण झालेलं होतं. मला आजीची फार आठवण येते, स्पेशली तिच्या खोड्यांची, चेष्टामस्करीची.

''मग माझ्या भावाचं लग्न होतं. त्यासाठी मी केवळ एक दिवस जाऊ शकलो. भावाच्या लग्नाच्या तयारीत माझ्या आईबाबांना मला काहीही मदत करता आली नाही. एक आठवडा यावर माझ्या घरी आला आणि त्यानं माझ्या आईबाबांना मदत केली. माझ्या घरातल्या पार्टीजमधली माझी सगळी मौजमजा चुकलीय. भावाच्या लग्नासाठी जो एक दिवस मी तिथं होतो, तेवढ्यात आई माझ्याशी फारसं काही बोलली नव्हती. ती केवळ माझ्या अवतीभवती फिरत होती. माझ्याकडे नुसती बघत होती. मला समजत होतं, की तिला आतून कुठेतरी हे जाणवतंय की मी काहीतरी डेंजरस काम करतो. कारण प्रत्येक वेळी मी घरी जायचो तेव्हा मला काहीतरी दुखापत झालेली असायची. भावानं मला सांगितलं होतं, की जसं माझं नियमित घरी जाणं बंद झालं, तसं आईबाबांनी त्यांच्या पार्टीज देणं बंद केलं होतं.

''करण; माझा भाऊ अमेरिकेतून नॉयडाला शिफ्ट झाला. आईबाबांसोबत तो आहे या विचाराने मला बरं वाटलं. माझ्या जुळ्या पुतण्यांच्या जन्माच्या वेळी

मी तिथं नव्हतो: माया आणि मीरा. सगळे जण त्यांना M&M म्हणतात. त्यांना जन्मल्यापासून मी फारसं पाहिलंच नाहीये. ऑलरेडी त्या दोन वर्षांच्या झाल्या असतील. मी जवळपास सगळ्याच गोष्टी चुकवल्यात. यावरचं लग्न, डेव्हिडचं लग्न, शाळेतल्या दोस्तांची लग्न, त्यांच्या मुलांच्या जन्माच्या पार्टीज आणि बर्थडे पार्टीज हे सगळं काही चुकवलंय. पण आता सगळं काही जमवतो."

कर्नलंनी काळजीनं विचारलं, "आता फिजिकली कसं वाटतंय, तब्येत कशी आहे?"

मी उसासा सोडला, "मी ठीक आहे सर! उन्हाळ्यात तसा बरा असतो. पण थंडीत त्रास होतो. शरीरात जिथं जिथं गोळ्या लागल्या होत्या तिथं वेदना होतात. पेनकिलर्स खाऊन खाऊन मी थकलोय."

खोडकर हसत कर्नलनी विचारलं, "तुला आयर्न मॅन हे टोपणनाव कसं मिळालं रे, परत एकदा सांग मला?"

मी म्हणालो, "गेल्या सात वर्षांत मला पाच वेळा शरीरात वेगवेगळ्या ठिकाणी गोळ्या लागल्यायत, मी माझ्या टीम A सोबत तुमच्या सुपरव्हिजनखाली जवळपास २०० ऑपरेशन्स पार पाडली; मला ही दोन्ही नावं आवडतात : आयर्न मॅन आणि टीम A. तुमची टीम म्हणजे टीम A. आपण दर वर्षी एक टीम ट्रेन करतो आणि आता अशा सात टीम्स तयार केल्या आहेत, पण तुम्ही तयार केलेली टीम A अजूनही बेस्ट टीम आहे. तुमच्या या माणसांनी जास्तीत जास्त ऑपरेशन्स पार पाडली, एकही टीम मेंबर गमावला नाही आणि केवळ दोनदा अपयश पाहिलं. आम्ही पार पाडलेलं प्रत्येक ऑपरेशन यूनिक होतं आणि नवीन होतं. ही फॅक्ट बघता हे यश फँटॅस्टिक आहे."

कर्नल त्यांच्या ड्रिंकचे घोट घेत म्हणाले, "आम्ही तुला टीमचा लीडर केला याचा मला फार आनंद वाटतो. हे विसरता कामा नये, की तुमची एकमेव टीम अशी आहे ज्यात एक स्त्री ऑफिसर आहे. ही आपल्यासाठी आणि आर्मीसाठी अत्यंत अभिमानाची बाब आहे. जे यश तू इथं मिळवलंयस त्यासाठी तुला तू रेजिमेंटमध्ये असतास तर कितीतरी मेडल्स मिळाली असती. तुझ्या पालकांना तुझा खूप अभिमान वाटला असता. दुर्दैवानं आमच्या सोबत इथं राहून तुला फक्त शरीरात गोळ्या मिळाल्या आहेत."

"आणि अजून पाच गोळ्या त्यांनी शरीरातून काढल्या होत्या ते विसरू नका!" मी त्यांना आठवण केली. माझ्या टीशर्ट मधून चेन बाहेर काढत दाखवली, पाच बंदुकीच्या गोळ्या त्या चेनमध्ये नीट ओवलेल्या होत्या.

ते बघून कर्नल हसायला लागले. मग म्हणाले, "एक शेवटची गोष्ट सांगायची राहिलीच तुला! दिल्लीला गेल्यावर तू तुझ्या फॅमिलीला भेटशील, पण

तुझ्या तीन बेस्ट फ्रेंड्सना कसा भेटशील? त्यांचं पोस्टिंगपण वेगवेगळ्या ठिकाणी झालंय ना!''

मी म्हणालो, ''मी येत्या महिन्याच्या सुट्टीत त्यांना भेटायला जाणार आहे.''

कर्नल हसत हसत म्हणाले, ''हा काही त्यांना भेटण्यासाठी फारसा बरा मार्ग नाही.''

मी जरा कन्फ्युज झालो, संशयाने त्यांना विचारलं, ''मग काय ऑप्शन आहे माझ्याकडे?''

सहजतेनं ड्रिंक संपवत ते म्हणाले, ''तुझ्या तिन्ही फ्रेंड्सना दिल्ली ऑफिसला रिपोर्ट करायला सांगितलंय. इन फॅक्ट ते उद्या रिपोर्ट करणारेत. ते दिल्लीत तीन महिने राहणार आहेत आणि तुझ्यासोबत काम करणार आहेत.''

हे ऐकून मला इतका आनंद झाला, की मी एकदम उठून उभाच राहिलो आणि कर्नलना मिठी मारली.

आता इथून निघायची वेळ झाली होती. मी कर्नलच्या ऑफिसातून बाहेर पडलो. बाहेर बस माझी वाट पाहत होती. मी एकटाच त्यातून प्रवास करणारा होतो. इतकी वर्षं झाली तरी ट्रेनिंग सेंटरमधून कोलकात्याला जायचा रस्ता कधीही दिसला नव्हता. तसाही फारसा फरक पडत नव्हता म्हणा, या ठिकाणाची माझी ही शेवटची व्हिजिट होती.

मी बसमधला सगळा वेळ फोनवर बोलण्यात घालवला. फोन हेच माझ्यासाठी एकमेव मीडियम होतं, ज्यामधून मी माझ्या कुटुंबीय आणि मित्रांशी संपर्क ठेवून असे. सगळ्यांत आधी मी आईबाबांना फोन करून सांगितलं, की माझं पोस्टिंग दिल्लीला झालेय. हे ऐकून आई रडायलाच लागली. मी नक्की काय काम करतो ते कुणालाही सांगितलं नव्हतं, पण ही माझी लाडकी माणसं काही मूर्ख नव्हती. जेव्हा इतर ऑफिसर्ससारखं तुमच्या पोस्टिंगचं एक ठरावीक लोकेशन नसतं आणि तुम्हाला इतरांपेक्षा फक्त वन थर्ड सुट्टी मिळते, तेव्हा लोकांना संशय येतो. बरेचदा मी घरी काहीही न कळवता अचानक हजर व्हायचो आणि बरेचदा मी जखमी अवस्थेत असायचो, यामुळे तर माझी केस अजूनच संशयास्पद वाटत असे.

मला वाटत होतं की डेव्हिड, यावर आणि मनूला नक्कीच माझा संशय आला होता.

माझे शाळा कॉलेजातले मित्रही माझ्यावर नाखूश असत. मी जेव्हा आमच्या व्हॉट्सॲप ग्रुपवर मेसेज केला होता, तेव्हा एक जण मला म्हणाला होता. महत्त्वाच्या सगळ्या इव्हेंट्सना मी सततॲबसेन्ट असतो, त्यामुळे सगळेजण माझ्यावर वैतागले होते. पण आता मी दिल्लीत एक वर्ष तरी असेन, मी त्यांना

माफ करायला लावेन. त्यांच्यासाठी मिलिटरी कॅन्टीनमधून डिस्काउंटवर दारू नेली तर ते खूश होतील. मला त्यांना दर आठवड्याला कमीत कमी एकदा तरी भेटेन असं प्रॉमिस द्यावं लागलं आणि मी ते आनंदानं दिलं.

आता माझ्या तीन बेस्ट फ्रेंड्सची टर्न होती. मनूला सगळ्यांत आधी फोन केला, त्याने लगेचच तो उचलला, "अरे, एकदम करेक्ट वेळेवर फोन केलास रे, मी कुणाबरोबर आहे आणि कुठे बसलो असेन, गेस कर?"

मी हसलो. मला उत्तर माहीत होतं, पण थोडा वेळ टाइमपास करायचा ठरवत म्हणालो, "डेव्हिडच्या रेजिमेंटवर गेलायस का तू?"

मनू म्हणाला, "पुन्हा ट्राय कर."

"मला नाही ट्राय करायचं. तूच सांग मला."

"ऐक, त्याच्याशीच का बोलत नाहीस?" मनूनं फोन स्पीकरवर ठेवला.

"हॅलो, मिस्टर बिगशॉट" फोनमधून यावरनं चिडवलं.

मी सरप्राइज्ड झाल्याचं दाखवत म्हणालो, "गाइज, कुठे आहात तुम्ही आणि एकत्र काय करताय?"

डेव्हिडचा आवाज आला, "आम्ही दिल्लीत भेटायचं ठरवलंय. आम्हाला आमच्या एका मित्रासाठी FIR दाखल करायचीय. तो गेले सात वर्षं गायब आहे. तो त्याच्या सख्ख्या भावाच्या लग्नाला उशिरा आला आणि माझ्या आणि यावरच्या लग्नाला तर त्यानं तोंडही दाखवलं नाही."

मी विचारलं, "छान प्लॅन आहे. मग कुठल्या पोलिस स्टेशनात जाणार आहात?"

मनूनं एक्साइट होत विचारलं, "आयला! तू का विचारतो रे?"

मी म्हणालो, "कारण मी तुम्हाला मदत करू शकतो, मी बिग शॉट आहे ना! मी पोलिसांशी पर्सनली बोललो तर ते तुमच्या मित्राला लवकर शोधतील."

मनूच्या आवाजातली एक्साइटमेंट आता अगदीच लपत नव्हती, "तू दिल्लीत आहेस?"

मी चिडवत म्हणालो, "मी उद्या दिल्लीत असणारे. मला लोकेशन आणि वेळ सांगा. तुमच्या त्या मित्राचा फोटो आणायला विसरू नका हा!"

मला फोनमधून त्यांची एक्साइटमेंट जाणवत होती. दिल्लीला पोहोचल्यावर ते सगळे ॲकॅडमीतल्या जुन्या दिवसांसारखी धमाल करायला आपापल्या घरच्यांना सोडून तिघंच भेटले असणार.

यावरनं विचारलं, "असं आहे तर मग उद्याच भेटूया. दिल्लीत किती दिवस आहेस तू?"

मी उत्तरलो, "एक."

माझं उत्तर ऐकून पलीकडे काही सेकंद शांतता पसरली.

यावर निराश स्वरात म्हणाला, "उद्या तुझ्या घरी येतो, तू जाण्याआधी भेटू या."

मी विचारलं, "तुम्ही पुढच्या वीकेंडला आणि त्याच्या पुढच्या वीकेंडला काय करताय?"

मनूने तक्रार केली, "तुला काय फरक पडतो? तू एका दिवसासाठीच येणारेस ना!"

मी आता नाटक थांबावायचं ठरवलं, "फरक पडतो ना! मी एक म्हणालो पण 'एक दिवस' असं कुठे म्हणालो."

आता मनूचा आवाज प्रत्येक शब्दाबरोबर वाढत गेला, "म्हणजे काय? एक महिना, एक वर्ष?"

मी जमेल तितक्या थंड सुरात सांगितलं, "हो, एक वर्ष बरोबर वाटतंय." आता तर पलीकडे अजूनच गाढ शांतता पसरली.

"एक मिनिट. आपण सगळे जण दिल्लीमध्ये एकाच वेळेस कसे काय पोस्ट झालो आहोत, स्पेशली मिस्टर शर्मा? या पोस्टिंग्सशी तुमचा काय संबंध आहे का?"

"असेल किंवा नसेलही" मी उत्तर दिलं.

पुढची काही मिनिटं आम्ही एकमेकांना शिव्या घालत आणि प्लॅन्स करण्यात घालवली. आम्ही गोव्याला पुन्हा जायचं ठरवलं. मला आमच्या पहिल्या गोवा ट्रिपची आठवण आली आणि मग आम्ही त्याच आठवणी काढत बसलो. एका आठवणीतून दुसरी आठवण निघत गेली आणि मग पुढचे दोन तास आम्ही काय काय केलं होतं ते सगळं बोलण्यात गेले.

दोन दिवसांनी आम्ही नॉयडाच्या सुपरनोवा मॉलमध्ये भेटायचं ठरवलं.

दुसऱ्या दिवशी सकाळी दिल्लीला पोहोचलो. माझ्या कुटुंबानं माझ्या स्वागतासाठी डे-पार्टी ठेवली होती. सगळं काही तसंच होतं, फक्त पार्टी रात्रीऐवजी दिवसा ठेवली होती. अगदी आयत्या वेळी ठरवल्यामुळे सगळे जण येऊ शकले नव्हते. तरी चांगलीच गर्दी झाली होती. आजीकडून चेष्टामस्करी करून घेण्याची सगळ्यांना फार आठवण येत होती. आम्ही सगळ्यांनी आजीसारखंच एकमेकांना चिडवायचा प्रयत्न केला, पण काही जमलं नाही. कारण आमच्या चेष्टामस्करीत आजीचं ते वैशिष्ट्य नव्हतं- सगळ्यांत जास्त जिथं लागेल तिथं शब्दांनी हाणायचं. आजीचा तो मंत्र होता-सगळ्यांत जास्त जिथं लागेल तिथं शब्दांनी मारायचं.

आईच्या सगळ्या मैत्रिणी आल्या होत्या आणि नेहमीप्रमाणे रडत होत्या. जुळे काका वेळेत पार्टीत पोहोचले. मी NDA मध्ये गेलो तेव्हा छोटी असलेली

पोरं आता मोठी झाली होती आणि तेव्हा मोठी होती ती मुलं आता अ‍ॅडल्ट्स झाली होती. पूर्वीपेक्षा बऱ्याच मोकळेपणानं आता दारू प्यायली जात होती. मी NDA मधून पास झाल्यानंतर शेवटची पार्टी अटेंड केल्याचं मला आठवत होतं.

पार्टीची सगळी गडबड संपल्यावर मी माझ्या कुटुंबासोबत छान वेळ घालवला. माझ्या भावाबरोबर इतका वेळ गप्पा मारून तर मला कितीतरी वर्षं लोटली असतील. M&M फार क्यूट आणि खोडकर मुली होत्या. मला माझ्या वहिनीचीही नीट ओळख करून घेता आली. दुसरा सगळा दिवस मी काहीही न करता घालवला. सुट्टी कशी असते हेच मी जवळपास विसरून गेलो होतो.

कधीतरी काहीही न करणं हाच शुद्ध आनंद असतो.

***

यावर, मनू आणि डेव्हिडला आज दुपारी ३ वाजता सुपरनोवा मॉलमध्ये भेटायचं ठरलं होतं. मोठा होत होतो, तेव्हा याच मॉलमध्ये मी माझ्या शाळेतल्या फ्रेंड्सबरोबर भटकत असे. हा मॉल माझ्या नीट लक्षात होता. हा एक मध्यम आकाराचा मॉल होता ज्याला एकच एंट्री गेट होतं. मॉलमध्ये तीन मजले होते. मॉल चौकोनी आकाराचा होता आणि सेंटरमध्ये भरपूर मोकळी जागा होती. त्या मधल्या मोकळ्या जागेकडे तोंड करून मॉलमधली सगळी दुकानं होती. इथला सगळ्यात वरचा मजला म्हणजे आमचा सगळ्यात जास्त आवडता मजला होता. तिथल्या रेलिंग्जला टेकून तिन्ही मजल्यावर फिरणाऱ्या मुली बघणं हा आमचा सगळ्यांत आवडता टाइमपास असे.

मी आवरून मॉलमध्ये जाण्यासाठी निघालो. ही एक अशी संध्याकाळ असणार होती, जिथं मला कुणालाही मारायचं नव्हतं किंवा कुणाची सुटका करायची नव्हती किंवा कुणा वाईट माणसांचा पाठलाग करायचा नव्हता. अशी संध्याकाळ मिळाली म्हणून मला फार बरं वाटत होतं. नाहीतर तुमची सगळी टीम जिवंत राहील याची काळजी करणं किंवा स्वतःच जिवंत राहू का नाही याची काळजी घेणं याची चिंता सतत डोक्याला लागलेली असे.

मॉलसमोर आलो तसे ओळखीचे सगळे रस्ते दिसायला लागले, शाळा कॉलेजातल्या दिवसातल्या इंटरेस्टिंग आठवणी यायला लागल्या. येत्या वीकेंडला मी शाळा कॉलेजातल्या मित्रांना भेटायचं ठरवलं होतं.

मी मॉलपासून ५०० मीटर्सवरच होतो तेव्हा डेव्हिडचा मेसेज आला, की ते मॉलमध्ये ऑलरेडी पोहोचलेत आणि सगळ्यांत वरच्या मजल्यावरच्या बारमध्ये बसून त्यांनी प्यायला सुरुवातही केलीय. त्यांनी मला लवकर यायला सांगितलं.

मी फोनवरून नजर हटवली आणि दिसलं, की लोक मॉलमधून सैरावैरा बाहेर पळत सुटलेत.

मी कारची खिडकी खाली केली तसे मला पळणाऱ्या लोकांचे किंचाळण्याचे आवाजही ऐकू यायला लागले. मी फोन काढून माझ्या मित्रांना फोन केला पण कुणी उचलला नाही. कारमधून बाहेर पडून मी मॉलकडे पळायला लागलो. मॉलपाशी पोचलो आणि एका पळणाऱ्या माणसाला पकडून हे सगळं काय चाललंय असं विचारलं. तो म्हणाला, "मॉलमध्ये काही जणं घुसलीयत, त्यांनी काळे कपडे आणि मास्क घातलेत आणि ते लोकांना गोळ्या घालत सुटलेत. काही जण पळाले पण अजून शेकडो लोकं अडकलेत मॉलमध्ये. त्या दहशतवाद्यांनी सिक्युरिटी गार्ड्सना सर्वांत आधी उडवलंय." तो घाईघाईत कसबसं बोलला.

मला मॉलमधून गोळीबाराचे आवाज ऐकू येत होते. ते इथं लोकांना ओलीस ठेवायला आले नव्हते, त्यांना जास्तीत जास्त लोकांना जीवे मारायचं होतं. माझ्याकडं आत जाण्याशिवाय काहीच ऑप्शन नव्हता. मी मॉलच्या एंट्रन्सपाशी पोहोचलो तसे गोळीबाराचे आवाज थांबले होते. तिथं मॉलमधून बाहेर येणाऱ्यांची गर्दी झाली होती. मला आत शिरायला दहा मिनिटं लागली.

सगळे जण बाहेर पडत असताना आत घुसणं अवघड होतं. मी खूप ढकलाढकली करून आत घुसलो.

मॉलच्या दारापासून विसेक फुटावर सिक्युरिटी गार्ड्सच्या डेडबॉडीज पडल्या होत्या.

तिथून पाच सहा फुटांवर काळे कपडे आणि मास्क घातलेल्या एकाची बॉडी पडली होती. तो नक्कीच एक टेररिस्ट असणार. तो अजिबात हालत नव्हता म्हणून मी तिथून निघालो. मॉलचा सेंटर एरिया आता पूर्ण रिकामा झालेला होता, तिथे अजून तीन डेडबॉडीज पडलेल्या होत्या. त्यांच्यापैकी दोघांनी तसेच काळे कपडे घातलेले होते आणि एका बॉडीच्या अंगावर कॅज्युअल कपडे होते. तो कॅज्युअल कपड्यातला कोण असेल याचा मला अंदाज आला होता, पण मी आशा करत होतो की मी चुकीचा असेन. मी जवळ गेलो आणि त्या डेडबॉडीचा चेहरा पाहायला वळलो. माझी सर्वांत मोठी भीती खरी ठरली होती. मला वाटलं होतं तसंच झालं होतं – तो मनू होता. त्याच्या छातीत तीन गोळ्या लागल्या होत्या आणि त्याचे कपडे रक्तात भिजून गेले होते.

वेळ न घालवता मी झपाट्यानं दुसऱ्या मजल्यावर गेलो, यावर आणि डेव्हिडला शोधायचं होतं. तिथं रक्ताच्या थारोळ्यात अनेक डेडबॉडीज पडल्या होत्या.

काळ्या कपड्यामधली अजून एका दहशतवाद्याची डेडबॉडी पडली होती. त्याच्याखाली अजून एकजण होता. मी धावत गेलो आणि त्याच्याखालचं शरीर सरकवून बाजूला काढलं. तो डेव्हिड होता. आता माझं मन काम करायचं बंद

झालं होतं आणि शरीर बधिर झालं होतं. मी जमिनीवर बसून डेव्हिडचा हात हातात धरला, माझ्या डोळ्यांतून घळाघळा अश्रू वाहू लागले.

पुढची काही मिनीटं मी डेव्हिडचा हात धरून बसून राहिलो होतो आणि तुटलेल्या रेकॉर्डसारखं त्याचं नाव घेत होतो, 'डेव्हिड ... डेव्हिड...'

आता वरच्या मजल्यावर जायचं धैर्य उरलं नव्हतं पण जायला तर लागणार होतंच. मी पुटपुटायला लागलो, "नाही...यावर नाही...यावर नसू दे...यावर नसू दे...यावर नसू दे..."

मी वरच्या मजल्यावर जाऊन पाहिलं, इथे त्यातल्यात्यात कमी जण मरून पडले होते. मी यावरला बऱ्याच हाका मारल्या, पण कुठून उत्तर आलं नाही. तो यावर नसावा अशी आशा करत मी प्रत्येक डेडबॉडी पाहिली. शेवटी एक ओळखीचं शरीर दिसलं. आता माझ्याच्यानं हलता येईना, मी कोसळलो, गुडघ्यांवर बसलो, ढसाढसा रडलो, ओरडलो, शोक केला. थोड्या वेळानं मला मी काय करतोय हेच समजेना. मी यावरच्या देहाला कवटाळलं आणि रडत राहिलो. आता मी कुठल्या मजल्यावर जाऊ, कुणाच्या मृतदेहाला जवळ घेऊ आणि कुणाचा हात धरू ते मला कळेना.

माझे तिन्ही बेस्ट फ्रेंड्स,माझे भावासारखे मित्र गेले होते.

तो सहावा दहशतवादी १८

त्या दुर्दैवी दिवसाला आता एक आठवडा लोटला होता. या हल्ल्याच्या चौकशीसाठी आर्मीने पाच सीनिअर ऑफिसर्सची टीम तयार केली, ज्यात मीदेखील होतो. पोलिस हेल्पफुल होते आणि पूर्ण सहकार्य करत होते. आम्हाला क्राइम सीनचा आणि साक्षीदारांचा संपूर्ण ॲक्सेस दिलेला होता.

कारण या हल्ल्यात आर्मी ऑफिसर्स गेले होते. मॉलमधल्या सिक्युरिटी कॅमेऱ्यांचं फुटेज आम्ही दहा वेळा तरी पाहिलं असेल. सगळ्या साक्षीदारांची अनेक वेळा उलटतपासणी केली असेल. आमची इच्छा होती एकही छोटीशीही बाब आमच्या नजरेतून सुटू नये. आता निश्चितपणे काय घडलं होतं ते आम्हाला समजलं होतं.

दिवसाढवळ्या स्वच्छ सूर्यप्रकाशात ते दहशतवादी फ्रंट गेटमधून आत आले. ते पाच जण होते आणि एका SUV मधून आले होते. चेकपॉइंटवर न थांबता ते थेट घुसले आणि त्यांनी फायरिंग करायला सुरुवात केली. गार्ड्सना उडवल्यावर ते मॉलमध्ये आत घुसले आणि आणि त्यांनी दिसेल त्याच्यावर गोळ्या झाडायला सुरुवात केली– लहान मुलं, म्हातारे, बायका कुणीही सुटलं नाही. त्यांचा हेतू अगदी स्वच्छ होता– जास्तीत जास्त लोकांना मारणं.

काय होतंय हे समजायला लागलं तसे लोक सैरावैरा पळायला लागले. जे मॉलबाहेर पडले होते तेही धावत सुटले. बाकीच्यांनीही दहशतवाद्यांपासून जमेल तितकं दूर जाण्याचा प्रयत्न केला. थोडा अवधी मिळावा म्हणून काही जण दुसऱ्या, तिसऱ्या मजल्याकडे

धावत सुटले. बरेचसे लोक पहिल्या मजल्यावर अडकले आणि तिथंच सर्वांत जास्त लोक मेले होते. गार्ड्ससकट पंचवीस निर्दोष माणसं पहिल्या मजल्यावर मेली होती. पंधरा आणि सात जण दुसऱ्या आणि तिसऱ्या मजल्यावर मेली होती. हे सगळेच्या सगळे पाचही दहशतवादी २०-२५ वयाचे होते. त्यातले तिघंजण भारतातलेच होते. दोन जम्मू-काश्मीरमधले होते, एक मुंबईमधला होता.

दोन जण शेजारच्या देशातून आलेले होते. ते एक आठवड्यापूर्वी भारतात आले होते आणि तेव्हापासून भटकत होते, माग काढायला अवघड जावं म्हणून वेगवेगळ्या ठिकाणी राहत होते. काही लोकांनी त्यांची मदत केली होती. काहीं जणांनी नकळत मदत केली, काही जणांसाठी हा त्यांच्या धर्माचा भाग होता, बाकीच्यांनी पैशासाठी मदत केली होती. हे दोन दहशतवादी शेजारच्या देशातले असले तरी त्यांच्या सरकारने नेहमीप्रमाणेच आपला यात काही संबंध नाही म्हणत हात वर केले होते. त्यांना त्यांच्या नागरिकांच्या डेडबॉडीजही नको होत्या. माझ्या मित्रांनी वेळीच ॲक्शन घेतली नसती तर मृतांची संख्या खूपच जास्त असती. काही व्हिजुअल क्ल्यूज, सिक्युरिटी कॅमेराजवरचं फुटेज आणि साक्षीदारांच्या जबान्या बघता तिथं नेमकं काय झालं होतं त्याचा जवळपास करेक्ट अंदाज आम्हाला लावता येत होता.

फायरिंगचा आवाज आल्यावर काय झालंय हे बघायला यावर, मनू आणि डेव्हिड बारमधून बाहेर आले. नक्की किती दहशतवादी होते ते समजणं अवघड होतं. निष्पाप लोकांवर धाडधाड गोळीबार सुरू असल्याने मनू, यावर आणि डेव्हिडनं वेगवेगळ्या मजल्यांवर जायचं ठरवलं आणि होता होईतो दहशतवाद्यांना रोखायचं ठरवलं. यावरनं सगळ्यात वरचा मजला निवडला. डेव्हिडनं पहिला मजला आणि मनूने तळमजला निवडला. मनू आणि डेव्हिड कसेबसे खाली पोहोचले. मनूनं दोन दहशतवाद्यांना फायरिंग करताना पाहिलं. त्याला वाटलं की त्यांना थांबवण्याचा सर्वांत सोपा मार्ग आहे त्यांच्यावर उडी मारणं. त्यानं तेच केलं. एका दहशतवाद्यावर झपाट्यानं उडी मारली. एक दहशतवादी त्या झटापटीत मारला पण दुसऱ्यानं मनूला छातीत गोळ्या मारल्या. तरी तशाही परिस्थितीत मनूनं पहिल्या दहशतवाद्याची गन घेऊन दुसऱ्याला गोळ्या घातल्या आणि त्याला मारलं. जमिनीवर कोसळता कोसळता त्यानं मेन गेटपाशी असलेल्या दहशतवाद्यालाही गोळ्या मारून ठार केलं. यावर आणि डेव्हिडकडं त्यांच्या मजल्यावरच्या दहशतवाद्यांना तोंड देण्याशिवाय काहीच उपाय नव्हता. त्या दहशतवाद्यांना मारायचं आणि त्यांना मारताना स्वतः मरायचं एवढंच त्या परिस्थितीत शक्य होतं.

डेव्हिड आणि यावरचे कुटुंबीय त्याच दिवशी दिल्लीत पोहोचले होते आणि माझ्या घरी उतरले होते. गेला पूर्ण आठवडाभर मी घरी जायच्या आधी बारमध्ये

बसायचो आणि शांतपणे दारू पीत बसायचो. मी सहसा रात्री २ वाजेपर्यंत घरीच जायचो नाही आणि घरी पोचलो की थेट माझ्या रूममध्ये शिरून झोपून जायचो. मला डेव्हिड आणि यावरच्या कुटुंबीयांना तोंड दाखवायची लाज वाटत होती. ते का गेले आणि मी का नाही गेलो या प्रश्नाचं उत्तर माझ्याकडे नव्हतं. मी तिथं त्यांच्यासोबत असतो तर कदाचित वेगळं काही घडलं असतं का, कोण जाणे! मी मॉलमध्ये जायला लवकर निघालो असतो तर काय झालं असतं.

मीडियाला उन्माद चढला होता. प्रत्येक चॅनेलवर तीच एक बातमी होती. प्रत्येकाला काय घडलंय ते समजावून सांगायचं होतं. कुणाला घटनेतल्या खऱ्या डिटेल्सची पडलेली नव्हती. प्रत्येक पत्रकाराचा आता राजकारणी झाला होता, स्वतःला अनुभवी समजणाऱ्या लोकांचं वेगळंच मत होतं. काही जणांची इच्छा होती, की भारतानं शेजारच्या देशावर ताबडतोब हल्ला करावा. काही जणांचं मत होतं मॉलच्या सिक्युरिटी एजन्सीवर कारवाई व्हावी. विरोधी पक्ष गृहखात्याला दोष देण्यात बिझी होता. आपल्या गुप्तहेर खात्याचं हे संपूर्ण अपयश होतं असं म्हटलं जात होतं.

फेसबुकवरच्या जनतेचं म्हणणं होतं की पंतप्रधानांनी झटपट काहीतरी ॲक्शन घ्यायला हवी. विदेशी मीडियामध्ये हल्ला हायलाइट करून दाखवला जात होता. जगातल्या जवळपास प्रत्येक देशानं या हल्ल्याचा निषेध केला होता.

माझा माझ्या नशिबावर विश्वास बसत नव्हता. मागची सात वर्षं वनवासात घालवून मी माझ्या देशासाठी लढत राहिलो होतो आणि मी पुन्हा इथंच येऊन का पोहोचावं?

शरीरातल्या गोळ्यांच्या जखमांच्या वेदना आता या मनाच्या वेदनेपेक्षा फार कमी वाटत होत्या. मी स्वतःला विचारलं की आता मी काय करायला हवं? माझं आयुष्य नॉर्मल पद्धतीनं जगणं आता मला अशक्य वाटत होतं.

मला त्या तिघांची फार आठवण येत होती. वाटत होतं ते अचानक इथे बारमध्ये येतील आणि माझ्याबरोबर दारू पितील. मग आम्ही भरपूर गप्पा मारू, आमच्या ॲकॅडमीतल्या दिवसांच्या आठवणी आणि गोव्याच्या आठवणी काढू. मला त्या तिघांना गुडबाय म्हणायची संधीही मिळाली नाही. मला त्यांना किती, काय सांगायचं होतं ते राहून गेलं. मला यावरची माफी मागायची होती, त्याचे वडील वारले तेव्हा मी त्याच्यासोबत नव्हतो, त्याचं लग्न झालं तेव्हाही मी त्याच्यासोबत नव्हतो. यावरची मुलगी शायराला भेटायचं राहून गेलं. यावर तिच्यासोबत असताना त्याचा चेहरा कसा उजळत असेल ते बघायचं राहून गेलं.

चौघांच्या कुटुंबीयांना घेऊन मला फॅमिली व्हेकेशनवर जायचं होतं. एक मोठी बस करून सगळे जण एखाद्या शांत सुंदर ठिकाणी गेलो असतो. मीरा,

माया आणि शायराला एकत्र खेळताना पाहणं किती सुखाचं झालं असतं! डेव्हिड आणि त्याच्या बायकोसोबत मी कधी डिनरला गेलो नव्हतो; रादर त्याहून वाईट म्हणजे मी तिला कधी भेटलोच नव्हतो. मला कितीतरी गोष्टी जाणून घ्यायच्या होत्या. डेव्हिडच्या बायकोसमोर गोव्याच्या आमच्या पहिल्या ट्रिपची ती विशेष आठवण काढून मी डेव्हिडला अनकम्फर्टेबल केलं असतं आणि मग विषय बदलला असता. मला यावरला आणि मनूला सांगायचं होतं, की त्यांच्या रिटायरमेंट रेस्टॉरंटसाठी मला परफेक्ट जागा सापडलीय-सिंगापूर. आम्ही तिथंच सेटल झालो असतो, सिंगापूर भारतापासून फार दूरही नाही. आणि तिथं सगळ्या वर्ल्ड क्लास ॲमिनिटीज आहेत.

रात्रीचे २ वाजले तशी घरी जायची वेळ झाली. हा बार माझ्या घरापासून फक्त पंधरा मिनिटांच्या अंतरावर होता. कुणीही झोपेतून जागं होऊ नये अशा रीतीने मी घरात शिरलो. पण मी रूममध्ये गेलो तसे लाइट लागले. सगळेजण तिथं होते; आई, बाबा, करण, मीरा आणि माया, शायरा, यावरची पत्नी आणि बहीण, डेव्हिडची पत्नी आणि त्याचे आईबाबा. आईनं मला बसायला फर्मावलं. मी कुणाच्या डोळ्यांना डोळा देऊन बघू शकत नव्हतो. शायरा लुटूलुटू चालत माझ्याकडे आली. तिला घट्ट जवळ घेऊन मी ढसाढसा रडायला लागलो, मीरा आणि माया माझ्याकडे येऊन मला थोपटायला लागल्या.

मी रडत रडत बोलत सुटलो, "आय ॲम सो सॉरी, मी काहीही करू शकलो नाही. मी तिथं पोहोचेपर्यंत सगळं काही संपल होतं. मी तुम्हाला काय सांगू ते मला समजत नाही. लढायला मी तिथं असतो तर बरं झालं असतं, कदाचित काहीतरी वेगळं घडलं असतं."

डेव्हिडचे वडील म्हणाले, "अर्जुन, तुला असं वाटत नाही का आमच्या मनातही काही विचित्र विचार येत असतील? मी डेव्हिडवर देशभक्त असण्याचे संस्कार का केले? मी त्याला आर्मी का जॉइन करू दिली? आम्हा सगळ्यांच्या मनात असे विचार येतच राहणार आहेत. पण आता आपण स्वतःला दोषी मानणं थांबवायला हवंय आणि यासाठी जे खरंच जबाबदार आहेत त्यांच्यावर आरोप करायला हवेत."

यावरची बहीण आलिया म्हणाली, "काका बरोबर बोलतायत. इथं आरोपी आहेत ते दहशतवादी आणि त्यांना मदत करणारे लोक. अर्थात, आपल्या इंटेलिजन्स डिपार्टमेंटलापण प्रश्न विचारायला हवेतच. त्यांना या हल्ल्याचा काहीच अंदाज कसा आला नाही? त्यांना काहीच माहिती नव्हती? आणि जर माहिती होती, तर त्यांनी तो रोखायला काय काय केलं? या हरामखोरांना भारतात यायला कुणी मदत केली? ज्यांनी मदत केली त्यांनाही शिक्षा व्हायला

हवी. आपले पंतप्रधान शेजारच्या देशाचं काहीतरी करणार आहेत का नाहीत?''

आई म्हणाली, ''हे बघ बेटा, तू स्वतःवर जरा दया दाखव आणि या गुन्ह्यात गुंतलेल्या प्रत्येकाला शिक्षा होईल असं बघ. डेव्हिड, यावर आणि मनूलाही असंच वाटलं असतं.''

मग तिनं विचारलं, ''तू काही खाल्लंयस का नाही?''

मी उत्तरलो, ''नाही.''

बाबा म्हणाले, ''मलाही भूक लागलीय, चला सगळे जण काहीतरी खाऊ यात.''

पुढचा अर्धा तास आम्ही सगळ्यांनी खाण्यात आणि गप्पा मारण्यात घालवला. प्रत्येकानी नॉर्मल चेहरा ठेवला आणि रडायचं नाही असं ठरवलं. आम्ही कुठल्यातरी फालतू विषयावर, फिल्म्स, खाणं अशा विषयांवर बोलायचा प्रयत्न केला. यापुढे असं काही होऊ नये म्हणून काय करता येईल याविषयीपण बोललो.

M&M आणि शायराची छान मैत्री झाली होती. त्या तिघींना एकत्र पिक्चरला जायचं होतं. मी त्यांना घेऊन जायचं प्रॉमिस केलं. दुसऱ्या दिवशी मी माझं लक्ष ठरवून दुसरीकडे वळवलं आणि सगळ्यांबरोबर वेळ घालवला. लंचनंतर मी प्रॉमिस केल्याप्रमाणे M&M आणि शायराला घेऊन फिल्म बघायला गेलो.

परत येताना एका टीव्ही चॅनेलमधून फोन आला, न्यूज ऑफ इंडिया किंवा NOI म्हणून फेमस चॅनेल होतं. डिबेट आवर होस्ट करणाऱ्या एका फेमस निवेदिकेचा फोन होता. तिचं नाव शिबानी होतं. तिचा आवाज मी न्यूजमध्ये ऐकलेला असल्यानं ओळखला. ती कॉन्फिडन्ट, ठाम आणि कमांडिंग वाटत होती. तिचा शो ती अगदी शिस्तीत सादर करत असे.

ती म्हणाली, ''हॅलो, मेजर अर्जुन, इट्स नाइस टू टॉक टू यू! तुमच्या मित्रांसोबत जे झालं ते खूप दुर्दैवी आहे. आय होप की आता तुम्ही सावरला असाल.''

मी म्हणालो, ''हॅलो, शिबानी. मी आता बराय. मी तुमचा शो काही वेळा पाहिलाय. तुम्ही अगदी कडक शिस्तीत तुमचा शो करता. तुमच्यासाठी काय करू शकतो?''

शिबानी म्हणाली, ''तर उद्याच्या डिबेटचा विषय आहे: सुपरनोवा अटॅक. तुमच्या मित्रांच्या शौर्याविषयी तर आपण बोलूच आणि इतर महत्त्वाच्या इशूजवरही बोलू या जसा इंटेलिजन्स खात्याचा रोल, मॉलची सिक्युरिटी पुरेशी नव्हती का, सध्याचं सरकार एकूण परिस्थिती व्यवस्थित हाताळतंय ना, वगैरे.''

मी म्हणालो, ''ओह! शिबानी, एका तासासाठी हा कन्टेन्ट खूप जास्त आहे. मला अशा प्रकारचे शो आवडत नाहीत, खूप सारे टॉपिक्स आणि दहा

जण बोलणारे एकमेकांवर तुटून पडतात, तुम्ही अशानं कुठल्या कन्क्ल्यूजनवर पोहोचणार आहात?'' मी विचारलं.

"मी अगदीच समजू शकते सर, पण हा शोचा फॉरमॅट आणि शोचं ड्युरेशन मला ठरवता येत नाही. मी केवळ माझा जॉब करते. तुम्ही आलात तर खूप बरं होईल. जनतेला तुमच्या मित्रांविषयी आणि त्यांच्या फॅमिलीजविषयी समजेल, ते कोण होते ते समजेल आणि तुम्हाला पूर्ण वेळ शोमध्ये राहायची गरज नाही. मी तुम्हाला तुमच्या मित्रांविषयी काही प्रश्न विचारेन आणि मग तुम्ही गेलात तरी चालेल, प्लिज सर '' शिबानीनं विनवणी केली.

मी म्हणालो, "ओके! मी केवळ तिथं येऊन केवळ माझ्या मित्रांविषयी बोलेन आणि बाकीच्या कुठल्याही विषयावर बोलणार नाही. मला कुठल्याही राजकीय डिबेटमध्ये पडण्यात रस नाहीये. ॲडमिनिस्ट्रेशनमधले लोकं त्यांच्या परीनं काम करतायत यावर माझा विश्वास आहे.''

"ठीकंय तर, तुमचा ॲड्रेस पाठवा आणि आमची माणसं कॅमेरा आणि माईक घेऊन येतील, ऑल द वे तुम्हाला इथं यायची गरज नाही. गुडबाय. उद्या बोलूच.'' असं म्हणत तिनं फोन ठेवला.

मी फोन खिशात ठेवून दिला आणि आम्ही घरी परतलो. दुसऱ्या दिवशी NOI चे लोक शोच्या एक तास आधी घरी आले. त्यांनी मला घरातली शांत रूम निवडायला सांगितली, जिथं कुठलाही व्यत्यय येणार नाही. घरातल्या प्रत्येकाला काय करायचं आणि काय करायचं नाही याविषयी थोडक्यात सूचना दिलेल्या होत्या. मोठ्यांनी लहानांवर लक्ष ठेवायचं होतं. शो पुढच्या तीस मिनिटांत लाइव्ह होणार होता. मी त्या तिघांविषयी विचार करू लागलो, मला काय शेअर करता येईल? त्यांच्यामागे असलेले प्रेमळ कुटुंबीय आणि त्यांना कसं उत्तम रीतीनं वाढवलं गेलं? का मी आमच्या ॲकॅडमीतल्या धमाल दिवसांबद्दल बोलू, आमचं ट्रॅव्हल रिच्युअल आणि आम्ही प्रत्येक ठिकाणी जाऊन काय काय करायचो. त्या आठवणींनी माझ्या चेहऱ्यावर एका आठवड्यानं हसू आलं.

शो सुरू झाला, सहा जण सहभागी होते. तीन वेगवेगळ्या राजकीय पार्टीजचे प्रतिनिधी होते, गेल्या दशकापासून दहशतवाद्यांचा अभ्यास करणारा एक प्रोफेसर होता, आणि एक मीडिया पर्सनॅलिटी, मी आर्मीला रिप्रेझेन्ट करत होतो. शिबानीनं सगळ्यांची ओळख करून दिली आणि डिबेट सुरू झाली.

शिबानीचा पहिला प्रश्न माझ्यासाठी होता, "मेजर अर्जुन, शोमध्ये तुमचं स्वागत आहे, सुपरनोवा मॉल अटॅकमध्ये मारले गेलेले आर्मी ऑफिसर्स तुमचे केवळ बॅचमेट्स नसून जवळचे मित्र होते आणि तुम्ही त्यांना मॉलमध्ये भेटणार

होतात. नक्की काय आणि कसं झालं ते सांगू शकाल का?''

मी हे ऐकून जरासा मागे हटलो, आदल्या दिवशी तर शिबानी म्हणाली होती, की तिला मी माझ्या मित्रांच्या पर्सनल आयुष्याविषयी बोलणं अपेक्षित होतं. कदाचित ती सुरुवातीला हे बोलत असेल आणि मग त्या विषयावर बोलेल. मी सगळं काही एक्सप्लेन करायला सुरुवात केली. माझं बोलणं अर्धंही झालं नव्हतं तेवढ्यात तिनं मला थांबवलं, ''मेजर अर्जुन, आर्मी या प्रकरणात काही लपवाछपवी करत आहे का?''

हा प्रश्न ऐकून मला धक्का बसला, मी विचारलं, ''याचा अर्थ तरी काय आहे?''

ती बोलत राहिली, ''आमच्याकडे कन्फर्म न्यूज आहे-मारल्या गेलेल्या ऑफिसर्सपैकी यावर दहशतवाद्यांपैकी एकाला ओळखत होते.''

मी संतापून ओरडलो, ''असली कुठलीही माहिती नाहीये माझ्याकडे. तुम्हाला कुठून मिळाली ही माहिती?''

शिबानी जवळपास किंचाळत म्हणाली, ''त्याने काहीही फरक पडत नाही, मेजर अर्जुन. महत्त्वाचं हे आहे की हा अटॅक इनसाइड जॉब असू शकतो, यावर हा सहावा दहशतवादी असू शकतो.''

हे ऐकून माझं डोकंच फिरलं. ''अशा प्रकारचा आरोप करायची तुमची हिंमतच कशी झाली? असं कसं म्हणू शकता तुम्ही? कुठला पुरावा आहे तुमच्याकडं? तुम्ही आर्मी किंवा पोलिसांकडून हे व्हेरिफाय केलंय का? तुमची माहिती चुकीची असली तर?''

शिबानी तिच्या कर्कश्श आवाजात बोलत राहिली, ''मेजर अर्जुन, एक फोटो हजार शब्दांचं काम करतो आणि डोळ्यांनी पाहिलेलं खोटं नसतं. आमच्या टीमनं दुनिया हलवून टाकेल असा एक फोटो शोधून काढलाय जो मी आता ऑडियन्सला दाखवू इच्छिते. मी ऑडियन्सला हे विशेषकरून सांगतेय, की ही बातमी अतिशय सेन्सिटिव्ह आहे आणि ही बातमी दिल्याबद्दल मला आणि माझ्या टीमला कदाचित अटकही होऊ शकते. पण आम्ही कुणाला घाबरत नाही आणि आम्ही सत्य उघडकीस आणण्यावाचून राहणार नाही.''

अचानक स्क्रीनवर एक फोटो झळकला. फोटोमध्ये यावर आणि एक दहशतवादी शेकहँड करताना दिसत होते, ते दोघंही कॅमेऱ्याकडं पाहत, पोज देत होते.

''तुम्ही बघू शकताय या दोघांनी स्पोर्ट्सचे कपडे घातले आहेत. हा त्यांच्या शाळेतला फोटो असावा. म्हणजे ते एकाच शाळेत होते. मग कशावरून ते दोघं मित्र नसतील आणि त्यांनी हे सगळं प्लॅन करून केलं नसेल?'' शिबानीनं

चिडून विचारलं.

मी संतापानं ओरडलो, "कुणी काढलाय हा फोटो? कुठून मिळवलाय? मी तुझ्याबरोबर असाच शेकहॅण्ड करताना फोटो काढतो शिबानी, त्यामुळे लगेच आपण फ्रेंड्स होत नाही. पुन्हा एकदा तेच विचारतोय, तुम्ही ही माहिती पडताळून पाहिली आहे का?"

शिबानी माझ्यावर ओरडली, "मेजर, आमच्या व्ह्यूवर्सबरोबर मिळालेली माहिती शेअर करणं हे आमचं काम आहे आणि त्यांना ठरवू दे की काय बरोबर आहे आणि काय चूक आहे ते!"

मी ओरडलो, "जे पडताळून पाहिलेलं नाहीये ते तुम्ही असं नाही दाखवू शकत आणि एखाद्याची आयुष्यभराची इज्जत तुम्ही अशी कशी डिस्ट्रॉय करू शकता!"

शिबानी ओरडली, "आम्हाला आमचं काम नीट कळतं, मेजर! आर्मी आणि पोलिस गेलेल्या ऑफिसरची इज्जत राहावी म्हणून सत्य लपवतायत का?"

मी पुन्हा एकदा जोरजोरात ओरडलो, "हे बघा, मी पहिल्यांदा हा फोटो बघतोय. हा संपूर्ण आरोप निराधार आणि बोगस आहे. तुम्ही हा फोटो आणि यामागची स्टोरी पडताळून घेतलेली नाही आणि तुम्ही एका निर्दोष आर्मी ऑफिसरवर आरोप लावताय, ज्याने देशासाठी त्याचं आयुष्य दिलंय. हे अनबिलिव्हेबल आहे!"

माझं बोलणं संपलंही नव्हतं की किशोर नावाचा एक राजकारणी बोलायला लागला.

"हाच आहे आपल्या हिंदूंचा प्रॉब्लेम! हा बावळट मेजर यावरला वाचवायला बघतोय कारण तो त्याचा मित्र होता. पण इथं यावरनं सगळ्या देशाला मूर्ख बनवलंय. माझ्या मते त्या धर्माच्या लोकांना आर्मीत येण्यावर आपण बंदी घातली पाहिजे." त्यानं प्रत्युत्तर दिलं.

मी जवळपास बेंबीच्या देठापासून ओरडलो, "कुणावर बंदी घालायची?"

किशोर ओरडला, "मी कुणाविषयी बोलतोय ते तुम्हाला नक्की समजलंय. हे मुसलमान अजिबात विश्वास ठेवण्यालायक नाहीत."

मी ओरडत राहिलो, "तुमचं डोकं फिरलंय का? काय बोलताय काय तुम्ही? अनेक वर्षांपासून ते भारतीय सैन्यात सेवा बजावतायत आणि त्यांनी कधीही निराश केलेलं नाही. तुमच्या बोलण्याला आधार तरी काय आहे? एक शेकहॅण्ड करतानाचा फोटो. हा सगळा मूर्खपणा आहे. तुम्ही सगळे मूर्ख आहात. शिबानी, तू मला इथे वेगळं काही बोलायला बोलवलं होतंस आणि हे नाही. ते

प्रश्न तू का विचारात नाहीयेस?"

शिबानी उर्मटपणाने म्हणाली, "विथ ड्यू रिसेप्क्ट मेजर, पण माझ्या शोमध्ये तुम्ही असे ओरडू शकत नाही. तुम्ही असेच ओरडत राहणार असाल तर मी तुमचा माईक बंद करेन."

"ते यावरवर असे घाणेरडे आरोप करत होते, तेव्हा तू त्यांना का थांबवलं नाहीस? ते एका धर्माला आर्मीत काम करायला बंदी घाला म्हणतायात तेव्हा तू का थांबवलं नाहीस? सांग मला!" मी ओरडत राहिलो.

"मेजर अर्जुन, तुम्ही ओरडताय आणि मला बोलू देत नाहीयात म्हणून मी तुमचा माईक बंद करतेय. प्लिज त्यांचा माईक बंद करा."

शिबानीनं तिच्या क्रूला ऑर्डर दिली.

मी अजूनही ओरडत होतो पण त्यांनी माझा माईक बंद केला होता. मी मात्र त्यांचं बोलणं ऐकू शकत होतो.

"हे बघा, आपण हिंदूंनी आता जागृत व्हायला हवंय आणि समजून घ्यायला हवंय की हे सगळं काय चाललंय. आपण घोर संकटात सापडलो आहोत." किशोर बडबडत होता.

आता मात्र मी संतापानं इतका वेडापिसा झालो, की मी माईक फेकून दिला आणि रूमबाहेर निघून गेलो.

एव्हाना बाहेरच्या जगात ही बातमी वणव्यासारखी पसरली होती. यावरचा त्या दहशतवाद्याशी शेकहँड करत असतानाचा फोटो इंटरनेट आणि टीव्हीवर सतत दिसत होता. प्रत्येक घरात, कॉलेजात, ऑफिसमध्ये, बारमध्ये, ट्रेन्समध्ये, बसमध्ये, विमानांमध्ये सगळीकडे एकच चर्चा सुरू झाली होती. सोशल मीडियावर आग लागली होती. काही दहशतवादी संघटनांनी यावरचं कौतुक केलं होतं. हेतू अगदी स्पष्ट होता : होता होईल तितकं नुकसान करायचं. माझ्यासारखे अनेक जण यावरचा बचाव करत होते. एका फोटोने काहीही सिद्ध होत नव्हतं. फोटो बराच जुना वाटत होता. कदाचित ते दोघं एका शाळेत असतीलही. हा योगायोग असू शकतो. कुणी तर या फोटोच्या सत्यतेविषयीच सवाल केला होता. हा फोटो बनावटही असू शकतो असं काही एक्स्पर्ट विचारत होते. पण बहुतांशी लोकांनी यावरला गद्दार ठरवून तसं जाहीर केलं होतं. हा कट यावरनं रचलाय अशी त्यांची खात्री पटली होती. ते इंटरनेटवर एकेक थिअरीज जाहीर करत होते. वेगवेगळे डिटेल्स जोडून बघत होते. यावर सगळ्यांत वरच्या मजल्यावर का थांबला? त्याला प्रॉमिस मिळालेलं असेल की लोकांना फक्त ओलीस ठेवलं जाईल आणि कुणाला मारणार नाही. पण त्यांनी फायरिंग सुरू केल्यामुळे यावरलाही हल्ला करणं भाग पडलं असणार, वगैरे.

असलं सगळं काही लिहणाऱ्या कुठल्याही माणसाकडं खरी माहिती नव्हती. त्यातलं कुणीही यावरला पर्सनली ओळखत नव्हतं. यातलं कुणीही इन्व्हेस्टिगेशन टीमचा भाग नव्हतं आणि त्या फोटोच्या मुळाविषयी तर कुणालाच माहिती नव्हती.

१९ तो कायमचा निघून जाणार

भारताची फाळणी झाली होती. यावरला सपोर्ट करणाऱ्यांनी प्रत्येक मोठ्या शहरात यावरसाठी रॅलीज काढल्या, यावरचा फोटो प्रत्येक बॅनरवर होता. त्याला गद्दार समजणाऱ्या लोकांनी सवाल उठवले. दोन्ही बाजूंनी घोषणा दिल्या आणि चढाओढ सुरू झाली. कुणाच्या रॅलीमध्ये दुसऱ्यापेक्षा जास्त माणसं गोळा होतील अशी रेस लागली. एखादा SMS किंवा एखादी फेसबुक पोस्ट पडायचा अवकाश की शेकडो लोक जमा व्हायला लागले.

लवकरच राजकारणी, ॲक्टर्स, गायक, बिजनेसमेन आणि प्रत्येक जण या विषयावरच वादविवाद करायला लागला. दर तासाला नवनवीन स्टेटमेंट्स येऊ लागली, मग दुसऱ्या बाजूनं प्रतिवाद करणारी स्टेटमेंट्स येऊ लागली. यामुळे परिस्थितीतला ताण वाढायला लागला. शाळा, कॉलेजातही हा एकमेव विषय डिस्कस होऊ लागला. वातावरण भावनांनी तापलं. लवकरच शाळा, कॉलेजात या विषयावर बोलायचं नाही अशा नोटिसा निघाल्या. तेच सरकारी संस्थामध्ये झालं. तिथंही अशाच ऑर्डर्स काढायला लागल्या. पब्लिक मीटिंग्जमध्ये हा विषय बोलू नये असं सांगितलं जाऊ लागलं. रॅलीजमध्ये हिंसा होऊ लागली तसं त्यात सहभागी होण्यावर बंदी घालायला लागली.

सगळ्यात वाईट गोष्ट ही होती, की एक देश म्हणून आपण हा प्रश्न सोडवायला कमी पडत होतो. दुसरी बाजू कशी चुकीची आहे, देशद्रोही आहे आणि फक्त आमचा पॉइंट ऑफ व्ह्यू बरोबर आहे हे सिद्ध करण्यात सगळे बिझी होते. मोठमोठ्या धर्मपीठाच्या धर्मगुरूंनी वास्तविक पाहता द्वेष कमी करण्याचा

सल्ला देणं अपेक्षित होतं, पण ते उलट नागरिकांमध्ये फूट पाडण्याचं काम करत होते. जे लोक कायम एकीविषयी बोलायचे, जे नेहमी तटस्थ असल्याचं दाखवायचे ते अचानक एका टोकाचं वागू लागले. कदाचित, ते लोक कायम अशाच विचारसरणीचे असतील, पण आतापर्यंत शांत बसले असतील.

आतापर्यंत भारतात असं ध्रुवीकरण झालं नव्हतं. मेन स्ट्रीममध्ये अशी घटना पहिल्यांदा घडत असावी.

मीडियावर पण सतत हेच सुरू होतं. काही वर्षांपूर्वी ज्या गोष्टी बोलणं भारतीयत्वाच्या विरुद्ध समजलं गेलं असतं, त्या आता सर्रास बोलल्या जात होत्या. 'यावर शाह'वरून विषय 'मुसलमान आणि त्यांची देशाप्रती असलेली निष्ठा' हा कधी झाला हे कुणाच्या लक्षातही आलं नाही.

मुसलमानांच्या निष्ठेवर इतके सवाल उठवण्यात आले होते, की त्यांना यावरच्या वागण्याचं स्पष्टीकरण देण्याची इच्छा उरली नव्हती. त्यांच्यासाठी यावर मातृभूमीची सेवा बजावत असताना वीरमरण आलेला वीर होता. त्यांना जाणून घ्यायचं होतं की असं अजून किती यावरना बळी जावं लागेल म्हणजे मुसलमानांचं रक्त शुद्ध समजलं जाईल. मुस्लिमांच्या देशनिष्ठेविषयी प्रश्न विचारणं कधी एकदाचं बंद होईल. मुस्लिम त्यांच्या विरोधकांना प्रश्न विचारत होते, की जर तो दहशतवाद्याला शेकहॅण्ड करतानाचा फोटो डेव्हिड किंवा मनूचा असता तर त्यांच्या देशप्रेमावर पण असेच सवाल उठले असते का? त्यांनाही गद्दार म्हटलं गेलं असतं का? त्यांच्या घरावरपण दगडफेक झाली असती का? त्यांना शौर्य अॅवॉर्ड द्यायला विरोध झाला असता का?

त्यांच्या देशभक्तीवर प्रश्नचिन्ह लागलं असतं का? सगळे मुस्लिम सैतान असतात का?

आणि हिंदूचं काय? हिंदूंच्या देशभक्तीवर कधीतरी सवाल उठवायला काय हरकत आहे? सगळे हिंदू देशभक्त असतात का? मग लाखो रुपयांच्या घोटाळ्यात अडकलेल्या हिंदू राजकारण्यांचं काय? विनयभंग आणि गँग रेप केलेल्या हिंदू गुन्हेगारांचं काय? ज्यांनी कर बुडवून सरकारची चोरी केलीय, त्या हिंदू नागरिकांचं काय? घोटाळ्याच्या स्कीम्स घेऊन येणाऱ्या आणि लोकांची आयुष्यभराची कमाई लुबाडणाऱ्या लबाड हिंदूंचं काय? मुलगी नको असणाऱ्या आणि मुलगाच हवा असणाऱ्या हिंदू माणसांचं काय? हुंडा मागणाऱ्यांचं काय? डोळ्यांसमोर चुकीची गोष्ट घडत असून चूप बसणाऱ्या हिंदूंचं काय?

अनेक शहरं आणि सरकारी ऑफिसेस प्रामुख्याने हिंदू डॉमिनन्स असणारी आहेत, मग त्यांची अवस्था आणि परफॉर्मन्स मुस्लिमबहुल एरियापेक्षा चांगला आहे का? उत्तर 'नाही' असं आहे. कुठलाही एक समाज दुसऱ्या समाजापेक्षा

अधिक देशभक्त असतो असं नसतं. देशावर दहशतवादी हल्ला झाला किंवा देशावर आक्रमण झालं की मग अचानकच देशभक्तीचा विषय कसा वर येतो?

दुसऱ्यांना दोष देण्याआधी हिंदूंनी फार ग्रेट काम करायला हवंय. या देशातला कुठलाही एक कामाचा एरिया दाखवावा जिथं केवळ हिंदूंनी देशासाठी जास्त काम केलंय? राजकारण असो की गायन किंवा अभिनय, सोशल वर्क असो की सायंटिस्ट असो किंवा आर्मी असू दे. एकही क्षेत्र असं नाही जिथं केवळ आणि केवळ हिंदूच उत्तम काम करतात, मग सरसकट हिंदू मुसलमानांपेक्षा अधिक देशभक्त का समजले जातात?

हिंदूंकडे अर्थातच त्यांची आर्ग्युमेंट्स तयार होती : दहशतवादी ॲक्टिव्हिटीजमध्ये नेहमी मुसलमानच का इन्व्हॉल्व्हड असतात? यावरने त्या दहशतवाद्यांशी शेकहॅण्ड का केला? आमच्याच देशात आम्ही मंदिर का बांधू शकत नाही? ही हिंदूंची भूमी आहे ना? शेजारच्या देशांमधून मुसलमानांना नेहमी अधिक सहानुभूती का मिळते? ज्या काश्मिरी पंडितांची घरं गेली त्यांचं काय? त्यांच्यासाठी रॅली का काढू नये आणि त्यांची मदत का करू नये? जगभर तुमच्या धर्माचा केवळ तिरस्कार होतो. तुमच्या धर्मामुळं युद्ध होतात, असं असताना तुम्ही तुमचा धर्म इतरांवर का लादत असता? मुसलमानांवर ॲटॅक झाला की तुम्ही सगळे एकत्र येऊन तुफान आक्रोश करता, पण दुसऱ्या कुठल्या धर्माच्या लोकांवर अत्याचार झाला की मात्र अलिप्त राहता. समजा भारत आणि मिडल ईस्ट यांच्यात वॉर झालं, तर भारतातले मुसलमान कुणाला सपोर्ट करतील? आम्ही तुमच्यावर विश्वास कसा काय ठेवायचा? इतर धर्मांतील लोकांशी नातं वाढवण्यापेक्षा मुसलमान नेहमी स्वतःतच गुंतलेले का राहतात? मुस्लिम त्यांची मुलं शाळेत पाठवतात का मदरसांमध्ये? मुसलमानांना अल्ला आणि देश यापैकी एक निवड करायला सांगितली तर ते काय निवडतील?

हा संघर्ष लवकरच हिंसेत बदलला. शहरं जाळली गेली. निर्दोष माणसांचा क्रूरपणे छळ झाला, कत्तली झाल्या. दुकानं लुटली गेली. धंदे बंद पडले. संपूर्ण देशाच्या इकॉनॉमीला झळ बसली.

ट्रान्सपोर्ट, मेडिकल फॅसिलिटीज सगळं काही बंद पडलं. लोकांना वैद्यकीय मदतीची गरज होती, पण मदत वेळेवर पोचू शकली नाही अशा अनेक घटनांच्या बातम्या न्यूज चॅनेलवर येत होत्या. देशभरात वेगवेगळ्या ठिकाणी लोकं असाहाय परिस्थितीत अडकले. अनेकांना बेसिक ॲमिनिटीज मिळेनात. शांततेचं आवाहन बहिऱ्या कानांवर आदळत राहिलं. सिच्युएशन कंट्रोल करायला आर्मीला पाचारण करायला लागलं.

माझा देश इतका संतापलेल्या अवस्थेत मी पहिल्यांदा पाहिला. मी टीम

A मध्ये असताना अशा बातम्या वाचायचो, पण प्रत्यक्षात अवस्था इतकी वाईट असेल असं वाटलं नव्हतं.

मीडियासाठी तर हा जणू जॅकपॉट होता. न्यूज चॅनेल्स २४ × ७ हेच दाखवत होती. चर्चा सुरूच होत्या. प्रत्येक चर्चेचा परिणाम अधिकाधिक माणसांना संताप आणण्यात होत होता. चर्चांमधून उत्तरं कमी तर प्रश्न निर्माण होत होते. मी एका चॅनेलवरून दुसऱ्या चॅनेलवर सर्फ करून पाहिलं तर निवेदक पार्टीसिपेन्ट्सपेक्षा अधिक पिसाळलेले दिसायचे. सोशल मीडियावर तर अजूनच गलिच्छ वातावरण होतं.

प्रत्येक साइडचे लोक आपापले मुद्दे प्रूव्ह करण्यात बिझी होते. भाषा तर याहून वाईट पद्धतीनं कधीच वापरली गेली नसेल. लोक एकमेकांना, एकदुसऱ्याच्या कुटुंबीयांना शिवीगाळ करत होते आणि ठार मारायच्या धमक्या देत होते.

***

तो फोटो पहिल्यांदा कुणी पोस्ट केला होता ते शोधून काढण्यात मला दोन महिन्यांच्या अथक प्रयत्नांनंतर यश आलं. त्या माणसानं मला सांगितलं, की तो यावरचा बॅचमेट आहे आणि त्याची आठवण म्हणून तो फोटो त्यानं पोस्ट केला होता. त्या माणसानं हेदेखील स्पष्ट केलं की यावरचं आणि त्या दहशतवाद्याचं आयुष्य किती विरोधात्मक आहे हे त्यानं मेन्शन केलं होतं. एक नॅशनल हिरो होता, खरा देशभक्त होता आणि दुसरा गद्दार होता.

त्यानं हेही सांगितलं, की यावर त्या दहशतवाद्याला ओळखत असेल अशी शक्यता अजिबात नव्हती. तो फोटो इंटर कॉलेजिएट कॉम्पिटिशन दरम्यान काढलेला होता. यावर १०० मीटर रनिंग स्पर्धेमध्ये पहिला आला होता आणि तो दहशतवादी मुलगा दुसरा आला होता. लोकल न्यूजपेपरसाठी तो फोटो काढला गेला होता. ते एकमेकांना मुळीच ओळखत नव्हते. त्यांच्या शाळा, ज्युनिअर कॉलेजेस आणि घरं एकमेकांपासून फार लांब होती. त्या स्पर्धेच्या आधी आणि नंतरही यावर आणि तो मुलगा एकमेकांना कधी भेटलेले नव्हते.

मी शिबानीला अनेकदा फोन केले, पण काही उपयोग झाला नाही. तिनं एकही कॉल घेतला नाही आणि माझ्या एकाही ई-मेलला रिप्लाय दिला नाही. सगळ्या मीडिया हाउसेसकडून असाच रिस्पॉन्स आला. या सत्यामध्ये त्यांना काहीच इंटरेस्ट उरलेला नव्हता. प्रत्येक जण पुढे गेला होता. सुपरनोवा अटॅकची जागा आता क्रिकेटनं घेतली होती. एक एक्सायटिंग टूर सुरू होणार होती. संतापयुक्त चर्चांची जागा आता पिचेस आणि खेळाडूंच्या क्रिकेट एक्स्पर्टकडून होणाऱ्या ॲनालिसिसनं आणि मजेशीर जाहिरातींनी घेतली होती. काही दिवसांनी एक मोठा डान्स शो सुरू झाला आणि मग तर सुपरनोव्हा अटॅकला सगळे

विसरूनच गेले.

मी सोडून सगळे पुढे निघून गेले.

सुपरनोवा अटॅकपासून आपण काय धडा घेतला पाहिजे आणि काय करायला पाहिजे? आपण मॉल्सची सिक्युरिटी वाढवायला पाहिजे का? इंटेलिजन्स नेटवर्क वाढवायला पाहिजे का? लढताना आयुष्य गमावलेल्या त्या शूरवीर ऑफिसर्सच्या कुटुंबीयांचं काय होणार?

यावरचं काय? तो अजूनही देशभक्त आणि गद्दार या दोन स्टेटसमध्ये लटकतोय. शेकडो हेट मेल्स आणि धमक्या मिळालेल्या यावरच्या कुटुंबीयांचं काय? त्यांना आता घरी जायची भीती वाटते, त्यांच्या मुंबईतल्या घरावर अनेकदा दगडफेक झालीय. त्या फोटोमागच्या खऱ्या स्टोरीमध्ये मीडियाला इंटरेस्ट का नव्हता?

बहुतेक हा सगळा विषय त्यांच्यासाठी लगेच जुना झाला. पण शायराचं काय? तिचं भविष्य कायमसाठी कलंकित झालं. शायरानं केवळ बाप गमावला नाही तर कुटुंबाची इज्जतपण गमावली.

जेमतेम एका महिन्यानंतर नवीन काँट्रावर्सी उसळली. दिल्ली मधल्या एका प्रसिद्ध युनिव्हर्सिटीमधल्या काही स्टुडंट्सवर इतर स्टुडंट्सनी ते देशद्रोही कारवाया करतात असा आरोप केला. ते स्टुडंट्स सुपरनोवा अटॅकमध्ये मारलेल्या तरुण दहशतवाद्यांच्या सपोर्टसाठी घोषणा देत होते, असा आरोप त्यांच्यावर लागला. या ताज्या द्वेषाने भरलेल्या बातमीनं मीडिया भरभरून वाहायला लागला.

चॅनेल्स त्या घोषणा देणाऱ्या स्टुडंट्सचा व्हीडिओ दाखवत होते. त्यात निदान ५०-६० स्टुडंट्स फलक घेऊन जाताना दिसत होते. त्यातल्या काही स्टुडंट्सची ओळख पटली. कम्प्लेंट केलेल्या स्टुडंट्सनी हा मॅटर स्वतःच्या हातात घ्यायचं ठरवलं आणि या मुलांना सरळ करायचं ठरवलं. ते ॲडमिनिस्ट्रेशन ब्लॉकमध्ये गेले आणि प्रॉपर्टीची नासधूस केली. त्यांना रक्ताची तहान लागली होती. लवकरच दोन्ही बाजूंच्या स्टुडंट्सना अटक करण्यात आली. राजकीय पार्टीजनी फटाफट बाजू निवडल्या.

दिल्लीत हे असं सगळं घडावं हे बऱ्याच लोकांना रुचलं नव्हतं. युनिव्हर्सिटीतले बरेचसे स्टुडंट्स एका बाजूचे होते, नाहीतर दुसऱ्या बाजूचे होते. दोन्ही बाजूंचे लोक एकमेकांवर आरोप करत होते, देशाच्या धार्मिक तेढीमध्ये वाढ होईल अशी आगीत तेल ओतणारी विधानं करत होते. देशद्रोहाचा आरोप लावत होते. पुढचे काही दिवस काही स्टुडंट्सना वेगवेगळ्या ठिकाणी कोपऱ्यात गाठून मारहाण करण्यात आली, दोन स्टुडंट्सचा त्यात मृत्यू झाला. दुसऱ्या बाजूकडून साधा पश्चात्तापही व्यक्त करण्यात आला नाही.

पुन्हा एकदा सोशल मीडिया आर्ग्युमेंट्स, भांडणं, आरोप आणि धमक्यांनी भरून गेला. काही स्टुडंट्सनी सरकारवर बायस्ड असल्याचा आणि बनावट पुरावे तयार केल्याचा आरोप केला.

बऱ्याच चॅनेल्सनी मला डिबेट्समध्ये भाग घ्यायला बोलावलं. या सगळ्या प्रकरणावर आर्मीचा काय परस्पेक्टिव्ह आहे हे त्यांना जाणून घ्यायचं होतं म्हणे. आधीच्या कटू अनुभवामुळे मी झटकन नकार दिला, अर्थात, बोलायची इच्छा असणाऱ्या लोकांचा काही दुष्काळ पडलेला नव्हता. पण मी या सगळ्या प्रकारावर लक्ष ठेवून होतो. इतके लोक बोलत होते आणि झालेल्या घटनांचा ॲनालिसिस करत होते, तरी आपण कुणाशी काय बोलतोय याचं भान लोकांना उरलं नव्हतं. तुम्ही कुणाशी काय बोलताय या गोष्टीमुळेही बरंच काही घडतं. लोकांनी चमकण्याची संधी सोडली नाही.

या लोकांनी त्यांचीच मतं कशी बरोबर असतात, ते कसे नेहमीच बरोबर असतात आणि बाकीचे सगळे कसे चुकीचेच असतात अशी मांडणी केली. हा देश पुन्हा एकदा विभागला गेला. आता या देशात याहून अधिक द्वेष उरला नसेल असं वाटत असतानाच भरभरून द्वेष दिसला. प्रत्येक जण संतापलेला होता. कुणाला हे अंतर जोडायची इच्छा नव्हती.

तेवढ्यात एक नवीन फिल्म रिलीज झाली. सगळ्यांचं लक्ष तिकडं खेचलं गेलं. एकमेकांवर आरोप करणारे लोक पिक्चर पाहायला तिकिटांच्या लायनीत उभे राहिले. पिक्चरमधला मेन ॲक्टर किती चांगला आहे आणि ॲक्टरेस किती सुंदर आहे यावर रिव्ह्यूज आणि चर्चा सुरू झाल्या. टीव्ही आणि रेडिओवर आयटम साँग हिट झालं. देशात सिव्हिल वॉर होईल असं वाटत असतानाच काहीतरी नवीन आलं आणि जनतेचा फोकस बदलला.

आमच्या देशानं फूट पाडणारं, इतकं नुकसान करणारं, माणसांचा जीव घेणारं, धंदा बंद पाडणारं सगळं काही झटकन मागे टाकलं आणि जनता पुढे गेली. ज्यांच्या घरातली माणसं ठार मारली गेली होती, ते मात्र पुढे जाऊ शकत नव्हते. ते त्यांच्या माणसासाठी शोक करत राहिले. बाकीचे सगळे पुढच्या चमचमीत टॉपिककडे वळले.

***

सुपरनोव्हा अटॅकला सहा महिने लोटले यावर माझा विश्वास बसत नव्हता. सरकारकडून आणि आर्मीकडून होणाऱ्या सर्व चौकश्या संपल्या आणि फाइल बंद झाली. हा सगळा विषय परत एकदा बातम्यांमध्ये आला. ऑफिशिअल कमिटीनं या हल्ल्यामध्ये यावरचा रोल काय होता याविषयीचा रिपोर्ट दिला. कमिटीनं यावरवर कोणताही आरोप ठेवलेला नव्हता. यावर अगदी स्वच्छ होता.

माझ्यासारखंच कमिटीचंही सहमत होतं, की तो केवळ एक कॅज्युअल शेकहॅण्ड होता. यावरला त्या दहशतवाद्यासोबत कधीही पाहिलं गेलेलं नव्हतं. त्यांच्यात इतर कुठल्याही मार्गाने कधीही कोणताही कॉन्टॅक्ट नव्हता.

यावरवर आरोप करणाऱ्या लोकांची तोंडं आता बंद झाली. काही जणांनी माफीही मागितली. पण बहुतेक जणांनी गप्प राहणंच पसंत केलं. त्यातले बहुतेक जण आता ही बातमी चघळण्यात बिझी झाले. यावरचे कुटुंबीय त्यांच्या मुंबईतल्या घरी परत निघून गेले. त्यांनी सुरक्षित वाटावं म्हणून सिक्युरिटी एजेन्सीचे बॉडीगार्ड्स नेमले. जस्ट सुरक्षित वाटावं म्हणून त्यांनी हे केलं.

मी आईबाबांचं घर सोडून दिल्लीमधल्या आर्मी क्वार्टरमध्ये शिफ्ट झालो. मला एकट्यानं राहणं बरं वाटत होतं. माझा दिवस ऑफिसमध्ये जाणं, दिवसभर काम करत असल्याचं दाखवणं आणि परत येणे यात जात असे.

मी नियमितपणे मनू, डेव्हिड आणि यावरच्या कुटुंबीयांच्या संपर्कात राहत असे आणि त्यांची मदत करण्यासाठी जे करता येईल ते करत असे.

बरेचदा मी संध्याकाळी दारू पीत बसण्यात घालवत असे. कधी कुटुंबासोबत किंवा मित्रांसोबत बसे, पण बहुधा एकटाच असे. मी बराच वेळ चिंतनात घालवत होतो. मी विचार करत होतो की IIT सोडून या देशासाठी लढण्यात आयुष्य घालवण्याचा माझा निर्णय योग्य होता का? तरुण सैनिकांनी त्याग करावा अशी आपली देश म्हणून लायकी तरी आहे का? सैनिक वर्षानुवर्षं कुटुंबापासून दूर राहतात आणि त्यांचे कुटुंबीय इथं सुरक्षित नसतात. सैनिक कुणाचं संरक्षण करत असतात? अशा देशाचं जिथं लोक एकमेकांचा इतका प्रचंड द्वेष करतात, एकमेकांशी नीचपणे वागतात आणि एकमेकांचा जीव घेण्याची एक संधीही सोडत नाहीत?

हे आयरॉनिक नाही का, या देशातला एक भाग श्रीमंत होतोय, त्यांना सगळा आराम आणि सुखसोयी मिळतायत आणि दुसरीकडं देशात अधिकाधिक द्वेष वाढतोय. मला जुना भारत आवडतो, ज्या भारतात आपल्याकडं फारसं काही नव्हतं पण तरी द्यायला बरंच काही होतं. जुन्या भारतात मॉबलिंचिंग भयंकर निंदनीय अपराध समजला जात असे. त्या वेळी एकमेकांच्या कॅरॅक्टरवर प्रश्न उठवले जात नव्हते. नक्की काय झालं की आपला देश इतका बदललाय? मी स्वतःलाच विचारत राहिलो, जर डेव्हिड, मनू आणि यावरने हे सगळं काही पाहिलं असतं तर त्यांनी कदाचित आर्मी जॉइन केली नसती.

अमेरिका आणि युरोपबद्दल मी खूप चांगल्या गोष्टी ऐकल्या होत्या, तिथं सगळे एकमेकांवर प्रेम करतात, तिथं द्वेष नाही, प्रेम आहे. अशाच कुठल्यातरी देशात मला जन्म मिळाला असता तर बरं झालं असतं. पण मी तिकडं शिफ्ट

होऊ शकतो. काही मित्रांनी तिकडच्या संधींचा उल्लेख केला होता. तिथलं आयुष्य खूप कम्फर्टेबल आहे असं सांगितलं होतं.

दुसऱ्या दिवशी मी न्यूयॉर्कमध्ये राहणाऱ्या मित्राला फोन केला. तो तिथं गेली दहा वर्षं राहत होता आणि त्याचं तिकडं मस्त चाललं होतं. मला अमेरिकेत येण्यात इंटरेस्ट आहे हे ऐकून मित्राला फार आनंद झाला. त्यानं अमेरिकेतल्या सगळ्या छान गोष्टी पुन्हा पुन्हा सांगितल्या आणि आवर्जून हे सांगितलं, की माझा अनुभव त्याच्या कंपनीसाठी विशेष उपयोगी ठरू शकतो. मित्रानं माझ्या येण्याची सगळी सोय करेल असं आश्वासन दिलं आणि पुढची स्टेप काय असेल ते ठरलं की कळवेल असं सांगितलं. त्याच्याकडून एका महिन्यानं फोन आला.

सगळं काही ठरलं होतं.

माझ्या अमेरिकेत जाण्यासंदर्भात गोष्टी पुढे नेण्यासाठी आता त्याला माझ्याकडून अप्रूव्हल ई-मेल हवी होती. एकदा माझा व्हिसा आला, की मी आर्मीचा राजीनामा देणार होतो.

हे ऐकून माझ्या घरचे सगळे जण निराश झाले, पण त्यांनी मला सपोर्ट केला. आता देशाचा विचार करणं थांबवून स्वतःचा विचार करायची वेळ आली होती.

मी विचार केला, 'आताही मला एखादी छान बायको मिळेल, मी काय म्हातारा झालेलो नाही.'

बस, अजून काही आठवडे, मग मी या देशातून कायमचा निघून गेलेलो असेन.

अपहरण | २०

१ ऑगस्ट २०२२ हा शनिवार होता आणि दिल्लीत त्या दिवशी लखलखीत ऊन पडलं होतं. तो इतर कुठल्याही टिपिकल वीकेंडसारखा एक दिवस होता. प्रत्येक जण आपापल्या स्टाइलनं मजा करत होता. मीपण गेले दोन महिने मजेत होतो. जेव्हापासून मी देश सोडून जायचं ठरवलं होतं, तेव्हापासून मी देशात घडणाऱ्या प्रत्येक वाईट गोष्टीकडे दुर्लक्ष करायला शिकलो होतो. मी आता आनंदानं जगायला शिकलो होतो. मी स्वतःला सांगत होतो, 'लहानसहान गोष्टींचापण आनंद घे आणि स्वतःसाठी जगायला शीक.'

कालचा शुक्रवार माझ्यासाठी कठीण दिवस गेला, माझा व्हिसा ॲप्रूव्ह झाल्यामुळे मी आर्मीचा राजीनामा दिला होता. मला वाटत होतं त्यापेक्षा आर्मीचा राजीनामा देणं फार अवघड गेलं. मी एकाच वेळेस रडलो आणि हसलो. फायनली मला या देशातून निघून जायची परवानगी मिळाली होती. याबद्दल मी आनंदात असायला हवं की दुःखात, हेच मला ठरवता येत नव्हतं.

आयुष्यभर ज्या ज्या गोष्टीसाठी मी उभा राहिलो, ती ती गोष्ट चुकीची निघाली होती. ज्यांच्यावर मी प्रेम केलं होतं त्यांना गमावलं होतं. हा निर्णय घेताना माझ्या मनात वेळोवेळी संशय आले होते; पण मी त्याकडे दुर्लक्ष करून निर्णयाशी ठाम राहायचं ठरवलं. इतकं सगळं घडून गेल्यावर माझ्यासाठी भारतात राहणं आता शक्य नव्हतं. मला आता इथं घडणाऱ्या गोष्टींकडे दुर्लक्ष करता येत नव्हतं. सतत मला त्या तिघांची आठवण येत राहायची.

आजपासून एका महिन्यानं मी न्यूयॉर्कला जाण्यासाठी निघणार

होतो. भारतातलं सगळं काही आवरत होतो. वेगवेगळ्या देशांत मला भटकायचं होतं. त्या प्रवासाचं प्लॅनिंग करण्यात भरपूर वेळ जात होता. मी आधी अमेरिका बघणार होतो, मग युरोपला जाणार होतो. आईबाबा माझ्यासाठी मुलगी शोधण्यात बिझी झाले होते. मी जाण्यापूर्वी माझा साखरपुडा तरी व्हावा असं त्यांना वाटत होतं. त्यांना हे माहीत नव्हतं, की मी असं काही होऊ देणार नव्हतो. मला आता मजा करायची होती. मला भटकायचं होतं, हे जग बघायचं होतं आणि दुनियेतल्या तमाम पोरींचा अनुभव घ्यायचा होता.

पुढची तीन वर्षं तरी मी लग्नाचा विचारही करणार नव्हतो.

मी ट्रिप कशी प्लॅन करू याचाच विचार करत असताना बाबांनी जोरजोरात हाक मारली आणि आम्हाला वरच्या मजल्यावर बोलावलं. टीव्हीवर न्यूज येत होती, सगळे चिंतेत दिसत होते. भारतीय पॅसेंजर असलेलं एक विमान गायब झालं होतं. विमान दिल्लीहून न्यूयॉर्कला चाललं होतं. तीन तासांनंतर ते दिसेनासं झालं होतं. विमान शोधण्याचे सगळे प्रयत्न असफल होत होते. काही मिनिटांतच ही बातमी जगभर पसरली. लोक टीव्हीला चिकटून बसले. बातमी देत नसणाऱ्या चॅनेल्सवरही हीच बातमी दाखवायला लागले. सगळ्यांना धक्का बसला होता.

जगभरात विमान गायब होण्याच्या घडलेल्या काही घटनांचा शेवट फारसा बरा झाला नव्हता. त्यामुळे अजूनच वाईट शंका येत होत्या. विमान गायब होऊन दोन तास लोटले होते आणि काही डेव्हलपमेंट झाली नव्हती. इतकंच समजलं होतं, की विमान एअर कंट्रोलच्या संपर्कात होतं आणि एकदम अदृश्य झालं. नंतर सगळ्या देशांतील कंट्रोल युनिट्समधून विमानातल्या एअर कंट्रोलशी बोलण्याचे प्रयत्न अयशस्वी झाले होते. पण काहीही अंदाज लागत नव्हता. इंदिरा गांधी इंटरनॅशनल एअरपोर्टवर कुटुंबीय काळजीनं जमा होऊ लागले होते. खूप प्रश्न होते, पण उत्तर नव्हतं.

पंतप्रधानांनी देशाला शांत राहण्यासाठी आवाहन केलं. एअरलाइननं वेगवेगळी स्टेटमेंट्स केली आणि मागे घेतली. टीव्हीशोजमध्ये एक्स्पर्ट्स आले आणि त्यांच्या थिअरीज सांगू लागले. एकच कन्क्ल्युजन निघत होतं - काहीही घडलेलं असू शकतं. विमान क्रॅश झालेलं असू शकतं. विमानात बिघाड झालेला असू शकतो आणि पायलटनं ते सेफ ठिकाणी उतरवलेलं असू शकतं. दर पंधरा मिनिटाला नवीन थिअरी येत होती आणि जितक्या वेगानं येत होती त्याच वेगानं नाहीशी होत होती. सगळे क्लेम्स आणि सगळी गणितं निरर्थक वाटत होती. विमान गायब झालं तो एरिया इतका प्रचंड होता, की तो स्कॅन करणं अशक्य होतं. अतिशय खोल समुद्र आणि उंच पर्वत पसरले होते.

त्या एरियातील देश मदतीला सरसावले. शिप्स आणि विमानं एकत्र आली.

वेळ हातचा निघून जात होता. जरी शिप्स आणि विमानं पोचली असती, तरी विमानाला शोधण्यासाठी आणि वाचवण्यासाठी वेळ फार कमी होता. आर्मी, नेव्ही आणि एअर फोर्स इंटेलिजन्स डिपार्टमेंटसोबत चर्चा करत होते. बारा तास लोटले तरी विमानाचं गूढ तसंच होतं. नक्की काय झालं असावं याचा कोणताही अंदाज लागत नव्हता.

न्यूज चॅनेल्स विमानातल्या पॅसेंजर्सच्या कुटुंबीयांचे इंटरव्ह्यू घेत होते. हलवून टाकणाऱ्या स्टोरीज समोर येत होत्या. एक लहान मुलगा अमेरिकेत त्याच्या डोळ्याच्या सर्जरीसाठी चालला होता. ती एक कॉम्प्लिकेटेड सर्जरी होती. त्यामुळे त्याला दिसायला लागणार होतं. तो मुलगा जन्मांध होता आणि ही सर्जरी प्लॅन करायला त्यांना तीन वर्षं लागली होती. त्या मुलाची आई त्याच्यासोबत विमानात होती. या प्रवासाच्या पूर्वी झालेल्या इंटरव्ह्यूमध्ये त्या आईचा उत्साह आणि आनंद लपत नव्हता. या सर्जरीनंतरचं आयुष्य कसं असेल या कल्पनेनं ती आई रडत होती. तिनं हे सगळं जुळवून आणण्यासाठी खूप कष्ट घेतले होते.

इंटरनॅशनल सायन्स कॉम्पिटिशनमध्ये सहभागी होणाऱ्या स्टुडंट्सचा एक ग्रुप त्या विमानात होता. त्या स्टुडंट्सनी आर्टिफिशिअल इंटेलिजन्स वापरून एक सॉफ्टवेअर तयार केलं होतं.

ऑनलाइन चाइल्ड ट्रॅफिकिंग ट्रॅक करण्यासाठी त्या सॉफ्टवेअरचा उपयोग होणार होता. त्यांचं खूप कौतुक झालं होतं. गेली तीन वर्षं दिवसरात्र ही मुलं यासाठी अथक परिश्रम करत होती. साध्या घरांमधून आलेले हे स्टुडंट्स पाच जणांमध्ये केवळ एक जुना लॅपटॉप वापरत असत. कुठल्याही अडचणी त्यांना रोखू शकल्या नव्हत्या. त्यांचा एक मित्र त्यांनी गमावला होता. एक दिवस अचानक तो मित्र गायब झाला. हा मुलगा चाइल्ड ट्रॅफिकिंग केसचा बळी असण्याची शक्यता होती. त्यामुळेच या मुलांना हा शोध लावायची प्रेरणा मिळाली होती.

एक आई तिच्या मुलाला भेटायला पाच वर्षांनी चालली होती. तिचा मुलगा न्यूयॉर्कमधल्या एका मोठ्या युनिव्हर्सिटीमध्ये शिकायला गेला होता. शिकत होता तेव्हा त्याच्याकडं भारतात परत येण्यासाठी पैसे नव्हते. नंतर त्याला जॉब मिळाला; पण आता त्याला व्हिसाची काळजी होती म्हणून त्याला भारतात परत यायचं नव्हतं. त्याला पहिली सॅलरी मिळाली तसं त्यानं आईलाच अमेरिकेत राहायला यायला सांगितलं होतं.

त्या विमानात एक हनिमून कपल होतं. ते दोघं कॉलेजात भेटले आणि प्रेमात पडले. सगळी परिस्थिती विरोधात असताना त्यांनी लग्न करायचं ठरवलं. मुलगा हिंदू होता आणि मुलगी मुस्लिम होती. त्यांच्या पालकांनी आधी त्यांना

समजावलं मग धमकावलं. या लग्नाचे परिणाम बरे होणार नाहीत असं त्यांना धमकवण्यात आलं. पण ते दोघे प्रेमात वेडे झाले होते आणि जगाचा तिरस्कार करत होते. एका अमेरिकन युनिव्हर्सिटीमध्ये उच्च शिक्षणासाठी त्या मुलानं ॲप्लाय केलं होतं. चंडीगढमध्ये काही मोजक्या जवळच्या मित्रांच्या उपस्थितीत त्या दोघांनी सिक्रेटली लग्न केलं होतं. त्यांना अमेरिकेत सेटल व्हायचं होतं, कारण भारतात राहणं सेफ वाटत नव्हतं.

रात्री ११ वाजता मी सगळ्यांसारखाच बातम्या बघत असताना माझा फोन वाजला.

मी नकळतच फोन सायलेंट करून टाकला आणि परत बातम्या बघायला लागलो. पण डोळ्यांच्या कोपऱ्यातून मला सतत फोन वाजताना दिसत होता. शेवटी पाच मिनिटांनी मी वैतागून फोन उचलला. अनोळखी नंबरवरून फोन येत होता. मी वैतागून विचारलं "कोण बोलतंय?"

पलीकडून उत्तर आलं, "कर्नल चौधरी बोलतोय."

फोनकडं दुर्लक्ष करताना मी पकडलो गेलो होतो. हे काहीतरी या विमानाच्या संदर्भात असणार आहे असं मला उगीचच वाटलं. सगळे बातम्या बघत होते म्हणून मी रूमच्या बाहेर पडून बोलायला लागलो, "कसे आहात सर? मी काय करू शकतो तुमच्यासाठी?"

कर्नलनी विचारलं, "तुझं लोकेशन काय आहे? तू तुझ्या आर्मी क्वार्टरवर सापडत नाहीयेस."

मी उत्तरलो, "वीकेंड होता म्हणून मी बाबांच्या घरी नॉयडाला आलोय."

कर्नल म्हणाले, "उत्तम, तुझ्या घराबाहेर एक कार पाच मिनिटांनी आलेली असेल. मी तुझी इथं आर्मी कंट्रोल रूममध्ये वाट पाहतोय."

इथं कुठलाही प्रश्न विचारण्यात काही अर्थ नसतो हे माहीत होतं, त्यामुळे मी होकार दिला. पाच मिनिटांनी मी एका काळ्या BMW मध्ये बसलो होतो. या कारसमोर दोन आर्मीची वाहनं होती जी वाटेत येणारा ट्रॅफिक दूर करत होती. तशीही इतकी रात्र झाली होती की ट्रॅफिक फारसा नव्हता. जे कुणी वाटेत येत होतं ते दूर हटवलं जात होतं. तासाभरानं आम्ही दिल्ली आर्मी हेडक्वार्टरला पोहोचलो. माझी क्वार्टर तिथून जवळच होती, त्यामुळे निदान मला परत नॉयडाला यावं लागणार नव्हतं.

मला एका रूममध्ये नेण्यात आलं. त्या रूममध्ये कर्नल चौधरी आणि इतर काही ऑफिसर्स माझी वाट पाहत असलेले दिसले.

कर्नलनी विचारलं, "अर्जुन, तुला माहीत आहे का तू इथं का आहेस?"

मी म्हणालो, "सर, थोडीफार कल्पना आहे मला."

कर्नल म्हणाले, "पुढच्या पाच मिनिटांत पंतप्रधान देशाला संबोधित करणार आहेत आणि प्रवाशांसहित ते विमानाचं अपहरण झाल्याची माहिती देणार आहेत."

मला असं वाटत होतंच. विमानाचं अपहरण झालेलं असेल ही सुरुवातीपासूनच एक मोठी शक्यता होती.

टीव्हीवर कुठल्याही सो कॉल्ड एक्स्पर्टने ही शक्यता एकदाही व्यक्त केली नव्हती, त्यामुळे मला जरा नवलच वाटलं होतं.

मी कुतूहलानं विचारलं, "आपल्याला त्या हायजॅकर्सबद्दल काय माहिती आहे?"

"जवळपास काहीच नाही." कर्नल म्हणाले. त्यांच्या आवाजात फ्रस्ट्रेशन स्पष्ट जाणवत होतं.

"ते विमान कुठे घेऊन गेलेत?"

"त्याचीही काहीच कल्पना नाहीये."

मी शेवटी विचारलं, "तुम्हाला माझ्याकडून काय अपेक्षा आहे?"

कर्नल म्हणाले, "संरक्षणमंत्र्यांनी या सिचुएशनचा अंदाज घेऊन आपल्याला रेस्क्यू प्लॅन आखायला सांगितलंय. मला हे माहिती आहे, की तू राजीनामा दिला आहेस आणि तू अमेरिकेला जायचं प्लॅनिंग करतोयस. पण आत्ता या क्षणी आम्हाला तुझी गरज आहे. तुझ्या देशाला तुझी गरज आहे."

मी फाडकन उत्तर दिलं, "माफ करा कर्नल, पण मी हे नाही करू शकत."

सगळे सीनिअर ऑफिसर्स माझं उत्तर ऐकून चकित झाले आणि एका ऑफिसरनं त्याचा राग व्यक्त केला, तो म्हणाला, "तू हे करू शकत नाहीस म्हणजे काय? तू एक भारतीय सैनिक आहेस, एक आर्मी ऑफिसर आहेस!"

तो ऑफिसर अजूनही काही बोलणार त्याआधीच मी त्याला थांबवलं, "माहीत आहे, माहीत आहे. विथ ऑल ड्यू रिस्पेक्ट सर, मला एक्झॅक्टली माहिती आहे की तुम्हाला काय म्हणायचंय. आर्मी ऑफिसरनी वरिष्ठांना प्रश्न विचारणं आणि त्यांच्यावर संशय घेणं अपेक्षित नसतं, गेली दहा वर्षं मीपण प्रश्न नाही विचारले. मी माझ्याकडून चांगल्यात चांगलं काम कसं होईल यासाठी प्रयत्न करत राहिलो. इतर ऑफिसर्स करतात तसंच मी माझ्या मातृभूमीसाठी आणि माझ्या माणसांसाठी होता होईल तितकं काम केलंय. पण सर, माझ्या तीन ऑफिसर्स मित्रांच्या मृत्यूने आणि मृत्यूनंतर जे काही घडलंय त्यामुळे माझे डोळे उघडलेत."

माझा आवाज ठाम आणि टोन कडक होता.

"अर्जुन, आता या सगळ्यासाठी अजिबात वेळ नाहीये आपल्याकडे. तुला आम्हाला मदत करायची इच्छा आहे का नाही?" कर्नल चौधरींनीं फटकारलं.

मी थंडपणे म्हणालो, "मदत? कुणाला? विमानात असलेले लोक हिंदू आहेत का मुस्लिम? मला माहीत नाही की मी कुणाला मदत करायची आहे, त्या विमानात कुणी भारतीय तर नक्की नाहीयेत. ते हिंदू आहेत किंवा मुसलमान आहेत."

माझ्या ॲटिट्यूडची किळस वाटून कर्नल बोलले, "त्या विमानात लहान मुलं आहेत. इनोसंट मुलं."

मी विचारलं, "यावरपण इनोसंट होता, सर! त्यानं काय केलं होतं म्हणून त्याच्या वाट्याला हे सगळं आलं?"

कर्नल घाईघाईत म्हणाले, "ऐक अर्जुन, मला माहितीय की तुला तुझे मित्र खूप जवळचे होते. तू मला त्यांच्याबद्दल सांगितलेलं सगळं काही मला आठवतंय. तुम्ही कसे भेटलात, तुमचा ट्रेनिंगचा काळ, तुमची गोवा ट्रिप. मी समजू शकतो की नंतर जे काही झालं त्यामुळे तू दुखावला गेलायस, स्पेशली यावरच्या बाबतीत, यावरच्या कुटुंबाच्या बाबतीत जे काही झालं त्यामुळे फारच दुखावला गेलायस. एकदा हा प्रश्न सुटला की मी संरक्षणमंत्र्यांशी बोलेन, अगदी पंतप्रधानांशीही बोलेन आणि आपण काय करता येईल ते बघूया. पण आता ती वेळ नाहीये. आपल्याला लवकरात लवकर काहीतरी प्लॅन तयार करायला हवाय."

"हे केवळ यावरबद्दल नाहीये, सर! हे आपल्या पूर्ण देशाविषयी आहे. आपण एकमेकांशी प्रेमानं वागत शांततेत का राहू शकत नाही? ऑलरेडी आहेत तितके प्रश्न काय कमी आहेत का? गेल्या सहा महिन्यांत मी एकमेकांवर असलेला संपूर्ण अविश्वास पाहिलाय. आपण देश म्हणून एकत्र राहतोय, कारण आपला नाइलाज असावा. संधी मिळाली तर या देशातील हिंदू आणि मुस्लिम लगेचच एकमेकांपासून सुटका करून घेतील आणि वेगळे होतील आणि हे दहशतवाद्यांना पाठिंबा देणारा मोर्चा काढणारे स्टुडंट्स कोण आहेत? ते इतके मूर्ख कसे असू शकतात? जम्मू, काश्मीर भारतानं देऊन टाकलं तर काय होईल असं यांना वाटतं? मग जम्मू आणि काश्मीरमधले लोक काय सुखानं शांततेत जगतील असं त्यांना वाटत?

"सर, मी कुठल्याही धर्माला प्रश्न विचारणार नाही किंवा चॅलेंज करत नाहीये, पण एखादा आंधळाही सांगेल की इस्लामने आपल्या शेजारच्या देशांची काय अवस्था केलीय. माझ्याविषयी गैरसमज करून घेऊ नका, मला प्रत्येकाला त्याचा धर्म पाळण्याचं स्वातंत्र्य असावं असंच वाटतं; पण जेव्हा तुमचा धर्म माणसांच्या आयुष्यापेक्षा वरचढ ठरतो तेव्हा तिथं मोठा प्रॉब्लेम असतो. तुम्हाला असं वाटतं नाही का?"

"भारताने त्याच्या मुस्लिम शेजाऱ्यांपेक्षा खूप प्रगती केली आहे. तरी कुणाला

भारत सोडून जावंसं का वाटेल? समजा भारतानं हक्क सोडला, तर जम्मू आणि काश्मीरमध्ये निर्दोष लोकांना मारलं जाणार नाही याची गॅरंटी हे स्टुडंट्स देतील का? तुम्ही तुमच्या धर्माला माणसाच्या जिवापेक्षा जास्त कसं महत्त्व देऊ शकता? स्वातंत्र्य मिळालं त्या दिवसापासून या देशानं मुस्लिम समाजालाही घरच्यासारखं वाटावं अशी वागणूक देण्याचा प्रयत्न केला आहे.

"मुस्लिम देशांमध्ये अल्पसंख्यांकांना कसं वागवलं जातं ते पाहा. काही देश सेक्युलॅरिझमबद्दल केवळ बोलतात, पण भारताने वेळोवेळी सेक्युलॅरिझम म्हणजे काय ते दाखवून दिलंय. भारतात सगळ्यांना मंदिरं आणि मशिदी बांधायचं स्वातंत्र्य आहे. लोकशाहीचा महत्त्वाचा आधार असतो- समानता. पण आपण कायदे वाकवून मुसलमानांना त्यांचे वेगळे कायदेही दिलेत. मुसलमान एक एरिया असा दाखवून देतील का जिथं त्यांना कमी हक्क आहेत? प्रश्न असा आहे– सर, मुसलमानांचा विश्वास मिळवायला अजून काय करायचं? अजून काय करायचं राहिलंय? या दगडफेक करणाऱ्यांना सैनिक कसं बनवायचं?" मी स्वतःला रोखू शकलो नाही.

माझं अनेक महिन्यांचं फ्रस्ट्रेशन, संताप आणि निराशा बाहेर पडली. अजूनही माझं बोलणं संपलेलं नव्हतं, "आणि हिंदूंविषयी बरं बोलावं असंही काही नाहीये. जेव्हा एखादा दहशतवादी हल्ला होतो, तेव्हाच हिंदू देशभक्तीविषयी बोलतात किंवा एखादा मुस्लिम क्लार्क काहीतरी अप्रिय बोलतो. लहान मुलींवर हिंदूंकडून गँग रेप होतात, तेव्हा आपली देशभक्ती कुठे जाते? लोक फक्त अत्याचार होताना पाहत राहतात, तेव्हा कुठे असते देशभक्ती? कुणी आपल्या निवडीच्या कुणाबरोबर लग्न करायचं ठरवलं म्हणून इथं ठार मारलं जातं, तेव्हा कुठं असते देशभक्ती? ही माणसं त्या दगडफेक करणाऱ्यांपेक्षा कशी काय चांगली आहेत? अशा हिंदूंनापण गद्दार, देशद्रोही का म्हटलं जात नाही? तरुण मुलं आर्मी जॉइन करतात तेव्हा त्यांचा धर्म, जात, श्रद्धा बाजूला ठेवतात. जगायला अतिशय खडतर परिस्थिती असते तेव्हाही जवान एकमेकांवर भावांसारखं प्रेम करतात. मृत्यू त्यांच्या डोक्याभोवती सतत घिरट्या घालत असतो तरी ते एकमेकांची साथ सोडत नाहीत. सैनिक बातम्या बघत नाहीत असं का वाटतं? सैनिकांना आपल्या देशातले लोक असे पिसाळलेल्या कुत्र्यासारखे भांडताना पाहून कसं वाटत असेल? नागरिकांना हे का समजत नाही, की त्यांना मदतीची गरज असते तेव्हा कुठलाही देव किंवा शेजारी त्यांच्या मदतीसाठी येणार नाहीये. एकमेकांची मदत करायला केवळ आपणच असणार आहोत."

माझ्या या लांबलेल्या भाषणाच्या शेवटी मला बोलून बोलून धाप लागली. मी याआधी असं इतक्या उघडपणानं, अशा कडक शब्दांत कधीच बोललो

नव्हतो, तेही सीनिअर ऑफिसर्ससमोर.

रूममध्ये बधिर शांतता पसरली.

शेवटी कर्नल चौधरींनी तोंड उघडलं, "हे बघ अर्जून, माझ्याकडे तुझ्या प्रश्नांची उत्तरं असती तर बरं झालं असतं; पण माझ्याकडे तुझ्या एकाही प्रश्नाचं उत्तर नाहीये. मला इतकंच ठाऊक आहे, की आम्ही तुझ्या मदतीशिवाय हे काम करू शकत नाही. तुला मदत करायची नसेल, तर मी संरक्षण मंत्र्यांना कळवतो की आम्ही हे रेस्क्यू ऑपरेशन करू शकत नाहीयोत."

कर्नल गंभीर सुरात म्हणाले.

"जेव्हा मी आर्मीसाठी ॲप्लाय केलं तेव्हापासून ते माझे मित्र गमावले तेव्हापर्यंत माझा माझ्या देशावरचा विश्वास ही एकच गोष्ट मला काम करायला प्रेरित करत होती. आता माझा माझ्या देशावर विश्वास उरलेला नाही. मला या देशासाठी माझ्या आयुष्यातला एक सेकंदही द्यायचा नाही, कारण तसं करणं म्हणजे ज्यांनी प्राण गमावलेत त्यांचा अपमान केल्यासारखं होईल."

मी निर्वाणीच्या सुरात सांगितलं.

मी त्या रूममधून निघालो आणि माझ्या आर्मी क्वार्टरवर जाण्यासाठी कॅब केली.

क्वार्टरवर जाताना स्कॉचची एक बाटली घेतली आणि घरी जाऊन प्यायला बसलो. कितीही प्रयत्न केला तरी मी स्वतःला कर्नलची मदत करायला तयार करू शकत नव्हतो. मी ती स्कॉचची बाटली संपवून झोपायला कधी गेलो ते मला आठवत नाही. कसाबसा भिंतीला धरून सरपटत मी बेडवर पडलो इतकंच आठवतंय.

कुणीतरी माझ्या खाडकन मुस्कटात मारली तसा मी जागा झालो, कुणीतरी मला उठायला सांगत होतं. मी माझा चेहरा ब्लँकेटने झाकून घेतला पण तो आवाज वाढायला लागला आणि थोबाडीत मारण्याचा जोरही वाढायला लागला.

अखेर मी डोळे उघडले आणि माझा माझ्या डोळ्यांवर विश्वास बसेना.

मी मेलो होतो का? हे कसं शक्य होतं?

मी ओरडलो, "आजी, तू तर ऑलरेडी मेली आहेस ना?"

मला माहीत होतं | २१

'हो, मी मेलीय. इतका मेलोड्रामा करायची गरज नाही. माझी इच्छा होती की मला तूच अग्नी द्यावास पण तू आला नाहीस, आता ऊठ!' आजी तिच्या नेहमीच्या स्टाइलमध्ये बोलली.

'सॉरी, मी एका मिशनमध्ये अडकलो होतो.' मी उत्तरलो. अपराधी भावनेनं परत एकदा डोकं वर काढलं.

'हो, मला माहितीय अर्जुन आणि मला तुझा खूप खूप अभिमान वाटतो. माझा लाडका छोटासा अर्जुन, तू देशातला सर्वोत्तम सैनिक आहेस. पण तुझी फार आठवण यायची. विशेषतः मी शेवटची आजारी पडले होते तेव्हा मला वाटत होतं, की आता तुला कधीच पाहता येणार नाही.'

माझा चेहरा तळव्यांत धरत आजी म्हणाली. तिच्या डोळ्यांमध्ये पाणी आलं होतं. मग तिनं चटकन विषय बदलला, 'तर आधी तू हा साला एसी लाव बरं! मला जरा थंडगार हवेची गरज आहे. नरकात फार उकडतं आणि आधी तू बेडवरून ऊठ.'

मला बेडवरून तिनं ओढून उठवलं आणि स्वतः तिथं ऐसपैस बसली.

हे सगळं खरंच चाललं होतं का स्वप्नात चाललं होतं ते समजत नव्हतं. पण आजी नरकात आहे असं म्हणाली तेव्हा तिच्यावर माझा नक्कीच विश्वास बसला. तिनं आयुष्यात खूप जणांचा अपमान केला होता. मी एसीजवळ गेलो तर तो बंद होता. रूममध्ये प्रचंड गरम होत होतं. मी एसी लावला. मी वास्तव आणि स्वप्नाच्या दरम्यान गोंधळून गेलो होतो.

मी मऊ सुरात म्हणालो, 'आजी, एसी लावलाय हं!'

'छान! आता माझ्यासाठी थोडा ऑरेंज ज्यूस आण,' हे सांगताना तिनं तीनदा डोळा मारला, म्हणजे तिला त्या ज्यूसमध्ये भरपूर व्होडका हवी होती.

मी तिला चिडवलं, 'आजी! इथं तुला डोळा मारायची काय गरज आहे. इथं आपण दोघंच तर आहोत.'

'एक ग्लास ऑरेंज ज्यूस, प्लीज,' तिनं ऑर्डर परत सांगितली

आणि परत तीनदा डोळा मारला. ती हवेत हात दाखवून सांगू पाहत होती की अजून कुणीतरी तिथं होतं. आमचं बोलणं कुणीतरी ऐकत असावं. मी जरा घाबरलोच, पण तिला तिचा ऑरेंज ज्यूस आणून द्यायला आतमध्ये गेलो. मला वाटत होतं, की ते एक स्वप्नच असणार आणि मी तिचा ग्लास घेऊन परत जाईन तेव्हा ती तिथं बेडवर नसणार. आणि तसंच झालं, ती तिथं नव्हती.

मला एकाच वेळी सुटल्यासारखं वाटलं आणि वाईटही वाटलं. तिनं थोडा वेळ थांबायला हवं होतं; तिच्याशी राहून गेलेलं सगळंच बोलायच होतं. तिचे युजलेस शेजारी, तिला वैताग देणाऱ्या सुना, तिचे शेवटचे दिवस कसे गेले हे सगळं ऐकायचं होतं. तिची खूप आठवण येते तेही सांगायचं राहिलं. मी बेडवर बसलो आणि बेडशीटवर ती बसली होती तिथं हात फिरवला, तिची ऊब आठवली.

अचानक आजीचा आवाज आला तसा मी दचकून बेडवरून खालीच पडलो. आजी म्हणाली, 'हा, इतक्यात माझ्यासाठी रडू नकोस, मी अजूनही इथंच आहे. तुझं टॉयलेट वापरलं. अगदी स्वच्छ आहे. तिथं वर टॉयलेट्स फार घाणेरडी असतात.'

वर हात दाखवत आजी म्हणाली.

मी दचकून म्हणालो, 'अगं आजी, मी घाबरलो ना! हे स्वप्न बघतोय का मी?'

आजी म्हणाली, 'नाही, हे स्वप्न नाहीये. त्यांची इच्छा आहे की मी तुझ्याशी बोलावं. त्यामुळे तुला भेटायची परवानगी मिळाली. हे खूप दुर्मीळ आहे.'

मी विचारलं, 'काय दुर्मीळ आहे?'

ती उत्तरली, 'त्यांनी कुणाला तरी असं खाली पाठवणं.'

मी विचारलं, 'आणि हे 'ते' कोण आहेत?'

बेडवर आरामशीर बसत ती म्हणाली, 'सगळं काही सांगते. पण आधी मला शांतपणे माझं ड्रिंक पिऊ दे.' तिनं शांतपणे तिचा ग्लास संपवला आणि म्हणाली, 'अजून एक ग्लास ऑरेंज ज्यूस आण.' तिनं परत एकदा मला तीनदा डोळा मारला. या वेळी ड्रिंक बनवताना मी माझा फोन चेक केला. रात्रीचे तीन वाजले होते. मी ड्रिंक घेऊन बाहेर आलो. या वेळी आजीनं सावकाश प्यायचं

ठरवलं होतं. एक घोट घेऊन तिनं ग्लास साइड टेबलवर ठेवला. मागे रेलत ती डोळे मिटून बसली. मी तिच्याकडे पाहत बसलो, आतातरी ती तोंड उघडून काहीतरी बोलेल असं वाटत होतं. दहा मिनिटांनी मी धीर गोळा करून तिला बोलतं करायचं ठरवलं.

'आजी? आजी?' मी तिला हाक मारली. एखाद्या वाईट स्वप्नातून जागं होत उठावं तशी ती जागी झाली आणि ओरडली, 'मला जेलमध्ये टाकू नका प्लिज! शप्पत मी आता कुणाची चेष्टामस्करी करणार नाही!' डोळे उघडून आजीनं समोर पाहिल्यावर तिला मी दिसलो. तशी ती म्हणाली, 'सॉरी, या मऊ मऊ बेडवर झोपल्याशिवाय राहवलं नाही.' मग ती बेडवर अजून रेलून बसली.

मी स्पष्टच विचारलं, 'आजी, तू इथं कशासाठी आली आहेस?'

'सॉरी, मी माझ्या येण्याचा हेतूच विसरले.'

ती बेडवरच उठून जराशी ताठ बसली.

मग ती म्हणाली, 'मी तुला एक गोष्ट सांगायला आलेय.'

मी म्हणालो, 'आजी, आता कुठल्या गोष्टीबिष्टी सांगायच्या नाहीत, प्लिज. मला माहितीय तू इथं का आली आहेस. मी ते काम करणार नाहीये. तुला डेव्हिड, यावर आणि मनूबद्दल काहीच माहिती नाहीये.'

आजी म्हणाली, 'त्यांचं काय झालं ते सगळं मला माहितीय. ते माझ्या शेजारीच राहतात. ते नरकात नुकतेच आलेत त्यामुळे त्यांना माझ्याबरोबर इथं यायची परवानगी मिळाली नव्हती.'

मला हे ऐकून धक्काच बसला, मी ओरडलो, 'काय? ते तिघंही नरकात आहेत?'

'हो ना, याच्यावर विश्वास बसणं अवघड आहे. पण मनू तिथं आहे याचा आनंद वाटतो. तो फार छान स्वयंपाक करतो. ते तिघं एकाच रूममध्ये राहतात. त्यांनी एक बेड तुझ्यासाठी रिकामा ठेवलाय. जेव्हा तू वर येशील तेव्हा तुझ्यासाठी त्यांनी तो बेड ठेवलाय.

'असो, तर मला त्यांच्याविषयी सगळं काही माहिती आहे आणि आता मी तू काय करायला हवंस ते सांगणार आहे.'

'मी नाहीच करणार.' मी हटवादीपणानं म्हणालो. ती माझ्या डोक्यात तिच्या कल्पना भरवून द्यायचा प्रयत्न करायची तेव्हा मला तिचा अगदी राग यायचा.

'आधी मला माझी गोष्ट सांगू दे.' आजी तिच्या नेहमीच्या हुकमी आवाजात म्हणाली. माझ्याकडे तिचं ऐकून घेण्याशिवाय दुसरा कुठला ऑप्शन नव्हता. निदान, मला तिच्याबरोबर अजून थोडा वेळ राहायला मिळणार होतं.

'एक लहानसं खेडेगाव होतं.' आजीची गोष्ट सुरू झाली. 'या गावातले

गावकरी सतत एकमेकांशी भांडत राहायचे. कुठलंही आलतूफालतू कारण त्यांना भांडायला पुरायचं. देव हे सगळं पाहत होते. एके दिवशी देवांना वाटलं की आता बास झालं. देवांनी गावकऱ्यांना शिक्षा करायची ठरवलं.

'गावात दुष्काळ पडला. शेतं सुकली, जनावरं मरायला लागली; पण गावकऱ्यांच्या वागण्यात काही बदल झाला नाही. पाच वर्षं अशी गेल्यावर गावाची अवस्था भयंकर झाली होती. फारशी दुभती जनावरं तिथं उरली नव्हती, पुरेसं धान्यही खायला नव्हतं.

'प्रत्येक कुटुंबाकडे अगदी जेमतेम दूध असे.

त्या गावात एक गरीब विधवा राहत असे. गावकरी तिला विनाकारण त्रास देत. तिची टवाळी करत, तिच्यावर हातात येईल ती वस्तू फेकत. तिचा लहान मुलगा हे सगळं पाहत असे. तो मुलगा तिला समजावत असे की एक दिवस सगळं काही ठीक होईल.

'एके दिवशी या गावाचे हाल सहन न होऊन गावातल्या पुजाऱ्यानं ठरवलं की तो तपस्या करणार, एकतर तो मरेल किंवा देव प्रकट होऊन त्यांना वाचवेल. सलग सहा महिने तपस्या केल्यावर देव अवतरला, या पुजाऱ्याला त्यानं वरदान मागायला सांगितलं. पुजाऱ्यानं मागितलं की गावानं आता खूप सोसलंय. आता गावात सुखसमृद्धी यावी. देवानं शांतपणे ऐकून घेतलं आणि संतापून म्हणाला, 'हे गाव मुळीच वाचवण्याच्या लायकीचं नाहीये. तुम्ही गावकरी सतत एकमेकांशी भांडत राहता; ना तुम्हाला आयुष्याची कदर आहे ना आमची. या गावाला आम्ही अजिबात वाचवणार नाही.'

पुजारी त्याच्या मागणीपासून मागे हटेना तेव्हा देवानं या गावाला एक संधी द्यायचं ठरवलं. देव म्हणाला, 'एका आठवड्यानं तुझ्या मंदिरात एक पूजा करायची. तू सगळ्या गावकऱ्यांना सांगायचं की त्यांच्या घरातलं दूध देवाला वाहायचं. देवळाचा गाभारा एक बोटभर उंच जरी दुधानं भरला तरी आम्ही तुझी इच्छा पूर्ण करू. अजून एक अट आहे, गाभाऱ्याच्या छताला एक भोक पाडून त्यातून दूध ओतायचं, या भोकातून गाभाऱ्यात दूध किती आहे हे दिसलं नाही पाहिजे. केवळ तूच गाभाऱ्याच्या दारातून किती दूध जमलंय हे बघू शकतोस.'

या वरदानाने उत्साहित झालेल्या पुजाऱ्यानं सगळ्या गावकऱ्यांना गोळा केलं आणि जे काय घडलं ते सांगितलं. सगळ्या गावकऱ्यांनी दूध द्यायचं कबूल केलं. पूजेचा दिवस उगवला. गावकऱ्यांनी गाभाऱ्यात दूध ओतायला रांग लावली. पहिल्या गावकऱ्याची वेळ आली. त्यानं विचार केला, 'केवळ बोटभर दूध तर हवंय ना! माझ्यामागचे सगळे तेवढं दूध नक्कीच घालतील. मी माझ्या कुटुंबासाठी दूध ठेवतो.' तो दूध न ओतताच निघून गेला. त्याच्या नंतरच्या गावकऱ्यानं पण

तसाच विचार केला आणि तोही तसंच वागला आणि त्याच्या मागच्या गावकऱ्यानं पण तसंच केलं आणि सगळ्यांनीच तसं केलं.

दारातून हे सगळं पाहणारा पुजारी निराश झाला. सगळं गाव रांगेत उभं राहून गेलं पण तरी गाभारा कोरडाठोकच होता. गाभाऱ्यात दुधाचा एक थेंबही पडला नाही. शेवटी ती विधवा स्त्री आणि तिचा लहान मुलगा आले.

त्या मुलाच्या आईनं त्याला थांबवलं, तिला वाटत होतं, की गावकरी त्यांच्याशी नेहमीच वाईट वागतात आणि गावासाठी त्याग करावा अशी गावाची लायकी नाहीये. लहान मुलानं मात्र त्याच्या आईचं ऐकलं नाही. तो मुलगा बहिष्कृत होता, त्यामुळे सगळ्या गावाचं झाल्याशिवाय त्याला दूध ओतायची परवानगी नव्हती. त्याची वेळ आली तेव्हा पुजाऱ्याला समजलं होतं की त्याचे प्रयत्न निरुपयोगी ठरले आहेत. पुजाऱ्यानं त्या मुलाला दूध ओतण्यापासून थांबवलं आणि त्याला जे घडलं ते सांगितलं. पुजारी त्याला म्हणाला, की त्याच्या एकट्याच्या दूध ओतण्यानं काहीच साध्य होणार नाही. प्रत्येक गावकऱ्यानं गाभाऱ्यात दूध ओतायला हवं होतं. पुजाऱ्यानं त्या मुलाला ते दूध त्याच्यासाठीच ठेवायला सांगितलं. पण आश्चर्य म्हणजे लहान मुलानं उत्तर दिलं, 'इतरांनी काय केलं त्याच्याशी मला काही करायचं नाही, मी माझं काम प्रामाणिकपणे करणार आहे.'

पुजारी नको नको म्हणत असतानाही त्या मुलानं त्याच्याकडचं दूध गाभाऱ्यात ओतलं, तो दूध ओतायला लागला तसा तो गाभारा दुधानं भरू लागला. त्यानं त्याच्याकडचं थोडंसं दूध ओतून संपवलं तसा गाभारा दुधानं काठोकाठ भरला होता. गाभाऱ्यातले देव दुधात पूर्ण बुडाले. पुजाऱ्यानं धावत जाऊन हा चमत्कार सगळ्या गावकऱ्यांना सांगितला. हा चमत्कार पाहताच गावकऱ्यांना लाज वाटली. त्या लहान मुलाची ती नि:स्वार्थ भावना पाहून सगळ्यांना शरम वाटली.

गावकऱ्यांनी ठरवलं, की त्यांच्यातले मतभेद दूर ठेवत शांततेनं एकजूट होऊन जगायचं. गावकऱ्यांनी त्या विधवेला आणि त्या लहान मुलाला गावात सन्मानानं बोलवलं. देव हे पाहून खूश झाले आणि त्यांनीही गावावर कृपा करायची ठरवलं. पाऊस पडला आणि गावातलं जीवन नव्यानं सुरू झालं.'

मी विचारलं, 'आणि मग ते तसेच सुखानं नांदले का?'

'नाही, सरकारनं नवीन करपद्धती सुरू केली. गावकऱ्यांनी कमावलेला पैसा कर भरण्यातच गेला. ते परत होते त्याच अवस्थेत आले... नाही नाही, मी गंमत करतेय. हो, त्यानंतर ते कायम सुखानं नांदले.' आजी डोळे फिरवत म्हणाली. आजीच्या गोष्टीनं माझ्यावर परिणाम झाला होता. पण अजूनही माझं मत पूर्णपणे बदललेलं नव्हतं.

मी म्हणालो, 'आजी, मी आजवर खूप त्याग केलाय; इतरांपेक्षा जास्त त्याग केलाय. डेव्हिड, यावर, मनू तिघंही गेले. मीच इथं उरलो.'

आजीनं सल्ला दिला, 'सगळ्या लोकांचा हाच सर्वांत मोठा प्रश्न असतो; आपल्याला नेहमी वाटत राहतं की आपलाच त्याग मोठा आहे. कारण इतरांनी किती आणि कसा त्याग केलाय ते आपल्याला माहीत नसतं.'

मी म्हणालो, 'माझ्यापेक्षा जास्त त्याग कुणी केलाय?'

आजीनं विचारलं, 'जर मी अशी तीन माणसं शोधून दिली, ज्यांनी तुझ्यापेक्षा कितीतरी जास्त त्याग केलाय आणि तरीही त्यांनी त्यांचं काम करणं सोडून दिलेलं नाही, तर तू जे काम उत्तम करतोस ते करायला परत जाशील का?'

मी उत्तरलो, 'हो.'

आजी म्हणाली, 'हे ठरलं तर मग! मी इथून गेल्यानंतर तू तुझ्या तिन्ही मित्रांच्या कुटुंबीयांना फोन करायचास. तू त्यांना विचारायचंस की तुझ्या मित्रानं पूर्ण केलेलं सर्वांत मोठं चॅलेंज कोणतं होतं; सर्वांत अवघड गोष्ट कोणती होती. शेवटी तू निष्कर्ष काढलास की तुझा त्याग त्या तिघांपेक्षा जास्त आहे तर तू भारत सोडून जा. पण तसं नसेल तर मात्र तू तुझं काम करायचंस. अजून एक गोष्ट, काहीही झालं तरी तू तिघांच्याही कुटुंबीयांना फोन करायचास.'

माझ्या मित्रांच्या कुटुंबीयांशी बोलून काय बदलणार होतं माहीत नाही. मला आधीच ठाऊक होतं, की त्यांनी खूप त्याग केलाय. आता काय फायदा होणार होता त्यांच्या नातेवाइकांशी बोलून? तरीही मी फोन करायचा ठरवलं.

आजी म्हणाली, 'ठीकंय तर, माझी जाण्याची वेळ झालीय आणि रश्मी भेटेल तेव्हा तिला हाय सांग.'

मी कुतूहलाने विचारलं, 'ही रश्मी कोण आहे?'

'कळेल तुला!' एवढंच बोलून आजीनं तिचा उरलेला ऑरेंज ज्यूस प्यायला.

***

मी चकित झालेल्या अवस्थेत जागा झालो. घड्याळात पाहिलं तर सकाळचे सहा वाजले होते. आजी गेलेली होती. ते स्वप्न होतं का सत्य ते समजत नव्हतं. एसी सुरू होता आणि साइड टेबलवर व्होडका मिसळलेल्या ऑरेंज ज्यूसचा ग्लास पडलेला होता.

मी सुस्कारा सोडला आणि फ्रेश झालो. नंतर डेव्हिडच्या बाबांना फोन केला.

"गुड मॉर्निंग, काका. मला तुम्हाला काहीतरी विचारायचंय. डेव्हिड होता तेव्हा त्याच्या आयुष्यात घडलेला सर्वांत चॅलेंजिंग प्रसंग कोणता होता?" मी ते सुपरनोव्हा म्हणतील या अपेक्षेत होतो.

काका थोडा वेळ काहीच बोलले नाहीत, मग बोलायला लागले, "डेव्हिडनं

त्याच्या मोठ्या बहिणीविषयी तुला कधी काही सांगितलं होतं का नाही ते मला माहिती नाही. ती कॉलेजमध्ये होती तेव्हा डेव्हिड दहावीत होता.

"ती जेव्हा कॉलेजमध्ये जायची तेव्हा काही गुंड मुलं तिला त्रास द्यायची.

"तिनं आधी मित्रमैत्रिणींना आणि कॉलेजमध्ये प्रोफेसरांना सांगितलं, पण काही फरक पडला नाही. आम्हीही शेजाऱ्यांशी बोललो, पण तेही त्या गुंडांना घाबरून होते. एके दिवशी सगळं फारच असह्य झालं तसं तिनं पोलिसात जायचं ठरवलं. डेव्हिड तिच्यासोबत पोलिसांकडे गेला. बरेच आढेवेढे घेत पोलिसांनी FIR नोंदवून घेतली. त्या गुंडानी पोलिस कम्प्लेंट मागे घ्यावी म्हणून आम्हाला धमकावणं सुरू केलं. एकदा डेव्हिडलाही शाळेत जाताना अडवलं.

"एकदा ती कॉलेजमध्ये जात असताना त्यांनी तिला अडवलं आणि अखेरची धमकी दिली, पण तरीही तिनं कम्प्लेंट मागे घेतली नाही. त्या मुलांचे राजकीय लागेबांधे होते, त्यामुळे आमच्यावर राजकीय प्रेशरपण टाकण्यात आलं आणि अचानक एके दिवशी त्या मुलांनी तिला त्रास देणं बंद केलं. आम्हाला वाटलं की चला, हा प्रश्न सुटला. अर्थातच आमचं चुकलं होतं.

"एक दिवस मी चर्चमध्ये होतो तेव्हा मला पोलिसांचा फोन आला. त्यांनी सांगितलं की माझी मुलगी हॉस्पिटलमध्ये आहे. कुणीतरी तिच्यावर ॲसिड फेकलंय. डेव्हिड आणि मी धावत हॉस्पिटलमध्ये गेलो. कुठल्याही माणसासाठी ती अतिशय भयंकर घटना होती. तिचा चेहरा अक्षरशः वितळून गेला होता. माझ्या मुलीचे डोळे, नाक, कान सगळं काही नष्ट झालं होतं. सगळ्या शरीरावर जाळल्याच्या जखमा होत्या. माझ्या पोरीला इतक्या वेदना होत होत्या, की आपण इमॅजिनच करू शकणार नाही. तिच्या गळ्यावरही ॲसिड फेकलं होतं. तिला धड श्वासही घेता येत नव्हता.

"डेव्हिडच्या आणि माझ्या हातात प्रार्थना करण्याव्यतिरिक्त काही उरलं नव्हतं. डॉक्टरांनी शर्थीचे प्रयत्न केले, पण तिचे महत्त्वाचे अवयव जळून गेले होते. डेव्हिडचा हात धरून ती वेदना सहन करत राहिली. तिचं शरीर थरथरत राहिलं. पोरीला काही बोलायचं होतं, पण जमत नव्हतं. कारण तिचा गळाही ॲसिडनं जळून गेला होता. दोन तास झगडून तिनं शेवटी हार मानली.

"डेव्हिड पुढचे सहा महिने झोपू शकला नाही. तो डोळे मिटायचा तेव्हा त्याला तिचे हॉस्पिटलमधले शेवटचे क्षण दिसत राहायचे. तो दिवस दिवस रडत राहायचा. त्यानं शाळेत जाणं सोडून दिलं, त्याचं लाडकं क्रिकेट खेळणं सोडून दिलं. तासन्‌तास डेव्हिड केवळ भिंतीकडे बघत राहायचा. आम्हाला वाटायचं, की तो आता वेडा होणार आणि एके दिवशी अचानक तो घरी येऊन म्हणाला, की त्याला आर्मीत जायचंय. मग मात्र त्याला कशानं तरी पछाडल्यासारखं झालं.

तो अतिशय ठाम आणि फोकस्ड होता. पुढची काही वर्षं डेव्हिडच्या मनःस्थितीत सुधारणा झाली. पण त्याचा स्वभाव अगदी गंभीर झाला. तो तुम्हाला तिघांना भेटला तेव्हा पुन्हा हसायला लागला. आम्हाला आमचा मुलगा तेव्हा परत मिळाला.''

''ॲसिड फेकणाऱ्या त्या गुंड मुलांचं काय झालं?'' मी संतापून विचारलं. डेव्हिड इतक्या मोठ्या दुःखातून गेला होता हे मला माहितीच नव्हतं.

काका म्हणाले, ''त्या गुंडांना अटक झाली आणि काही वर्षांची सजा झाली. जेलमधूनही ते काही कारणांनी सतत जामिनावर बाहेर येत होते. पॅरोलवर असताना ती मुलं बारमध्ये पिताना दिसायची असंही काही जणांनी मला सांगितलंय. चांगल्या वागणुकीमुळे त्यांना शिक्षेतून दोन वर्षं आधीच सोडलं.''

त्यांना बाय म्हणून मी फोन ठेवला. डोळ्यांमधून अश्रू घळाघळा वाहू दिले. डेव्हिडचा हसरा चेहरा डोळ्यांसमोर तरळला. त्याच्या मनात इतकं दुःख होतं हे कधीच जाणवलं नव्हतं. अचानक मला आठवलं की डेव्हिडला यावरच्या बहिणीचं फार कौतुक होतं. आम्ही मुंबईला गेलो की तो आलियासोबत खूप गप्पा मारत बसायचा. तिच्याशी खूप मायेनं वागायचा. मला तो असा का वागतो ते समजायचं नाही, पण आता याचं कारण समजतंय.

आता मनूच्या बाबांना फोन करायचा होता. मनू म्हणजे आतापर्यंत मी पाहिलेला सर्वांत आनंदी माणूस होता. त्याच्या आयुष्यात असं काही घडलं असेल असं मला अजिबात वाटत नव्हतं. पण आजीला शब्द दिला होता म्हणून मनूच्या बाबांनाही फोन करणारच होतो. मी त्यांना फोन केला. त्यांनी मला विचारलं, ''कसा आहेस अर्जुन? अमेरिकेला जायला कधी निघणार आहेस?''

मी म्हणालो, ''एका महिन्याने जाईन, काका. मला तुम्हाला एक पर्सनल प्रश्न विचारायचाय.''

''अर्जुन, तू आम्हाला मुलासारखाच आहेस. तू आम्हाला काहीही विचारू शकतोस.''

मी विचारायच्या आधी क्षणभर थांबलो, ''काका, मनूच्या आयुष्यातला सर्वांत काळा क्षण कोणता होता? सुपरनोव्हा अटॅक?'' मी जणू त्यांच्या तोंडून वदवून घेत होतो असं वाटलं.

''नाही मुला! सुपरनोव्हा असता तर तसं सांगितलं असतं, पण त्याहून अधिक काहीतरी होतं ज्यानं मनूला खूप जास्त त्रास दिलाय. माझा भाऊ म्हणजे मनूचा काका ज्या रीतीनं वारला त्यामुळे मनूला फार धक्का बसला. मनूचा चुलतभाऊ म्हणजे मणिंदरचा मुलगा नवज्योत त्या वेळी दहा वर्षांचा असेल. नवज्योत त्याच्या आजोबांचा फार लाडका होता. त्या वेळी भारत आणीबाणीच्या

दहशतीत होता. नंतर इंदिरा गांधींची हत्या झाली. हिंदूंना जणू रक्ताची तहान लागली होती. शीख लोकं कसेबसे स्वतःला वाचवू पाहत होते.

''एके दिवशी माझ्या बाबांना बरं नव्हतं म्हणून नवज्योत मणिंदरबरोबर त्यांच्याकडं गेला होता. अचानक जमावानं घरावर हल्ला केला. घराला चारी बाजूनी घेरलं आणि दगडफेक सुरू झाली. माझे वडील खूपच वृद्ध आणि आजारी होते. त्यांनी मणिंदरला सांगितलं, की नवज्योतला घेऊन तिथून पळून जा.

''मणिंदर नवज्योतला घेऊन टेरेसवर पळाला. त्या काळी बऱ्याच घरांची छतं जोडलेली असत. दुर्दैवानं कुणीतरी त्यांना पाहिलं आणि दंगलखोर छतावर चढून त्यांच्या मागे लागले.

''मणिंदरला कापडाचा एक तुकडा सापडला, त्याने नवज्योत ओरडू नये म्हणून नवज्योतचं तोंड बांधून टाकलं, मग त्यानं नवज्योतला एका पाण्याच्या टाकीखाली लपवलं जेणेकरून तो कुणाच्या नजरेस पडू नये. हे करून मणिंदर पळत सुटला पण पकडला गेला. दंगलखोरांनी मणिंदरच्या मानेभोवती टायर घालून त्याला जिवंत जाळला, दुर्दैवाने नवज्योतला ते सगळं दिसत होतं. तो ओरडू शकत नव्हता कारण त्याचं तोंड बांधलं होतं.

''जेव्हा त्यांनी मणिंदरच्या मानेभोवती टायर घातला आणि पेट्रोल ओतलं तेव्हा त्यानं नवज्योतकडं पाहून चूप राहण्याचा इशारा केला. त्याही अवस्थेत मणिंदरच्या डोळ्यांत पाणी होतं, पण चेहऱ्यावर हसू होतं. नवज्योत सांगायचा, 'बाबांना दंगलखोरांची भीती वाटत नव्हती, ते त्यांच्याकडे पाहतही नव्हते. त्यांना काळजी होती मी ओरडू नये याची. ते जळायला लागले तेव्हाही त्यांनी होता होईल तितका शांत राहण्याचा प्रयत्न केला. वेदना सहन करायचा प्रयत्न केला. बाबांचा तो चेहरा मी कधीच विसरणार नाही. ते जळत असताना माझ्याकडे पाहून हसत होते.'

''मनू मोठा होत होता तेव्हा नवज्योतनं त्याला हे सगळं काही घडलं होतं तसंच्या तसं सांगितलं. या घटनेचा पुष्कळ वर्षं मनूला फार त्रास झाला.''

मी मनूच्या बाबांना बाय करून फोन ठेवला. आता खरंतर यावरच्या बहिणीला फोन करायची गरज नव्हती. पुन्हा नव्यानं माझा माझ्या कामावर विश्वास बसला होता. मी ज्या ज्या गोष्टीसाठी उभा राहिलो होतो, त्या त्या गोष्टींवर माझा विश्वास पुन्हा बसला. माझं आयुष्य कितीही अवघड असो, आजूबाजूची परिस्थिती कितीही निराशाजनक असो, मी विश्वास ठेवून पुढे जायला हवं होतं. तुम्ही तुमच्या आयुष्यात जे काही करता ते दुसऱ्या कुणाच्या वागण्याने किंवा परिस्थितीवर अवलंबून असून चालणार नाही. माझ्या नसांमधून रक्त जोरात वाहू लागलं.

हृदयात धडधड होऊ लागली. अंगावर रोमांच आले.

एकदम मला आजीचे शब्द आठवले, काहीही झालं तरी मला या तिन्ही कुटुंबाना फोन करणं भाग होतं. मी फोन काढून आलियाचा नंबर लावला.

आलीया म्हणाली, ''हाय अर्जुन, कसा आहेस?''

मी विचारलं, ''आलीया, मला तुला काही विचारायचं आहे. यावरच्या आयुष्यातला सर्वांत चॅलेंजिंग क्षण कोणता होता?''

आलीया उत्तरली, ''आमचे अब्बा वारले तो क्षण!''

मी शरमून म्हणालो, ''सॉरी, मी आता तुला हे सगळं विचारतोय, त्या वेळी मी फार बिझी होतो. तेव्हा काकांना काय झालं होतं हे विचारायचं राहूनच गेलं.''

आलिया बोलू लागली, ''आमच्या अनेक बिझनेसपैकी ट्रान्सपोर्ट हा एक बिझनेस आहे. आमच्याकडे अनेक ट्रक्स आहेत आणि लोकं ते भाड्यानं घेऊन चालवतात. एका शहरातून दुसऱ्या शहरात सामान घेऊन जातात. एक दिवस अब्बांना एका ड्रायव्हरचा फोन आला, त्यानं सांगितलं, की पोलिसांनी आपला ट्रक अडवलाय आणि ते त्याला मारायची धमकी देतायत. तो ड्रायव्हर मुंबई जवळच अडकलेला होता म्हणून अब्बांनी स्वतः जायचं ठरवलं. त्यांना ड्रायव्हरची काळजी वाटत होती. अब्बा तिथं पोचले आणि जमावानं त्यांना कारमधून खेचून बाहेर काढलं. आमचा ट्रक भाड्यानं घेतलेल्या माणसाचा गायींची वाहतूक करायचा धंदा होता. तो मालक आणि हा ड्रायव्हरही हिंदू होते म्हणून जमावानं त्यांना सोडून दिलं होतं. पण अब्बा त्यांच्या हातात सापडले आणि जमावानं त्यांना क्रूरपणे ठार मारलं.

''यावर त्याच्या पोस्टिंगवरून परत आला. काही चॅनेल्सनी यावरचा इंटरव्ह्यू घेतला. त्याला या घटनेविषयी कसं वाटतंय असं विचारलं गेलं तेव्हा यावर म्हणाला, 'सारे जहाँसे अच्छा हिंदोस्ता हमारा, मजहब नहीं सिखाता आपस में बैर रखना.'

''अब्बांचं दफन झाल्यावर यावर त्याच्या पोस्टिंगवर परत गेला. आम्ही त्यानं आता आर्मी सोडून द्यावी म्हणून त्याला समजावत होतो. आम्ही त्याला विचारत होतो, की तो असल्या लोकांची सुरक्षा कशासाठी करतोय, ज्या लोकांनी त्याच्या अब्बांचा इतका क्रूरपणे जीव घेतला. त्यानं आमचं कुणाचंही ऐकलं नाही आणि आर्मीत परत जाण्याचा निर्णय घेतला.''

मी आलियाला बाय म्हणून फोन ठेवून दिला. मी यावरनं म्हटलेल्या ओळीच पुटपुटत होतो, 'सारे जहाँसे अच्छा हिंदोस्ता हमारा, मजहब नहीं सिखाता आपस में बैर रखना.'

मी दार उघडून धावत सुटलो, घराबाहेर पडलो आणि आर्मी हेडक्वार्टर

येईपर्यंत थांबलोच नाही. कर्नल चौधरी संरक्षण मंत्र्यांना भेटायची वाट पाहत बसले होते. त्यांना नकार सांगायचा होता ना.

मी त्यांना थांबवलं, "कर्नल!" मी धापा टाकत ओरडलो, "मी तयार आहे. त्यांना सांगू नका की आपण हे करू शकणार नाही.

"मला आधी जरा सिच्युएशन बघू दे आणि टीमशी बोलू दे." मी घाईघाईत म्हणालो.

कर्नल हसले आणि म्हणाले, "चल, एकत्रच जाऊया मीटिंग रूममध्ये."

आम्ही रूममध्ये शिरलो तर तिथे संरक्षण मंत्री नव्हतेच. केवळ माझी टीम होती आणि या म्हाताऱ्या कर्नलच्या चेहऱ्यावर लबाड, तृप्त भाव होते.

म्हातारा पुटपुटला, "मला माहीत होतंच तू भानावर येशील. चल, सुरू करूया आपलं काम!"

चला, सुरू करा! २२

"गुड आफ्टरनून, टीम!" मी छान हसून म्हणालो. त्या सगळ्यांना पाहून मला खरंच खूप बरं वाटलं. आम्ही आमचं आयुष्य धोक्यात घालून जिंकलेल्या सगळ्या एक्सायटिंग मिशन्सच्या आठवणी जाग्या झाल्या. आमची 'टीम A', आम्ही सगळ्यांनी अनेक घटना एकत्र पाहिल्या होत्या. बऱ्याच अनुभवांना तोंड दिलं होतं. हा आमचा जगण्याचा शेवटचा दिवस असं आम्हाला किती वेळा वाटलंय याची गणतीच नाही. पण समहाऊ आम्ही नेहमी वाचलो. शंभरावं मिशन पूर्ण करेपर्यंत आम्ही अतिशय ऑर्गनाइज्ड झालो, आमचं सगळ्यांचं कोऑर्डिनेशन उत्कृष्ट होतं. हेच आमच्या अजूनही जिवंत असण्याचं रहस्य होतं.

जरी आम्हाला एकच ट्रेनिंग मिळालं होतं तरी प्रत्येकानं स्वतःची स्पेशल स्किल्स डेव्हलप केली होती. स्ट्रॅटेजी आखणं आणि कोऑर्डिनेट करणं याबाबत मी स्वतःला प्रूव्ह केलं होतं. शक्यतो प्रत्येक निर्णय एकमतानं घेतला जाईल असं मी बघत असे, पण कधी कधी बहुमताच्या विरोधात जाऊन मिशनसाठी आणि टीमसाठी बेस्ट निर्णय घेणं आवश्यक असे. मी माझ्या टीममेट्सकडून खूप काही शिकलो होतो. टीमच्या लीडरची खरी ताकद त्याच्या माणसांना मदत करण्यात असते, जे काम ते उत्तम करत असतात त्यात त्यांना मदत करायची असते.

मी नव्हतो त्या काळात माझ्या टीमची लीडर सिंथिया होती; या डिव्हिजनमधली ती एकमेव स्त्री होती. ती आमच्या पहिल्या बॅचमध्ये होती. बऱ्याच जणांना शंका होती की एक मुलगी हे ट्रेनिंग तरी पूर्ण कसं करू शकेल; पण तिनं ट्रेनिंग अत्यंत

यशस्वीरीतीनं पूर्ण केलं. अर्थातच, एक स्त्री असल्यानं सिंथिया पुरुषांच्या शारीरिक ताकदीशी बरोबरी करू शकत नसे. पण त्याची कसर ती इतर एरियात उत्तम प्रकारे भरून काढत असे. तिच्या अनेक गुणांमध्ये सांगायचं, तर तिच्या इन्स्टिंक्टस अशक्य होत्या. अगदी बारीकसारीक डिटेल्स तिच्या नजरेतून सुटत नसत, तिला लढण्याच्या विविध पद्धतींचं अफाट ज्ञान होतं.

सिंथिया अतिशय देखणी होती, या सौंदर्यानं तिचा घातकपणा फार वाढत असे. अनेकदा शत्रूला तिच्या सौंदर्याच्या जाळ्यात अडकवणं सोपं गेलं होतं.

बिचाऱ्या पुरुषांना मृत्यू इतका देखणा असतो असं कधी वाटतही नसे.

तिच्या शेजारी गुरमीत उभा होता. मला अजूनही आमची ती पहिली भेट आठवते. इथं कुणाला माहीत नव्हतं की गुरमीतनं माझ्या पहिल्याच मिशनमध्ये नागालँडला माझा जीव वाचवला होता, पण आमची पहिली समोरासमोर भेट आर्मीबेसवर बारमध्ये झाली होती. गुरमीत ऑलराउंडर होता खरा, पण तो देशातला सर्वोत्तम शूटर होता. त्यानं आमची टीम जॉइन केली नसती, तर नक्की त्यानं भारताला ऑलिंपिक्समध्ये रिप्रेझेंट केलं असतं. गुरमीतचं अजून एक जबरदस्त स्किल म्हणजे रूप बदलून फसवणं. वेष बदलणं आणि गर्दीत मिसळून जाणं यात गुरमीतची मास्टरी होती.

सईद आमचा वेपन्स आणि स्फोटकं एक्स्पर्ट होता. त्यानं या विषयातलं स्पेशलाइज्ड ट्रेनिंग घेतलं होतं. बॉम्ब डिफ्यूज करणं हा तर त्याच्या डाव्या हातचा मळ होता. वेगवेगळ्या देशांतील वेगवेगळ्या एक्स्पर्ट्र्सकडून त्यानं ट्रेनिंग घेतलं होतं. वेपन्स आणि स्फोटकांबद्दल तो सतत काहीतरी वाचत असायचा. सईद नवीन वेपन्सही टेस्ट करायचा आणि ट्रेनिंग सेंटरमध्ये आमच्या टीम्सनी तयार केलेली गॅजेट्स अप्रूव्ह करायचा.

कृष्णन आमचा कॉम्प्युटरमॅन होता. हॅकिंग हा केवळ त्याचा छंद नसून त्याचा स्वभाव होता. तो कुठलाही मोबाईल एका मिनिटात अनलॉक आणि हॅक करू शकत असे. लॅपटॉप्स, कॉम्प्युटर्स, टॅबलेट्स, कॅमेरे-तुम्ही म्हणाल ते गॅजेट तो हॅक करू शकत असे. ड्रायव्हिंग आणि विमान उडवणं यातही तो पारंगत होता. तो कुठलीही कार काही सेकंदांत अनलॉक करू शकत असे. त्यानं शेकडो तास वेगवेगळ्या प्रकारची एअरक्राफ्ट्स उडवली होती.

आमचा शेवटचा पण महत्त्वाचा मेंबर म्हणजे, उत्तम. त्याची सगळ्याच कामांमध्ये मास्टरी होती.

वेपन्स हाताळणं असो की कॉम्प्युटर्स, हॅकिंग असो की दुसऱ्याला मोहात पाडून फसवणं असो, उत्तम कुठलंही काम करू शकायचा. तो आमच्या टीमचा जोकरही होता. आम्ही कुठेही असलो, कशाही अवस्थेत असलो तरी तो आम्हाला

हसवू शकायचा.

आम्ही सगळे जणं मिळून एक घातक टीम तयार व्हायची.

त्या रूममध्ये इतर काही ऑफिसर्सही होते. वेगवेगळ्या टीम्समधल्या आणि एरियामधल्या एक्स्पर्ट्सना तिथं बोलावलं होतं. भूगोल, राजकारण, भाषिक ज्ञान-सगळ्या विषयातले एक्स्पर्ट्स तिथं होते. आमचं पहिलं ऑब्जेक्ट होतं या मिशनची व्यवहार्यता तपासणं. हे ऑपरेशन नक्की राबवता येईल का आणि यशाची शक्यता कितपत आहे? हा ॲनालिसिस करायला आम्हाला सरकारकडून प्रत्येक बारीकसारीक डिटेल्स हवे होते.

मी कर्नल चौधरींकडे पाहिलं, ते समजवायला लागले.

''आपण सगळे वेगवेगळ्या टीम्समधून आलेले असलो, आपले स्पेशलाइज्ड एरियाज वेगवेगळे असले, तरी आता आपण एकाच टीमचे आहोत. या संकटात आपण एकत्र आहोत.

''आपले पंतप्रधान हे जाणून घेऊ इच्छितात की आपण हे रेस्क्यू ऑपरेशन करू शकतो का आणि जर करू शकतो तर यशाची शक्यता किती टक्के आहे. मी इथून कमांड सेंटर लीड करेन आणि आपण हे ऑपरेशन केलं तर आपल्या ऑपरेशनचा ग्राउंड लीडर अर्जुन असेल.

''तर एकूण परिस्थिती अशी आहे. विमान रात्री ३ वाजता दिल्लीहून निघालं आणि तीन तासांनंतर सकाळी ६ वाजता अदृश्य झालं. सकाळी ८ वाजण्याच्या सुमारास ही बातमी जगभर पसरली.

''आपण पुढे १४ तास विमानाचा शोध घेतला, पण काहीच समजलं नाही. रात्री १० वाजता प्राइम मिनिस्टर ऑफिसनं आर्मीशी संपर्क साधला. त्यांना एक ई-मेल मिळाली होती, एक व्हिडिओ ॲटॅच्ड होता. ही ई-मेल अपहरणकर्त्यांकडून आलेली होती. अल-जिहाद नावाच्या एका कुख्यात दहशतवादी संघटनेकडून ती आली होती. ते असा दावा करत आहेत, की त्यांनी विमानाचं अपहरण केलं आहे. ते अशी खात्री देतायत की अजूनतरी कुणालाही इजा पोहोचवली गेलेली नाही. अर्थातच आता विमान जिथं ठेवलंय ते ठिकाण सांगणार नाहीत. पण आपल्या सॅटेलाइटनं अशा एका सिमिलर विमानाचे फोटो काढले आहेत आणि हे विमान दुर्दैवाने असू नये तिथं सापडलं आहे; विमान सीरियामध्ये आहे.''

रूममध्ये शांतता पसरली. कर्नल चौधरींनी आम्ही ही माहिती पचवू म्हणून काही क्षण वाट पाहिली. सीरियामध्ये सिव्हील वॉर सुरू होतं. सीरियात घुसणं आणि तिथून बाहेर पडणं हे दोन्ही जवळपास अशक्य होतं. विमान सीरियात असल्यानं आमच्यासाठी सगळं अजूनच अवघड होणार होतं.

कर्नल पुढे बोलायला लागले, ''आता जसं म्हणालो तसं एक ड्रोन त्या

एरियाचे फोटो काढतो आहे. विमानात किती दहशतवादी आहेत ते माहिती नाही आणि हा एकच प्रश्न नाही. त्यांनी हा एअरपोर्ट का निवडला असावा याचं कारण आहे; हा एअरपोर्ट ISIS च्या ताब्यात आहे.

"काही मिनिटांपूर्वीच एका सीनिअर ISIS लीडरनं अल जिहादच्या जम्मू-काश्मीरमधल्या कामगिरीची तारीफ केली आहे. ISIS ने त्यांना सर्व तऱ्हेचा सपोर्ट देण्याचं प्रॉमिस केलंय.

"विमानाच्या भोवती वीस माणसं आहेत, बहुधा ती ISIS ची असावीत. त्यांचं ऑब्जेक्ट अर्थातच विमानाचं रेस्क्यू ऑपरेशन न होऊ देणं असणार. इतकंच नाही, तर जगभरातून बऱ्याच दहशतवादी संघटनांनी अल जिहादला त्यांचा बिनशर्त सपोर्ट दिला आहे. असं वाटतंय की संपूर्ण जगातले दहशतवादी मिळून काहीतरी प्रूव्ह करणार आहेत.

"आणि दुसरीकडे आपल्याला जगभरातून सगळ्या फ्री देशांच्या नेत्यांचे पूर्ण सपोर्ट देणारे फोन आले आहेत. युनायटेड स्टेट्स ऑफ अमेरिका, युनाइटेड किंगडम, रशिया आणि इतरही काही देशांचे फोन आले आहेत. जसे हे दहशतवादी काही प्रूव्ह करू इच्छितात, तसेच हे फ्री वर्ल्ड लीडर्सही काहीतरी प्रूव्ह करू इच्छितात असं दिसतंय."

सिंथियानं विचारलं, "आपल्याला अजूनही त्यांच्या मागण्या माहीत नाहीत?"

"त्यांची एकच मागणी आहे. बुऱ्हानची सुटका." कर्नल म्हणाले.

सगळ्यांच्या नजरा माझ्याकडं वळल्या.

मी स्वतःशीच पुटपुटलो, 'मी काहीही झालं तरी बुऱ्हानला ताब्यातून जाऊ देणार नाही.'

बुऱ्हान काय म्हणाला होता तेही मला आठवलं. तो म्हणाला होता, 'सहा महिन्यांच्या वर तू मला अडकवून ठेवू शकणार नाहीस.' कदाचित बुऱ्हानला ठाऊक होतं की तो पकडला गेला, तर त्याला सोडवायला त्याची माणसं काहीतरी करतील.

मी माझ्याच विचारांमध्ये गुंग झालो असताना कर्नल चौधरींनी एका माणसाला पुढे बोलावलं, "मी तुमची याच्याशी ओळख करून देतो; हा आहे बशर महमूद. हा सीरियाचा आहे आणि याला तो एरिया अगदी व्यवस्थित माहीत आहे. बशर ISIS कॅम्पमध्ये सीरियन आर्मीसाठी खबरी म्हणून काम करत होता, त्यांना याचा सुगावा लागला तसा हा पळाला आणि तेव्हापासून हा US सरकारच्या मदतीनं लपून राहतोय. US प्रेसिडेंटनी आपल्याला बशरची मदत घ्यायला सुचवलं आणि आपण ती मदत लगेच स्वीकारली. बशर, तुला या जागेविषयी आणि एअरपोर्टविषयी काय काय माहिती आहे ते सांगू शकतोस का?"

बशर घसा खाकरत बोलायला लागला, "हॅलो एव्हरीवन, त्यांनी हा एअरपोर्ट निवडला आहे, कारण हा देईर एझ-झोर एअरपोर्ट म्हणजे सीरियातला अत्यंत दुर्गम एअरपोर्ट आहे. या एअरपोर्टच्या सर्व बाजूंनी पर्वत आहेत. या पर्वतांमध्ये रस्ते आहेत पण ते सगळे रस्ते ISIS च्या ताब्यात आहेत. दर काही किलोमीटर्सनंतर चेकपॉइंट्स आहेत, सिक्युरिटी खूप कडक असते त्यामुळे रस्त्यानं त्या एअरपोर्टपर्यंत पोचता येणार नाही हे नक्की. तसंच हा एरिया ISISचा विशेष मजबूत पकड असणारा एरिया आहे. ते मिनिटात शेकडो सैनिक जमवू शकतात. तुम्ही हवेतून हल्ल्याचा प्रयत्न केलात, तर अँटी एअरक्राफ्ट गन्स घेतलेल्या सैनिकांनी हे एअरपोर्ट वेढलेलं आहे. इमेजवरून असं दिसतंय की त्यांनी विमान रनवे वरून हँगरमध्ये आणलेलं आहे. हँगरमध्ये असल्यानं ते विमानावर अधिक जवळून लक्ष ठेवू शकतात आणि आजूबाजूच्या पर्वतांवरून निरीक्षण होत आहेच.

"मला खात्री आहे की या विमानावर कमीत कमी दोन लोकेशन्सवरून नजर ठेवली जात असणार. पर्वत आणि रनवे यामध्ये सगळा सपाट प्रदेश पसरलेला आहे. तिथं कुणाला लपून बसायची अजिबात सोय नाही. त्या एरियात कुठलीही हलणारी गोष्ट लगेचच लक्षात येऊ शकते."

मी विचारलं, "हे एअरपोर्ट आणि पर्वत वगैरे सोडलं तर तिथं शहरातलं लाइफ कसं आहे? हे मी विचारतोय कारण तिथंही ISISचा कंट्रोल आहे."

बशर उत्तरला, "जोवर तुम्ही ISISचे नियम पाळत असता तोवर लाइफ नॉर्मल असतं. लोकं कामावर जातात, मुलं शाळेत जातात वगैरे. तुम्ही एखादा नियम तोडलात किंवा गद्दार असल्याचा संशय आला, तर मात्र प्रॉब्लेम सुरू होतात."

आम्ही प्लॅन तयार करण्यात बिझी झालो. कर्नल फोनवर बोलत होते. त्यांनी थोडक्यात बोलून आम्हाला टेबलावर ठेवलेल्या मोठ्या मॉनिटरकडं पाहायला सांगितलं. ऑपरेटरला न्यूज ऑफ इंडिया लावायला सांगितलं.

शिबानी ब्रेकिंग न्यूज असल्याचा दावा करत होती. असं दिसत होतं की बुऱ्हानला हाय कोर्टात त्याच्या हिअरिंगसाठी घेऊन जात असताना तो पत्रकारांशी बोलला होता. बुऱ्हान म्हणत होता, की विमानातील मुसलमानांना जाऊ द्यायला हवं कारण ते आपले लोक आहेत. यासाठी तो त्याच्या संघटनेशी बोलेल. बुऱ्हान म्हणाला, "मुसलमान तर आपले आहेत, त्यांना त्रास देण्यात काही अर्थ नाही." अल-जिहादकडून मुसलमानांना बिनशर्त सोडून देत असल्याची क्लिप आली होती.

मुसलमानांविषयी इतकी सहानुभूती दाखवली म्हणून अल जिहादनं बुऱ्हानची तारीफ केली होती.

सो कॉल्ड एक्स्पर्ट्सनी याचा भारतासाठी काय अर्थ होतो हे सांगण्यात

अजिबात वेळ वाया घालवला नाही. ते आता काय करणार हे मला चांगलंच माहीत होतं. बुऱ्हानचा हा मास्टरस्ट्रोक होता. काही मुस्लिम नेत्यांनी त्याचं कौतुक केलं. देशात सगळे जण चर्चा करायला लागले. काही जण म्हणायला लागले, की त्यांची ही ऑफर स्वीकारून आपण जमेल तितक्या जणांचे प्राण वाचवायला हवेत आणि मग बाकीच्या प्रवाशांसाठी वाटाघाटी करता येतील. काही जण या प्रस्तावानं संतापले होते, जे लोकं या प्रस्तावाला सपोर्ट करत होते त्यांच्यावर संतापले होते. थोड्याच वेळानं ही दोन प्रकारची माणसं रस्त्यावर समोरासमोर उतरणार होती, नेहमीसारखी भांडणार होती आणि हाणामारी करणार होती.

आता मला या कुणाची पर्वा राहिली नव्हती. मला एकच गोष्ट माहीत होती- माझ्या हातात असेल तोपर्यंत मी बुऱ्हानला हातून जाऊ देणार नव्हतो. मी परत मिशन डिस्कशन करायला लागलो. वीसेक मिनिटंच झाली नसतील की आम्हाला पुन्हा टीव्ही लावायला सांगितला.

देशभरात दंगे सुरू झाले होते.

'चला, सुरू झालं!' मी म्हणालो. हे सगळे इतके मूर्ख कसे असू शकतात? बुऱ्हान हसत बसला असेल, त्याच्या कोठडीमध्ये आनंदानं जमिनीवर लोळत असेल. बुऱ्हाननं केवळ एक स्टेटमेंट केलं आणि ही लोकं एकमेकांचा जीव घ्यायला तयार झाली. सिच्युएशन कंट्रोल करायला आर्मी आणि पोलिसांना बोलवावं लागलं.

कर्नल म्हणाले, "ऑल राइट गाइज, तर आपण आपलं प्लॅनिंग करूया. आपल्याला बघायचं आहे की हे मिशन करायच्या शक्यता किती आहेत."

बशर म्हणाला, "शक्यता शून्य आहेत. तुम्ही हे करू शकत नाही. मी आताच तुम्हाला समजावलं की तुम्ही कुठल्याही रीतीनं विमानाच्या जवळ फिरकू शकत नाही. एअरक्राफ्ट उघड्या एरियात आहे आणि ते सगळ्या अँगलमधून नजर ठेवून आहेत आणि लपायला कुठेही स्कोप नाहीये."

"मिस्टर महमूद, तुम्ही या टीमला ओळखत नाही." कर्नल हसत म्हणाले.

"विमानाची सुटका करण्याआधी काही टप्पे आहेत." मी म्हणालो "एक, सीरियात जायचं. दोन, पर्वतांपर्यंत पोचायचं. तीन, विमानापर्यंत जायचं. कर्नल, इराकमधला US आर्मीचा बेस इथून किती अंतरावर आहे, आपल्याला आपली विमानं तिथं उतरवता येतील का? US आर्मी आपल्याला या मिशनमध्ये मदत करणार आहे का?"

"लगेच विचारून बघतो." कर्नलनी फोन काढला आणि ते रूमबाहेर गेले.

"आपण एकदा सीरियात पोचलो आणि US आर्मीच्या हेलिकॉप्टर्सनी

आपल्याला पर्वतांच्या जितकं जवळ सोडता येईल तितकं सोडलं की आपण पर्वतांवर चढूया आणि — "

"आणि काय? मारलं जायचं?" बशर माझं बोलणं मध्येच तोडत म्हणाला, "तुम्ही पर्वतांवर जाऊ शकालही कारण तिथं लपायला झाडं आणि दगड आहेत पण त्यानंतर काय? एकदा का मैदानात उतरलात की तुम्ही लगेच दिसणार आणि मिशन संपणार."

"ते तिथं काय दिसत आहे?" मी बशरला काही उत्तर द्यायच्या आधीच कृष्णननं विचारलं. तो पर्वतावर दिसणाऱ्या एका लहानशा खोलीसारख्या जागेकडं बोट दाखवून विचारत होता.

"नक्की सांगता येत नाही. वॉटर सप्लाय कंट्रोल रूम असू शकेल. हॅंगर मधला वॉटर सप्लाय कंट्रोल करण्यासाठी या रूम वापरतात. हॅंगर्सखाली बरेचदा वॉटर टॅंक्स असतात."

कृष्णननं विचारलं, "आणि ते पाणी पाइप्समधून जात असेल, करेक्ट?"

बशर म्हणाला, "असं वाटतंय."

कृष्णननं विचारलं, "हे पाइप्स एक माणूस जाऊ शकतील इतके मोठे असतील का?"

"...हो, असू शकतात, पण अगदी जेमतेम एक माणूस जाऊ शकेल इतकेच असतील."

कृष्णन म्हणाला, "तसं असेल तर कुणाच्या लक्षात न येता आपण या पाइप्समधून हॅंगरपर्यंत जाऊ शकतो."

त्याच्या सूचनेत तथ्य होतं. अंडरग्राउंड पाइप्स हा हॅंगरपर्यंत जायचा चांगला मार्ग होता. अर्थात, हा काय परफेक्ट मार्ग नव्हता, कारण पाइप्स माणूस जाऊ शकणार नाही इतके अरुंदही असू शकतात किंवा पाइपमध्येच एखादा अरुंद पॅचही असू शकतो किंवा पाणी सोडून इतर गोष्टी येऊ नयेत म्हणून पाइपमध्येच एखादा मेटल फिल्टर लावलेला असू शकतो. पण विमानाजवळ जायचा कुठला मार्ग असेल तर तो हाच एक मार्ग होता हे निश्चित.

हॅंगरमधून एअरक्राफ्टपर्यंत कसं जायचं हा प्रश्न होताच. वीस माणसांना मारणं हा ऑप्शन नव्हता. कारण कुणीतरी हे दुरून बघत असणार. तसंच ते एकमेकांशी कम्युनिकेट करत असणार. एक माणूस मेला की दुसरा अॅलर्ट होणार आणि मिशन तिथंच संपणार.

मी म्हटलं, "ISIS ची माणसं आणि हायजॅकर्स एकमेकांशी कम्युनिकेट करत असणार याचे चान्सेस कमी आहेत, ते वेगवेगळे ग्रुप आहेत. ते फार फार तर एकमेकांचं निरीक्षण करत असतील आणि साइन लॅंग्वेज वापरून संवाद ठेवत

असतील.''

सिंथियानं विचारलं, ''पाइप्सची लांबी सहजच दोन किलोमीटर असेल. आपल्याला भरपूर ऑक्सिजन लागेल. ऑक्सिजन म्हणजे वजन कॅरी करणं आलं. इतका ऑक्सिजन आपण वॉटर सप्लाय रूममध्ये कसा नेणार आहोत? तसंही समहाउ जर आपण टँकरमधून हँगरपर्यंत पोचलोच तरी आपल्याला तिथून विमानापर्यंत कसं जाता येईल हे शोधायला हवंय.''

कर्नल चौधरी त्यांचा फोन ठेवत आत आले. त्यांच्या चेहऱ्यावरून वाटत होतं, की अमेरिकेन्स आम्हाला मदत करायला तयार होते.

सईदनं सुचवलं, ''काही महिन्यांपूर्वी मी एक नवीन डिव्हाइस टेस्ट केलं होतं, त्या डिव्हाइसनं अत्यंत फास्ट स्पीडमध्ये टनेल खोदता येतं. ते अजूनही टेस्टिंग फेजमध्ये असलं तरी ते उत्तम काम करतं, आपण वापरू शकतो. आपल्याला आत जाण्यासाठी सपाट जमीन कापता येईल असंही काही धारदार शस्त्र लागेल. आपण काच कापण्यासाठी हाय इंटेसिटी लेझर वापरू शकतो.''

कर्नल म्हणाले, ''मी ट्रेनिंग सेंटरमधल्या टीमशी बोलून बघतो, ते डिव्हाइस वापरण्यासाठी तयार आहे का नाही ते चेक करायला लागेल.''

सिंथियानं विचारलं, ''मला खात्री आहे की कॉकपिटमध्ये कमीत कमी एक दहशतवादी असणार. कॉकपिटचं दार आतून लॉक्ड असेल तर आपण आतमध्ये कसं जाणार?''

आता उत्तम म्हणाला, ''मी असं ऐकलंय की ९/११ नंतर कॉकपिटचं दार अनलॉक करणं अवघड केलंय. कुणी अतिरेकी आतमध्ये येऊ नये म्हणून असं केलंय. पण मी असंही ऐकलंय की एअरक्राफ्टचं सॉफ्टवेअर हॅक करणं आणि कॉकपिट बाहेरून उघडणं काही अशक्य नाहीये.'' उत्तमच्या चेहऱ्यावर हास्य होतं. तो पुढे म्हणाला, ''मला वाटतं की एक्स्पर्ट्सच्या मदतीनं मी ते हॅकिंग करू शकतो.''

आम्हाला संपूर्ण प्लॅनिंग करायला तीन तास लागले. हे प्लॅनिंग आणि अंमलबजावणी केलेलं आतापर्यंतचं सर्वांत जास्त अवघड मिशन असेल असं मला वाटत होतं. अतिशय महत्त्वाचं मिशन तर होतंच.

आम्ही कर्नलना फायनल प्लॅनची एक आउटलाइन देण्याची तयारी करत असतानाच एका सीनिअर ऑफिसरनं सगळ्यांना टीव्ही बघायला सांगितलं. गेल्या चोवीस तासांत पहिल्यांदाच हायजॅकर्सकडून लाइव्ह मेसेज टेलिकास्ट होत होता. हा मेसेज प्रत्येक भारतीयासाठी दिला जात होता. स्क्रीनवर एक जण दिसायला लागला, ऑलमोस्ट सगळा चेहरा काळ्या स्कार्फमध्ये लपेटलेल्या एका माणसानं स्वतःची ओळख लीडर म्हणून करून दिली. त्याचा आवाज जाणूनबुजून विकृत केलेला होता.

“हॅलो एव्हरीवन, हा मेसेज फ्लाइट नंबर१०१चं अपहरण केलेल्यांकडून येतो आहे. ही फ्लाइट काल दिल्लीहून न्यूयॉर्कला जायला निघाली होती. तुम्हाला आतापर्यंत समजलं असेलच, की ही फ्लाइट तिच्या मुक्कामाला कधीच पोचली नाही. अल्लाचं फर्मान आणि आमच्या शूर सैनिकांमुळे आम्ही हे विमान एका सिक्रेट ठिकाणी घेऊन आलोय. हे लोकेशन तुम्ही कधीच ट्रॅक करू शकणार नाही. त्यामुळे तुमची एनर्जी त्या प्रयत्नात वाया घालवू नका.

“हे अपहरण मुसलमानांसाठी फार महत्त्वाच्या काळात घडलंय. गेली साठ वर्षे मुसलमानांचा भारतात छळ होतो आहे. त्यांना त्यांचे बेसिक अधिकार मिळत नाहीत. पण विशेषतः गेली पाच वर्षे या अत्याचारांनी अतिशय हीन पातळी गाठलीय. मॉब लिंचिंग, दंगली, आमच्या मशिदी उद्ध्वस्त करणं हा तुमच्या आयुष्याचा भाग झालाय.

“आता बास, आता नाही! हे अपहरण म्हणजे एका बदलाची सुरुवात आहे. आम्ही केवळ जम्मू आणि काश्मीरमधल्या मुसलमानांसाठीच झगडत नाहीयोत; आम्ही भारतातल्या सगळ्याच मुसलमानांच्या वतीनं लढतोय. ही मुसलमानांच्या स्वातंत्र्याची लढाई आहे. या हिंदूंना आता धडा शिकवायलाच हवा. मुसलमानांनो, उठा आणि स्वतःच्या धर्मासाठी उभे राहा! ती वेळ लवकरच येणार आहे. आम्हाला आशा आहे, की वेळ येईल आणि आम्ही हल्ला करू तेव्हा तुम्ही तुमच्यासाठी लढणाऱ्यांची बाजूच निवडाल, तुमच्याविरुद्ध लढणाऱ्यांची नाही. आम्हाला तुम्हाला सांगायचंय की आम्ही तुमचेच आहोत, आम्हाला तुमची काळजी आहे. आमची निष्ठा आणि प्रेम प्रूव्ह करण्यासाठी आम्ही विमानातील सगळ्या मुसलमानांना मुक्त करण्याचा निर्णय घेतला आहे. आम्ही लवकरच त्यांना सोडायला लागू. आम्हाला आशा आहे की एके दिवशी आपण सगळे एकत्र येऊन नमाज पढू.

“हिंदूंविषयी बोलायचं झालं, तर तुमचा शेवटचा काउंटडाउन आता सुरू झालाय. कुठल्याही वाटाघाटी, बातचीत, भाषणबाजी, कुठलीही चाल आता चालणार नाही. बुऱ्हानला सोडून देण्यासाठी तुमच्याकडं एक्झॅक्टली बारा तास आहेत. बुऱ्हानला काश्मीरला घेऊन यायचं आहे आणि तुम्हाला कळवण्यात येईल, की त्याला कुठं सोडायचं आहे. आमची मागणी पूर्ण केली नाहीत तर काय होईल हे वेगळं सांगायची गरज आहे असं वाटत नाही.”

या शब्दांनंतर स्क्रीन कोरा झाला.

या मेसेजनं माझा अपमान झाला होता; या रूममधल्या प्रत्येकाचा अपमान झाला होता आणि मला माहीत होतं, की या मेसेजमुळे भारतात अनेक जण दुखावले गेलेले असणार. मेसेज संपला तसं चर्चा, वादविवाद, आर्ग्युमेंट्स,

विरोधातली आर्ग्युमेंट्स सुरू झाले. न्यूज चॅनेल्सवर काही मुस्लिम अल-जिहादला सपोर्ट करणाऱ्या घोषणा देताना दिसायला लागले. देशातली परिस्थिती बरी नव्हती. भारत इतका तणावात कधीच नव्हता. कधीही फुटेल असा एखादा टाइम बॉम्ब टिकटिकत असल्यासारखा वाटत होता. देशातले प्रभावी लोक शांतता राखायचं आवाहन करत होते, पण फारसा फरक पडत नव्हता.

अचानक रूममध्ये कर्नल आले आणि म्हणाले, "अर्जुन, आपल्याला निघावं लागेल, चल."

ते झपाझप चालायला लागले. मी त्यांच्यामागे चालत होतो.

मी विचारलं, "कुठे चाललोय आपण?"

"कळेल तुला, चल." आम्ही एका कारमध्ये बसलो. कर्नल चौधरी फार नर्व्हस दिसत होते आणि पूर्ण रस्ताभर काहीही बोलले नाहीत. कार थांबली, कुठल्यातरी अनोळखी इसमानं आमचं स्वागत केलं. आम्ही त्याच्यामागं चालत एका इमारतीत गेलो. कुठलीतरी सेक्रेटरिएट असावी. आम्ही तिथं काय करत होतो ते समजत नव्हतं. आम्हाला एका रूमबाहेर वाट पाहायला सांगण्यात आलं. दहा कमांडो तिथं पहारा देत होते. याचा अर्थ असा होता, की त्या विशाल दरवाजामागे कुणीतरी अतिमहत्त्वाची व्यक्ती होती.

दहा मिनिटांनी आम्हाला रूममध्ये बोलावलं. ती एक विशाल रूम होती. एक मोठं चौकोनी आकाराचं टेबल मध्यभागी होतं. टेबलाच्या चारी बाजूंना खुर्च्या होत्या. बाकी त्या रूममध्ये फक्त एक टीव्ही होता. जो आता बंद होता. रूममध्ये दहा संतप्त अस्वस्थेतली माणसं दिसत होती. ती सगळी उभी होती आणि मोठमोठ्यानं आर्ग्युमेंट्स करत होती, वादविवाद करत होती. त्यांच्या बोलण्याचा आणि ओरडण्याचा आवाज इतका कर्कश होता, की काहीही समजणं अवघड जात होतं.

मी त्या माणसांचं निरीक्षण करू लागलो तसं समजलं, ती सगळी या देशातली सर्वांत प्रभावी आणि शक्तिशाली माणसं होती. आर्मी, नेव्ही आणि एअरफोर्सचे प्रमुख, इंटर्नल अफेअर्स मिनिस्टर, सेक्रेटरी ऑफ डिफेन्स तिथं होते. सत्ताधारी पक्षाचे काही मोठे नेते तिथं होते आणि माझे डोळे खुर्चीवर बसलेल्या त्या एकमेव व्यक्तीवर खिळले.

ते चेअरमन खुर्चीत बसले होते. त्यांनी एक कोपर टेबलावर टेकवलं होतं, हनुवटी त्या हातावर ठेवली होती. त्यांनी डोळे मिटून घेतले होते आणि ते गहन विचारात गढलेले असावेत; रूममधला बाकीचा गोंधळ बघता ते नवलाचं वाटत होतं.

ते भारताचे पंतप्रधान आहेत हे मला लगेचच समजलं.

पंतप्रधान प्रभावी आवाजात म्हणाले, "शांत व्हा!"

रूममधला प्रत्येक जण त्वरित शांत झाला. मी आणि कर्नल रूममध्ये आलोय हे पंतप्रधानांना समजलं होतं.

पंतप्रधान म्हणाले, "अर्जुन, तुला भेटून आनंद झाला. तुझ्या मित्रांबद्दल ऐकून मला फार वाईट वाटलं होतं."

त्यांना माझं नाव माहीत आहे हे पाहून मला जरासं आश्चर्य वाटलं.

"तुम्हांला भेटणं माझा सन्मान आहे, सर!" मी काहीसा नर्व्हस होत उत्तरलो.

थेट मुद्द्यांवर येत त्यांनी विचारलं, "शक्यता किती आहेत?"

मी म्हणालो, "६०%."

मूठ टेबलावर आपटत ते म्हणाले, "इतक्या साऱ्या माणसांचे जीव पणाला लागलेले असताना ६०% पुरेसे नाहीत."

मी म्हणालो, "या मिशनमध्ये खूप अननोन फॅक्टर्स आहेत, सर! आम्ही त्यातल्या त्यात बेस्ट हेच करू शकतो."

त्यांनी पुन्हा डोळे मिटले आणि ते विचार करायला लागले.

पंतप्रधानांनी विचारलं, "अर्जुन, मला एक गोष्ट सांग. तुझे मित्र गमावल्यावर तू उद्ध्वस्त झाला होतास. यावरवर खोटे आरोप केल्यामुळे तू संतापला होतास. पण तरीही आज तू इथं आहेस. तू जे काम सर्वांत उत्तम करतोस ते करायला आला आहेस. हे कशामुळे शक्य झालंय?"

या प्रश्नाविषयी मी खूप विचार केला. हे कशामुळे शक्य झालं? एक मिनिट विचार केल्यानंतर मला उत्तर समजलं, "विश्वास! केवळ विश्वास आहे म्हणून हे शक्य झालं आहे, सर!"

मी उत्तर दिलं.

पंतप्रधानांनी मान डोलावली आणि ते परत विचारात गढून गेले. काही वेळानंतर त्यांनी डोळे उघडले. रूममधल्या प्रत्येकावर नजर फिरवत त्यांनी विचारलं, "काय वाटतंय तुम्हांला सगळ्यांना, आपण काय करायला हवंय?"

या प्रश्नामुळे पुन्हा एकदा आधीसारखाच गोंधळ सुरू झाला. मिनीटभर असाच गोंधळ सुरू असताना त्यांनी त्या अतिरेक्याचा मेसेज पुन्हा एकदा लावायला सांगितला. टीव्हीवर ती व्हिडिओ क्लिप सुरू होताच रूममध्ये शांतता पसरली. पंतप्रधानांनी ती व्हिडिओ क्लिप हेतूपूर्वक कुठलीही भावना आड येऊ न देता पाहिली.

तो व्हिडिओ संपल्यावर ते उठले आणि खिडकीतून बाहेर पाहायला लागले. आमच्या कानांवर अजानचे सूर पडले. ही नमाजची वेळ झाली होती. ते शांतपणे बाहेर बघत राहिले. अजान संपल्यावर त्यांनी मागे वळून थेट माझ्या डोळ्यांत

पाहिलं आणि म्हणाले, "चला, सुरू करा!"

एवढंच बोलून ते पुन्हा खिडकीकडे वळले.

कर्नल आणि मी रूममधून बाहेर पडलो तेव्हा रूममध्ये प्रचंड शांतता पसरली होती. डेडलाइनला बारा तास शिल्लक राहिले होते. आम्हाला आमचं काम सुरू करायचं होतं.

मिशन | २३

सकाळचे ७ वाजले होते. विमानाचं अपहरण होऊन अठ्ठावीस तास झाले होते. त्या अतिरेक्याचं ते भयंकर भाषण होऊन एक तास होऊन गेला होता.

"डेडलाइनला केवळ अकरा तास उरलेत." मी माझ्या घड्याळात टायमर सेट करत म्हणालो. आम्ही आता निघायला हवं होतं. "हे सालं हेलिकॉप्टर आहे कुठे!" मी संतापून ओरडलो.

प्रत्येक सेकंद मोलाचा होता. हेलिकॉप्टर आलेलं बघून जरा बरं वाटलं. टीम झटकन हेलिकॉप्टरमध्ये बसली आणि आम्ही गाझियाबादमधल्या एअरबेसला जायला निघालो. पंधरा मिनिटांत तिथं पोचलो. पंतप्रधानांनी अमेरिकेच्या प्रेसिडेंटला आमच्या मिशनच्या मदतीसाठी मनवलं होतं. इंडियन एअर फोर्सचं विमान आम्हाला इराकमधल्या अल-असद एअरबेसवर नेण्यासाठी तयार होतं. हा एअरबेस अमेरिकन आणि इराकी आर्मी असे दोघंही वापरत असत. US आर्मीसाठी मिलिटरी इक्विपमेंट डिलिव्हरी करायच्या सबबीखाली आम्ही तिथं उतरणार होतो. भारतीय आणि अमेरिकन आर्मीमधल्या फार कमी लोकांना आमच्या येण्यामागचा खरा हेतू माहीत होता. आम्हाला तिथं पोचायला तीन तास लागले. मी घड्याळात पाहत पुटपुटलो, "आठ तास उरले."

US आर्मी ऑफिसरनं आमचं स्वागत केलं. त्या एरियाविषयी त्यांच्या इंटेलिजन्सनं दिलेली सगळी माहिती त्यांनी आम्हाला पुरवली. नंतर US एअरफोर्सचं हेलिकॉप्टर आलं, ते आम्हाला देईर एझ-झोर एअरपोर्टच्या जितकं जवळ शक्य होईल तितकं जवळ सोडणार होतं.

पायलट आणि को पायलटला हॅलो म्हणून आम्ही हेलिकॉप्टरमध्ये बसलो. 'आपल्याला जितकं जवळ जाता येईल तितकं आपण जाऊ, कारण देईर एझ-झोर एअरपोर्ट ISISच्या कंट्रोलखाली आहे, त्यामुळे तुम्हाला बरचसं अंतर चालत जावं लागेल. एकदा का आम्ही तुम्हाला सोडलं की मग तुमचे तुम्ही असणार आहात, तुम्हाला कुठलाही ग्राउंड सपोर्ट किंवा दुसरी कुठलीही मदत देता येणार नाही.'' इतकं बोलून पायलटने इंजिन सुरू केलं.

हा वॉर झोन असल्यानं आम्हाला अलर्ट होत बसायला सांगण्यात आलं. इथं कधीही लढाई होण्याची शक्यता होती. काही ISIS टार्गेट्स उडवण्याच्या सबबीखाली हे हेलिकॉप्टर सीरियात घुसलं होतं. आम्हाला सेफ पॉइंटवर उतरवण्याआधी ISISचं लक्ष दुसरीकडं वेधावं म्हणून हेलिकॉप्टरमधून काही शॉट्स फायर केले जाणार होते.

आमचा सुरुवातीचा प्रवास सुरळीत झाला, ग्राउंडवरच्या काही फाइट्स दिसल्या, पण कुणाचं आमच्याकडे लक्ष गेलं नाही. हे फार बरं झालं कारण आमच्या हातात वेळ फार कमी होता.

हे हेलिकॉप्टर कुठल्याही अॅडव्हान्स रडारखाली येणार नाही अशा पद्धतीनं डिझाइन केलेलं होतं. ते जरा खालूनच उडवणं भाग होतं, त्यामुळे त्याचा स्पीड कमी होत होता.

अचानक आम्हाला सगळ्या बाजूंनी प्रचंड फायरिंग ऐकू यायला लागलं. हेलिकॉप्टर पायलटला काही झटपट अॅक्शन घेणं आवश्यक होतं. कुठल्याच प्रकारचं नुकसान होऊ नये म्हणून पायलटनं हेलिकॉप्टर उंचावर नेलं. आता फार पुढं जाता येणार नव्हतं. त्यानं हेलिकॉप्टर कसंबसं एका सेफ पॉइंटला उतरवलं. आम्ही बाहेर पडलो.

मी GPS पाहिला; आम्ही अजूनही विमानापासून ऐंशी किलोमीटर अंतरावर होतो. तीन किलोमीटर अंतर पर्वतांच्या मधून पार केल्यानंतर सपाट प्रदेश सुरू झाला असता. इतकं अंतर पळण्याशिवाय ऑप्शन नव्हता. सोबतच्या जड इक्विपमेंट्समुळे परिस्थिती अधिक अवघड होती. पर्वतांपासून हॅंगरपर्यंत नेणारा पाइप पाच किलोमीटर लांब होता. त्यामुळे आम्हाला भरपूर ऑक्सिजनची गरज होती. ड्रीलिंग मशिनही जड होतं आणि याच्यावरची कडी म्हणजे आम्ही सगळ्यांनी कपड्यांचे थर चढवले होते.

आम्ही कपड्यांचा पहिला थर काढून टाकला. आत स्पेशलाइज्ड सूट घातले होते. या एक्स्ट्राऑर्डिनरी सूटसने आमचं संपूर्ण शरीर – डोळे वगळता – कव्हर केलेलं होतं. डोळ्यांवर आम्ही विशेष चष्मे चढवले. हे सूट सामान्य दिसत असले, तरी यांच्या बाबतीत काहीच सामान्य नव्हतं. याची बाहेरची लेअर

असंख्य अशा विशिष्ट फायबर धाग्यांची बनवलेली होती. प्रत्येक धागा रंग बदलू शकत असे. सरड्यावरून इन्स्पायर होत हा सूट तयार केला होता. सूट घातलेली व्यक्ती ज्या वातावरणात जात असे त्यानुसार कपड्यांचे रंग, डिझाइन, टेक्स्चर बदलत असत.

या सूटमधे हेल्मेट, छातीवर, पाठीवर, शूजमध्ये असे चार कॅमेरे लावलेले होते. प्रत्येक कॅमेरा त्या क्षणातलं वातावरण टिपत असे. अल्ट्रा फास्ट प्रोसेसरमध्ये या इमेजेस फीड होत, त्यातून प्रत्येक धाग्याला सिग्नल जात असे. त्यानुसार वातावरणाचा अंदाज येऊन धाग्यात जास्तीत जास्त बदल होत.

असंच मटेरिअल चष्म्याच्या काचांमध्येपण वापरलेलं होतं. जेणेकरून आम्ही कुणाला चटकन दिसू नये. चष्म्याचा बाहेरचा थर कपड्यांसारखा स्वतःहून वातावरणाशी ॲडजेस्ट करत असे. चष्म्याच्या बाहेरच्या काचेवर इतके सारे फायबर्स असल्याने दिसत नसे. त्यामुळे त्यात अगदी लहान लहान प्रोजेक्टर्स लावलेले होते. हेल्मेटमध्ये लावलेला कॅमेरा या प्रोजेक्टर्सना लाइव्ह फीड देत असे त्यामुळे चष्मा लावणाऱ्याला दिसत असे.

विखुरणं हा आमचा प्लॅन होता. प्रत्येक जण एकेकटा जाणार होता. त्यामागे दोन कारणं होती. पहिलं म्हणजे आम्ही एकत्र असतो, तर कुणाच्याही लक्षात येण्याची शक्यता जास्त होती.

दुसरं म्हणजे एकट्यानं गेलो असतो तर कुणीतरी एक जण पकडला गेला तरी बाकीचे प्लॅनप्रमाणे पुढचं काम करू शकतात.

प्लॅनप्रमाणे शेवटची फेज यशस्वी करायला निदान आमच्यापैकी तिघांनी तरी विमानापर्यंत पोचणं गरजेचं होतं. सगळं काही परफेक्ट झालं तर मला वाटत होतं, की आम्ही चौघंही विमानापर्यंत पोहोचू. बाकीचे दोघं जण पर्वतावर उंचावर पोझिशन घेतील आणि नजर ठेवतील. आम्ही हँगरपर्यंत पोहोचू तेव्हा आम्हाला गाइडन्स देतील.

उत्तम, सईद, सिंथिया आणि मी वॉटर टँकर सप्लाय रूममध्ये भेटायचं ठरवलं.

कृष्णन आणि गुरमीत पर्वतांवर पोझिशन घेणार होते जेणेकरून त्यांना विमानाचा आणि आजूबाजूच्या परिसराचा उत्तम व्ह्यू मिळेल. ऐंशी किलोमीटर अंतर आम्हाला लवकरात लवकर पार करायचं होतं, पण कुणाच्या लक्षात येऊन चालणारच नव्हतं.

आमच्या विशेष सूटमुळे आम्हाला पाहणं काहीसं अवघड असलं, तरी आम्ही काही अदृश्य होणार नव्हतो.

आमच्या सगळ्यांच्या कानात बसवलेला छोटासा इयरपिस होता. त्याद्वारे

आम्ही कम्युनिकेशन करणार होतो. त्यातूनच ऑडिओ सिग्नल घेता यायचे. तो एका कानात बसेल असा छोटासा इयरपिस होता. तो इयरपिस समुद्राच्या पन्नास मीटर खालीदेखील काम करू शकत असे.

आम्ही एकमेकांना समोर काय दिसतंय याची माहिती देत राहणार होतो.

ISISशी होता होईल तितका सामना टाळणं गरजेचं होता. कुणी बघत नसताना आम्ही जमेल तितकं पळणार होतो आणि लोकं आजूबाजूला असताना शांतपणे चालणार होतो.

दर किलोमीटर अंतरावर ISISचे एजन्ट्स होते. त्यामुळे आमचा स्पीड बराच कमी होत होता. जसजसे आम्ही विमानाच्या जवळ जवळ जाऊ लागलो तसतसे अतिरेकी अधिक प्रमाणात दिसायला लागले. तीन तास लोटले आणि अजून दहा किलोमीटर राहिले होते आणि अजून तीन पर्वत ओलांडून जायचं होतं. अचानक मला जाणवलं की ISISच्या दहा जीप्स चाळीसेक माणसांना घेऊन माझ्या दिशेनं येत होत्या. जीप्स इतक्या मोठ्या एरियावर पसरल्या होत्या की मला कुठेही पळून जाता येणार नव्हतं. तिथं लपणं तर अशक्यच होतं. त्या जीप्स जात असताना माझ्यासमोर केवळ शांतपणे उभं राहण्यापलीकडे दुसरा ऑप्शन नव्हता.

जीप्स झपाट्यानं जात असताना मी प्रार्थना करत होतो की कुठलीही जीप थेट माझ्यापाशी येऊन थांबू नये.

त्या जीप्स जसजशा माझ्या जवळ येत होत्या तसं मला पळून जावं का उभं राहावं हा निर्णय घेणं अजून अवघड होत होतं. मी उभं राहायचं ठरवलं, माझ्याकडे असलेली शस्त्रं म्हणजे केवळ काही सुरे होते. त्यांनी मला पकडलं असतं तर पळून जाणं अवघड होतं.

एक जीप थेट माझ्याकडे आली. ते जस्ट पन्नास मीटर दूर होते. मला हलून रिस्क घ्यायची नव्हती, पण ते फक्त दहा मीटरवर आले आणि मग दुसरा ऑप्शन राहिला नाही. माझे पाय जमिनीवर ठेवत मी पुढे झुकलो. त्यामुळे साहजिकच खाली पडलो. जमिनीवर पडलेलो असतानाच मी डावीकडे लोळत गेलो. जीप काही इंचावर होती. आता माझ्या मनातल्या सुटकेच्या भावनेची जागा भीतीनं घेतली.

जीप थांबली आणि ड्रायव्हर बाहेर पडला. तो माझ्या दिशेनं डोकावत बघू लागला. ड्रायव्हर माझ्यापासून दहा मीटरवरच होता. तो डावीकडे उजवीकडे पाहू लागला, शोधू लागला. कदाचित त्याने मघाशी मला ड्रायव्हिंग करताना पाहिलं असावं. पण क्लिअरली नक्कीच पाहिलं नसणार.

अचानक त्याचं डोकं हलणं थांबलं. त्याची नजर माझ्यावर पडली. मी

ग्राउंडवर पडलो असल्यामुळे सूटचा रंग वाळूचा झाला होता. तरी त्याला काही दिसलं असावं. त्यानं त्याची गन काढली आणि तो माझ्या दिशेने येऊ लागला. मी माझा सुरा काढला, दुसरा काही ऑप्शन नव्हता. तो अजून दहा पावलं आला तर त्याला ठार मारायचं असं मी ठरवलं. मी दहापासून उलटे अंक मोजायला लागलो.

अचानक ड्रायव्हर आकाशात बघायला लागला. फायरिंगचा प्रचंड आवाज यायला लागला आणि ड्रायव्हरचं शरीर जमिनीवर कोसळताना दिसलं. US आर्मीने या ग्रुपवर हल्ला केला होता. काही जीपवाले आकाशात फायरिंग करायला लागले. काही जण त्यांची जीप घेऊन तिथून पळून जायला लागले.

मी उठून शक्य तितक्या वेगात तिथून पळायला लागलो. माझ्या मागे केवळ वाळू दिसायला लागली तेव्हाच जरा थांबलो. आकाशाकडे पाहत मी देवाचे आभार मानले आणि पुढं गेलो. पंधरा मिनिटांनी मी वॉटर सप्लाय रूममध्ये होतो.

सिंथिया, उत्तम, सईदपण लागोपाठ पोचले. कृष्णननं आणि गुरमीतनं आपापल्या जागा घेतल्या. मी घड्याळात पाहिलं तर चार तास शिल्लक होते. दरम्यान, भारतात सरकारने बुऱ्हानला जम्मू-काश्मीरला हलवायची तयारी सुरू केली होती.

आम्ही अयशस्वी झालो तर हा बॅकअप प्लॅन तयार करून ठेवला होता.

आम्ही अयशस्वी झालो, तर सरकारकडे बुऱ्हानला सोडून देण्याशिवाय दुसरा पर्याय नव्हता. सरकारनं वाटाघाटींची शर्थ केली होती, की त्याला सोडणं टाळता येईल. पण दहशतवादी अजिबात नमतं घेत नव्हते.

आम्ही आमचे कॅमिलिअन सूट काढून टाकले. आतमध्ये आम्ही स्वीमसूट घातले होते. हे सूट आमचं शरीराचं तापमान नियंत्रित ठेवत असत. थंड पाण्यात शरीर उबदार होत असे आणि गरम पाण्यात सुखद गार होत असे. त्या सूटमध्ये स्पेशल बारीक लाइट्स लावले होते त्यामुळे पाण्याखाली सहज दिसत असे.

आम्ही त्या रूमचं स्ट्रक्चर समजून घ्यायला पाहणी केली. या रूममध्ये दोन प्रचंड आकाराचे पाइप्स होते. एकातून पाणी येत असे आणि दुसऱ्यातून पाण्याचा सप्लाय होत असे; दोन्हींच्या मध्ये वॉटर टँक होता. पाणी आत आणणाऱ्या पाइपला एक मोटर लावलेली होती, पर्वतावरचं पाणी त्यामुळे खेचता येत असे.

ही रूम एका विशिष्ट उंचीवर असल्यानं हँगरला वॉटर सप्लाय करण्याचा हेतू सहज साध्य होत असे. वॉटर सप्लाय बंद करायला वॉल्व्ह्ज वापरत होते. आमचा प्लॅन होता की टँकच्या आत जायचं आणि पाइपमधून हँगरमधल्या टँकमध्ये जायचं. या सगळ्या प्रवासासाठी आम्हाला आम्ही पाठीवर वाहून आणलेला ऑक्सिजन लागणार होता. आमचे ऑक्सिजन सिलेंडर्स लहान दिसत असले

तरी त्यात भरपूर ऑक्सिजन होता. यातला ऑक्सिजन कॉम्प्रेस्ड होता.

आमच्याकडे सोळा ऑक्सिजन सिलेंडर्स होते. प्रत्येकी चार सिलेंडर्स. प्रत्येक सिलेंडर साधारणतः तीस मिनिटं पुरत असे. पूर्वी शिकलेली श्वास घेण्याची स्पेशल टेक्निक्स अशा वेळी कामास येणार होती. ती वापरून आम्ही अजून थोडा वेळ तो ऑक्सिजन पुरवणार होतो. पाइपच्या आतमध्ये उत्तम आम्हाला लीड करणार होता. त्याच्यामागे सिंथिया, सईद आणि मी जाणार होतो.

निघायची वेळ झाली. प्लॅन असा होता की जमेल तितकं पोहायचं आणि जमत नसेल तिथं सरपटत जायचं. मला NDA मधल्या जुन्या सुंदर दिवसांची आठवण झाली. सुरुवातीला तर सहज पुढे जाऊ शकलो, कारण पाइपची सुरुवात चांगली रुंद होती. पुढे पुढे पाइप अरुंद होऊ लागला. पुढे सरकणं मुश्कील होऊ लागलं, पोहणं आणि सरपटणं तर आता अवघडच होतं. पुढे पाइप अजून अरुंद झाला असता तर पुढे जाताच आलं नसतं. आम्ही जाता येईल तितकं पुढे जायचं असं ठरवलं. आधाराला जे काही असेल ते आम्ही धरत होतो आणि स्वतःला पुढे ढकलत होतो. आधाराला काहीच नसेल तेव्हा आम्ही मूठ सरफेसवर दाबून पुढे जात होतो.

आमचा वेग फार कमी होता, पण त्याला काही इलाज नव्हता. दीड तासानं आम्ही अर्ध अंतर कापलं होतं.

आम्ही टार्गेटच्या जवळ आलो होतो. आमच्या सिलेंडर्समध्ये उरलेला ऑक्सिजन बघता आम्ही जेमतेम टँकपर्यंत पोचू शकलो असतो.

मी विचार केला, 'एकदा का आम्ही हँगरपर्यंत पोचलो की काम जरा सोपं होईल. दुष्टांचा खातमा करणं आणि अडकलेल्या लोकांची सुटका करणं हे आम्ही याआधी बऱ्याच वेळा केलं होतं. पण आम्ही हा टँक पार करू शकलो तरच हे शक्य होतं.'

आम्ही थकत होतो पण थांबून चालणार नव्हतं. याहून जास्त वेगानं जाणं शक्य नव्हतं, पण होता तो वेग मेंटेन करणं आवश्यक होतं.

आम्ही वीस फुटांवर असताना आमच्याकडे आता जेमतेम ऑक्सिजन उरला होता आणि पाइपने शार्प टर्न घेतला. हा टर्न आम्हाला टँकमध्ये घेऊन जाईल अशी अपेक्षा होती. पण अचानक उत्तमसमोर एक मेटलची गजांची मोठी जाळी आली. आमचं हृदय जणू थांबलंच. उत्तम म्हणाला, "हे गज चांगले मजबूत दिसतायत. आपल्या आणि टँकच्या दरम्यान असेच अजून दोन ग्रीड्स आहेत."

त्याला त्या फिल्टरमधून टँकचं दार दिसत होतं. सिंथियानं त्याला मेटल कटर दिलं. तो गज कापायला लागला, ती एक अशक्य हळू प्रोसेस होती. आमचा वेळ आणि ऑक्सिजन दोन्ही संपत चाललं होतं. पहिला गज कापायला

त्याला तीन मिनिटं लागली. दुसरा कापायलापण तीन मिनिटं लागली आणि आमचा ऑक्सिजन संपला. अजून फारतर चार पाच मिनिटं आम्ही श्वास धरून राहू शकलो असतो. पण टँकपर्यंत पोचायला तेवढं पुरेसं नव्हतं. ट्राय करण्याशिवाय काही ऑप्शन नव्हता. उत्तमनं तिसरा गज कापला. या जास्तीच्या शारीरिक कामानं त्याचा ऑक्सिजन जास्त लवकर संपत होता. त्यामुळे त्याला पुढं जाता येईना. आम्ही त्याला पुढे ढकलायला लागलो तसा आमचाही ऑक्सिजन कमी होऊ लागला. आम्ही खूप जवळ असूनही दूर होतो. आता टँकच्या झाकणापासून आम्ही जेमतेम तीन फुटांवर होतो आणि आम्ही सगळे गुदमरायला लागलो, आमची शरीरं वळायला लागली, आमची फुप्फुसं ऑक्सिजनसाठी तडफडायला लागली. आमची शरीरं प्रचंड थरथरायला लागली.

मी माझ्या समोर माझ्या तीन टीममेट्सना मरताना पाहत होतो. ते मरत होते. मला त्यांची शरीरं पाण्यात तरंगताना दिसू लागली. मला अचानक मनू, यावर आणि डेव्हिडची आठवण आली. 'मी त्या तिघांना तर वाचवू शकलो नाही पण या तिघांना तरी नाही जाऊ देणार मी!' मी मनात म्हणालो. अंगात होती नव्हती ती सगळी ताकद पणाला लावून त्या तिघांना ढकलायला लागलो.

माझे डोळे मिटत होते, पण मी हातांना थांबू दिलं नाही. काही समजायच्या आत मी गेलो असं मला वाटलं. अचानक कुठूनतरी श्वास घेता यायला लागला. मी माझ्या आयुष्यातला सर्वांत खोल श्वास घेतला. मग अजून अजून अजून श्वास घेतला.

मी डोळे उघडले तसं दिसलं की मी टँकमध्ये आलोय. आजूबाजूला पाहिलं तर दिसलं, की बाकीचे तिघेही श्वास घेऊन सेटल होत होते. उत्तमने मला धरलं होतं. माझ्यात पुरेशी ताकद आली होती म्हणून मी मला सोडायला सांगितलं. मी त्याला काय झालं ते विचारलं. असं झालं होतं की मी उत्तमला ढकलत टँकपर्यंत घेऊन गेलो होतो. तो टँकमध्ये गेला तसा पाण्यावर आला, मग तो थोडा श्वास घेऊन आम्हाला पाइपमधून काढायला परत आला, त्यानं आम्हाला एकेकाला खेचत पाण्यावर आणलं होतं.

मी घड्याळात पाहिलं; वेळ संपत आली होती. बारा तासांची डेडलाइन संपली होती.

"गुरमीत, कृष्णन? बुऱ्हानचं स्टेटस काय आहे?" मी विचारलं.

गुरमीत म्हणाला, "आर्मीची वाहनं मीटिंग पॉइंटपासून दहा मिनिटांवर आहेत. अतिरेक्यांना हा उशीर केल्याचा राग आलाय. त्यांनी अजून दहा मिनिटं दिली आहेत नाहीतर ते विमानातल्या पॅसेंजर्सना मारायला सुरुवात करतील."

"आणि विमानाभोवती असलेल्या अतिरेक्यांचं काय?" मी विचारलं.

कृष्णन म्हणाला, "त्यांना आम्ही न्यूट्रलाइज्ड केलंय. रोबॉटिक माशी वापरून त्यांना आम्ही बेशुद्ध होण्याचं औषध टोचलंय. ते उभे असले तरी शुद्धीवर नाहीत. त्यांचा मेंदू बधिर झालाय पण ते संपूर्ण बेशुद्ध झालेले नाहीत."

"चला, निघायला हवं." मी टीमला म्हणालो. सहसा, विमानाचा पॅसेंजर एरिया चार भागांत डिव्हायडेड असतो: कॉकपीट-जे आतून बंद असेल, फर्स्ट क्लास, बिजनेस क्लास आणि इकॉनॉमी क्लास. प्रत्येक एरियामध्ये निदान एक अतिरेकी लक्ष ठेवून असेल.

प्लॅन असा होता की टायरच्या आसपासची जागा वापरून विमानात चढायचं होतं.

आमच्यातला प्रत्येक जण हाय सेन्सिटिव्हिटी लेझर टॉर्च वापरून विमानाच्या जमिनीला भोक पाडून त्यातून कॅमेरा लेन्स आत घालणार होता. त्या कॅमेऱ्यातून आम्हाला आतमधल्या अतिरेक्यांच्या पोझिशन्स दिसणार होत्या. एकदा का त्यांच्या पोझिशन्स दिसल्या की मग तेच टॉर्च वापरून आम्ही आम्हाला आत जाता येईल इतकं मोठं भोक पाडणार होतो आणि आतल्या अतिरेक्यांना विषारी चाकूने मारणार होतो. कॉकपीटमधला अतिरेकी तेवढा उरणार होता.

कॉकपीटखाली बसणं कठीण होतं, सो मी ठरवलं होतं की मी फर्स्ट क्लासमधला गार्ड मारून आत जाईन आणि मग कॉकपीटमधला अतिरेकी मारेन. सईद तेवढ्या वेळात त्याचं इक्विपमेंट वापरून विमानात कुठं बॉम्ब लावला आहे का हे चेक करणार होता. विमान उघड्यावर होतं. तिथं जाताना लपून जाणं अशक्य होतं. आमच्याकडं आमचे कॅमोफ्लॉज सूटही नव्हते. कुणी विमानावर नजर ठेवत असेल तर आम्ही सहज दिसणार होतो, लपण्यात काही अर्थ नव्हता.

वाचण्याची एकच शक्यता होती, तिथून झटकन निघणं. आम्ही विमानाकडे धावत सुटलो.

विमानाखाली गेलो तसे आमच्या टीमनं दोन तुकड्यांमध्ये विभागून घेतलं. मी पुढच्या टायरखालून आत जाऊन आतल्या अतिरेक्याला टिपून, ठार मारून कॉकपीटकडं जायचं होतं.

सिंथिया, सईद आणि उत्तम विमानाच्या वेगवेगळ्या एरियामध्ये जाऊन उरलेल्या गार्ड्सना मारणार होते.

"आर्मी वाहनं मीटिंग पॉइंटवर पोचली आहेत. आता बुऱ्हानला सोडायला काही मिनिटंच राहिली आहेत. घाई करा गाइज!" गुरमीत ओरडला.

आम्ही विमानाचा बेस कापायला लागलो, फास्ट पण काळजीपूर्वक कापत होतो. कॅमेरा आत घालायचं लहान भोक पाडायला तीस सेकंद लागले. कॅमेऱ्याला एक लांब, बारीक पाइप लावला होता, त्याच्या इमेजस आम्हाला आमच्या

स्मार्टवॉचवर दिसत होत्या. टार्गेट्स मोजायची वेळ होती.

"फर्स्टक्लास मध्ये एक!" उत्तमनं सांगितलं,

"बिजनेसमध्ये एक!" मी सांगितलं,

"इकॉनॉमी मध्ये दोन!" सिंथियानं सांगितलं.

सईद विमानाचं स्कॅनिंग करून बॉम्ब आहे का बघत होता.

"होल्स पाडू या. आपल्याला त्यांना एकाच वेळेस मारावं लागेल."

"सरकार आता थांबू शकत नाही" कृष्णननं सांगितलं, "आपण अजूनही विमानावर ताबा मिळवलेला नाही त्यामुळे ते बुऱ्हानला सोडतायत. चार अतिरेकी असणारी जीप त्याच्यासाठी वाट पाहते आहे. त्यांचा पाठलाग केला किंवा त्यांच्यावर हल्ला केला तर उलट हल्ला होईल अशी वॉर्निंग देण्यात आली आहे.

बुऱ्हान आता केवळ शंभर मीटरवर आहे आणि तो झपाझप चालतोय, घाई करा गाइज!"

जितकं फास्ट शक्य होतं त्या फास्ट स्पीडनं होल्स केली. अजूनही आतमध्ये ते टार्गेट्स दाखवणारे कॅमेरे होतेच. अचानक फर्स्ट क्लासमधल्या अतिरेक्याची नजर त्या कॅमेऱ्यावर पडली. त्याच्या चेहऱ्यावरच्या गोंधळलेल्या एक्सप्रेशन्सवरून समजत होतं की ती नक्की काय वस्तू आहे हे तो समजून घेण्याचा प्रयत्न करत होता. तो त्या कॅमेऱ्याकडं येत मोठ्यानं काहीतरी बोलला, इतर अतिरेक्यांनी त्याच्याकडे पाहिलं.

सिंथिया आणि मी तेवढ्या वेळात भोक पाडून आतमध्ये घुसलो होतो. आम्ही झपकन आमचे चाकू फेकले.

वेभान | २४

आम्ही फेकलेले चाकू फर्स्ट आणि सेकंड क्लासमधल्या टार्गेट्सवर बरोबर जाऊन लागले. त्यांना खाली कोसळताना पाहून बिजनेस क्लासमधला तो कॅमेऱ्याकडं पाहणारा अतिरेकी डिस्ट्रॅक्ट झाला. त्यानं माझ्यावर बंदूक रोखली. दुसरा चाकू बाहेर काढायला माझ्याकडं वेळच नव्हता.

मनात विचार आला, ‘चेकमेट!’

हे मिशन मीच संपवावं अशी माझी इच्छा होती खरी पण आता मला आशा वाटत होती की माझे टीममेट्स ते काम करू शकतील. तो समोरचा अतिरेकी माझ्याकडं पाहून हसत होता, जणू त्याला म्हणायचं होतं ‘गेम ओव्हर!’ तो ट्रिगर ओढणार इतक्यात एक चाकू येऊन त्याच्या जांघेत बसला, कृष्णननं त्याच्यावर नेम साधला होता. माझ्या हातात अजिबातच वेळ नव्हता. मी कॉकपीटकडे धावत सुटलो. उत्तमनं तेवढ्या वेळेत विमानाचं सॉफ्टवेअर हॅक केलं होतं आणि कॉकपीटचं दार उघडलं होतं.

मी हळूच कॉकपीटचं दार उघडलं आणि पाहिलं तर दोन अतिरेकी आतमध्ये होते. मी एकाला झपकन चाकू मारला, दुसऱ्याला सतर्क व्हायला तेवढं पुरेसं होतं. दुसऱ्यानं माझ्यावर बंदूक झाडली. मी त्याच्यामागे जाण्याआधीच मला तीन गोळ्या लागल्या. दोन गोळ्या पोटात लागल्या आणि एक मांडीत लागली. अशक्य वेदना होत असताना मी त्याच्यामागे गेलो आणि माझा डावा हात त्याच्या गळ्याभोवती घातला, शक्य होईल तितक्या जोरानं अतिरेक्याचा गळा आवळायला लागलो. तो माझ्या या

हल्ल्याने जरा मागे सरला आणि स्वतःला सोडवू लागला. तो जितकी झटापट करत होता तितका जोरात मी आवळत होतो. त्यानं सगळ्या दिशांनी सुटायची धडपड केली. तो पाण्याबाहेर काढलेल्या माशासारखा तडफडू लागला. या झटापटीतही त्यानं बंदूक झाडली, ही गोळी माझ्या उजव्या पायात लागली. पण माझी पकड काही सुटली नाही. आता त्याला अजिबात श्वास घेता येईना, त्याचे डोळे बाहेर आले. ऑक्सिजन मिळवायला त्याची जीभ तोंडाबाहेर लोंबायला लागली. लवकरच तो निपचित झाला. तो मेलाय याची खात्री होईस्तोवर मी जोर कमी केला नव्हता. शेवटी त्याचं शरीर निष्प्राण होऊन खाली पडलं. एखाद्या मांसाच्या गोळ्यासारखा तो अतिरेकी खाली पडला होता.

मी ऑर्डर दिली, ''गुरमीत आणि कृष्णन! त्यांना कळवा, आपण विमान ताब्यात घेतलंय आणि लवकरच टेक ऑफ करतोय.''

गुरमीतनं घाईघाईत सांगितलं, ''शुअर, पण एक प्रॉब्लेम आला आहे. ISISला आपला पत्ता लागलेला दिसतोय. काही जीप्स आणि माणसं आपल्या दिशेनं येतायत.''

सिंथिया डेडबॉडीज ओलांडत धावत कॉकपीटमध्ये आली. तिनं मेलेल्या पायलटला बाजूला सारलं आणि त्याच्या सीटवर बसत म्हणाली, ''परत जाण्यासाठी आपल्याकडं पुरेसं ऑइल आहे.''

''मग निघूया.'' मी ऑर्डर दिली.

तिनं इंजिन सुरू केलं आणि विमान रिव्हर्समध्ये घेतलं. टेक ऑफ करण्यासाठी रनवेवर जाणं गरजेचं होतं. तिनं विमान इतक्या जोरात मागे घेतलं की मी त्या धक्क्यानं जवळपास खालीच पडणारच होतो. मी सईद आणि उत्तमला त्यांच्या पोझिशन्स घ्यायला सांगितलं, जेणेकरून विमानात कुणी जागेवरून हलू नये. विमानात ओलीस कोण होते आणि शत्रू कोण होते हे अजूनही नक्की माहीत नव्हतं.

विमान पुढे सरकायला लागलं, त्याचा स्पीड काही मिनिटांतच वाढला असता. ते पुढे सरकू लागलं आणि सर्व बाजूंनी थरथरू लागलं. असं वाटायला लागलं की आम्ही रेस कारमध्ये बसलोय.

आम्ही रनवेवर पोचलो. ISISची वाहनं आता आमच्याकडे येताना दिसत होती. त्यांनी विमानाच्या दिशेनं फायरिंगही केलं, पण ते बरेच दूर होते त्यामुळे आम्हाला काहीच झालं नाही. सिंथियानं माझ्याकडं पाहिलं, मी होकारार्थी मान हलवली.

आम्ही रनवेवरून पळू लागलो. आधी धीम्या गतीनं मग वेगानं पळायला लागलं. ISISचे लोक आमच्या दिशेनं येत होते. ते धोकादायक अंतरावर जवळ

आले होते. विमानानं टेकऑफ करायला पुरेसा स्पीड घेतला. सिंथियानं लिव्हर ओढली आणि विमानानं आकाशात झेप घेतली. आम्ही जमीन सोडली त्या क्षणी विमानावर काही बुलेट्स येऊन थडकल्या. सुदैवानं काही फारसं नुकसान झालं नाही. मी खिडकीतून बाहेर पाहिलं तसं एक अतिरेकी आमच्या दिशेनं एक लांब बाझुका रोखत होता. मला वाटलं, या बाझुकाचा शॉट लागला तर आम्ही सगळेजण मरणार.

मी हलणार किंवा काही करणार त्याआधीच बाझुकामधून फायरिंग झालं, ''तिकडं बघ!'' मी सिंथियासाठी ओरडलो.

सिंथियानं पाहिलं आणि विमान उजवीकडं वळवलं. विमानानं वळण्यासाठी लागतो तितका स्पीड अजूनही घेतला नव्हता. तिचा विमानावरचा कंट्रोल गेला पण बाझुकाचा नेम तर चुकला. तो नेम जस्ट काही इंचांनी चुकला होता. विमान जरा खालीवर हिंदकळून मग स्थिर झालं. आम्ही अजूनही जंगलाच्या बाहेर पडलेलो नव्हतो.

''ते अँटीएअरक्राफ्ट गन्स रोखतायत!'' गुरमीतचा आवाज माझ्या कानात घुसला.

''किती असतील?'' सिंथियानं विचारलं, कुठून मिसाईल येतंय का ते ती बघायला लागली.

''खूप आहेत.'' कृष्णन इतकंच म्हणू शकला.

समुद्रसपाटीपासून पुरेशी उंची गाठल्यावर आम्हाला अँटीएअरक्राफ्ट गन्स दिसायला लागल्या. दहापेक्षा जास्त गन्स असतील. सिंथिया आणि मी एकमेकांकडं धोक्याची सूचना देत पाहिलं. सिंथिया म्हणाली, ''त्यांना चुकवणं अशक्य आहे.'' तिचा आवाज प्रत्येक शब्दासहित वाढत होता.

मी नर्व्हस होत म्हणालो, ''हो, या हरामी गन्सना नाही चुकवता येणार. त्या फायरिंग करायला लागल्या तर काही सेकंदांतच हे विमान हवेतच उद्ध्वस्त होईल. लेट्स होप कुणीतरी त्यांना बघून घेईल.''

सिंथियानं वर पाहत डोळे मिटून घेतले, जणू ती कुठलातरी चमत्कार व्हावा म्हणून प्रार्थना करत होती. अचानक एक मोठा आवाज कॉकपीटमध्ये घुमला तेव्हा तिनं डोळे उघडले. आम्ही खिडकीतून खाली पाहिलं तर केवळ आग दिसत होती, जणू कुठल्या ड्रॅगननं त्यांना खाल्लं असावं.

लागोपाठ दहा भारतीय आणि अमेरिकन फायटर जेट्स आली. सिंथियानं लगेच सगळे कंट्रोल चालू करत कमांड सेंटरशी जोडून दिले.

कर्नल चौधरी बोलायला लागले. त्यांनी माहिती दिली की विमान आकाशात असणार होतं तितक्या वेळ ते धोक्यातच असणार होतं. मी विचारलं, ''परत

यायचं अंतर खूप आहे. आम्ही विमान कसं वाचवणार आहोत, सर?''

चौधरी उत्तरले, ''हे बघ, दहा मिनिटं दम धर आणि मग आजूबाजूला पाहा.''

मी थोडा वेळ आतुरतेनं वाट पाहत बसलो. थोड्या वेळाने खिडकीतून बाहेर पाहिलं. मी आजवर इतक्या मिशन्समध्ये खूप गोष्टी पाहिल्या होत्या, पण यासारखं दृश्य पाहिलं नव्हतं. मी जे काही बघत होतो त्यावर माझा विश्वासच बसेना. वेगवेगळ्या प्रकारची, आकाराची, रंगांची असंख्य फायटर जेट्स आकाशात आमच्या आजूबाजूला आली होती. ती सगळी फायटर जेट्स अशा तऱ्हेनं उडत होती की मध्ये अजिबातच जागा नव्हती. या विमानांनी आमच्या विमानाला असं कव्हर केलेलं होतं की आमच्यावर हल्ला करणं अशक्य होतं. मला जाणवलं की यातले बरेच फायटर जेट्स तर भारतीय किंवा अमेरिकन दिसत नाहीयेत.

अचानक माझे गुडघे दुमडले कारण पोटाला गोळ्या लागल्या होत्या, तिथल्या वेदना सहन होईनात. आता मी उभं राहू शकत नव्हतो. मी को-पायलटच्या सीटवर कोसळलो. कोसळताना जाणवलं की माझ्या शरीरातून प्रचंड प्रमाणात रक्त जात होतं. याच रेटनं रक्तस्राव होत राहिला तर मी काही मिनिटांतच मेलो असतो. रिसर्च टीमनं आम्हाला प्रत्येकाला दोन इंजेक्शन दिली होती. प्रत्येक इंजेक्शनमुळे रक्तस्राव निदान तीसेक मिनिटं तरी कमी होत असे. एक इंजेक्शन तर आता घ्यायलाच हवं होतं. मी पॅकेटमधून इंजेक्शन काढलं, सीरिंज फाडून काढली. थरथरत्या हातांनी सूईवरची कॅप काढत इंजेक्शन मानेत टोचलं.

सिंथियानं त्याच वेळी माझ्याकडं पाहिलं आणि दारातून फर्स्ट क्लासकडे बघायला सांगितलं. मी पाहिलं तसं मला दिसलं की पॅसेंजर्स सीट्सना चिकटून बसलेयत आणि त्यांच्या चेहऱ्यावर दहशत आहे. आम्ही कोण आहोत हे त्यांना माहीत नाहीये आणि विमान का उडायला लागलं ते समजत नाहीये. सईद आणि उत्तम विमानाचं स्कॅनिंग करून आले. सगळं काही व्यवस्थित होतं.

मी विचार केला की प्रवाशांना आमची ओळख करून द्यायची हीच योग्य वेळ आहे. मी हेडफोन चढवले आणि बोलायला सुरुवात केली.

''हॅलो एव्हरीवन. हा तुमचा कॅप्टन आयर्न मॅन बोलतोय, मी तुम्हाला सांगू इच्छितो की आम्ही सगळे भारतीय सैनिक आहोत आणि हे विमान आता जिथलं आहे तिथं परत चाललंय– म्हणजे आपण भारतात परत चाललोय.''

पुढची पाच मिनिटं मी काही बोलू आणि ऐकू शकलो नाही. प्रवासी जागेवरून उठले आणि त्यांनी सुटकेच्या आनंदात जल्लोश केला. ते सगळे अनोळखी लोक एकमेकांना मिठ्या मारत होते, पाप्या घेत होते. काही जण वर

पाहत त्यांच्या त्यांच्या ईश्वराचे आभार मानत होते. आईबाप त्यांच्या पोरांना घट्ट कुशीत घेऊन रडत होते. इथं धर्म आणि जातीचा भेदभाव नव्हता.

कुणाविषयी भीती आणि संशय नव्हता. इथं केवळ आनंद आणि प्रेम होतं.

'आम्ही नेहमी असंच एकत्र असायला हवं ना भारतीयांनो? दर वेळी अशी भयंकर घटनाच घडल्यावर आम्हाला का जाणीव होते की आम्ही एक आहोत? आपण सोडून दुसरं कुणी आपल्या मदतीला येणार नाहीये. सगळं काही ठिकठाक असताना आपण एकमेकांचा द्वेष का करतो? मृत्यूचं दर्शन झाल्यावरच आपल्याकडं जे काही आहे त्याबद्दल कृतज्ञता वाटायला हवी का?' माझ्या मनात विचार तरळले.

काही प्रवासी आमच्या जवळ येऊन आम्हांला थँक्स म्हणू इच्छित होते, पण मी सगळ्यांना दूरच राहायला सांगितलं. उगीच रिस्क घेण्यात अर्थ नव्हता. त्यांनीही आमच्या भावना समजून घेतल्या आणि दुरूनच आम्हाला साश्रू डोळ्यांनी थँक्स दिलं. मला खरंतर वाटतं होतं, की त्यांना मिठी मारून सांगावं, की सगळं काही ठीक आहे. असेच कायम आनंदात राहा. एकमेकांशी भांडू नका, एकमेकांचा तिरस्कार करू नका. मला वाटत होतं माझ्या देशात काहीतरी बरे बदल होवोत.

मला वाटत होतं, की माझ्या देशात ॲक्सिडेन्ट झाल्यावर आम्ही कारमधून बाहेर येऊन शिवीगाळ आणि आरोप लावण्यापेक्षा, हाणामारी करण्यापेक्षा एकेमकांची चौकशी करावी. माझी इच्छा होती, की आम्ही भारतीयांनी आपापल्या धर्माच्या प्रार्थनास्थळांमधून बाहेर आल्यावर थांबून एकमेकांची चौकशी करावी. बारमध्ये सामोरे आलो तर एकेमकांना धमकावण्यापेक्षा एकत्र दारू पिऊन मजा करावी. तरुणींचा पाठलाग करण्यापेक्षा त्यांचा रिस्पेक्ट करावा. मला वाटत होतं कुणा प्रेमात असलेल्या मुलगा आणि मुलीला एकत्र पाहिलं तर त्यांना पिडण्यापेक्षा एकांत द्यावा.

एकमेकांच्या मंदिर, मशिदी उद्ध्वस्त करण्याऐवजी त्या बांधण्यात एकमेकांना मदत करावी.

प्रवाशांचं सेलिब्रेशन संपल्यानंतर आम्ही त्यांना शांत बसायची आणि जागेवरून न हलण्याची सूचना केली. अजूनही बरंच अंतर पार करायचं होतं. आमच्या विमानाच्या आजूबाजूला कव्हर देणाऱ्या त्या वेगवेगळ्या प्रकारच्या फायटर विमानाविषयी मला कुतूहल वाटत होतं, मी कर्नलना त्याविषयी विचारायचं ठरवलं.

कर्नल म्हणाले, "अल जिहाद आणि ISISच्या कोलॅबोरेशनचं बऱ्याच दहशतवादी संघटनांनी कौतुक केलं. त्यांनी शपथ घेऊन त्यांना संपूर्ण पाठिंबा जाहीर केला. ते समजत होते की हा दहशतवाद्यांचा उरलेल्या जगावर विजय आहे. पण आपल्या रेस्क्यू ऑपरेशननं सगळे दहशतवादी हलले आहेत, त्यांनी

आपलं विमान भारतात पोचायच्या आधी खाली पाडायची शपथ घेतलीय. उरलेल्या दुनियेतूनदेखील तशीच तीव्र रिॲक्शन आलीय. दहशतवादांनी पोळलेल्या प्रत्येक देशानं आपल्याला मदत देऊ केलीय, या देशांनी दहशतवाद्यांना प्रॉमिस केलंय की ते आपलं विमान सुखरूप भारतात पोचवूनच दाखवतील. आता या क्षणी पन्नास देशांची फायटर जेट्स तुमच्याभोवती आहेत.

खरं सांगायचं तर आपल्याला इतक्या जेट्सची गरज नाही; सुरक्षेसाठी दहा जेट्सपण पुरेशी आहेत. पण हा जेट्सचा समुद्र म्हणजे दहशतवादाविरुद्ध जगाची एकी आहे; हे एक प्रॉमिस आहे, की जोपर्यंत आम्ही एकत्र आहोत आणि लढत आहोत तोपर्यंत हे मुक्त जग असंच मुक्त आणि एकत्र राहील. मला वाटतं तुम्ही ऑफिसर्स आता शांत बसा आणि रिलॅक्स करा. आता तुमच्यापर्यंत कुणी पोहोचू शकेल असं वाटत नाही.'' कर्नलच्या बोलण्यात अभिमान झळकत होता.

टेकऑफ करून आम्हाला एक तास होऊन गेला होता, आता आमचा धोका जवळपास शून्यावर आला होता. आमच्या आजूबाजूला केवळ जेट्स दिसत होती. दरम्यान माझा रक्तस्राव सुरूच होता. मी माझी दोन्ही इंजेक्शन्स ऑलरेडी घेतली होती आणि सिंथियाकडे तिची इंजेक्शन्स मागितली. माझी रक्ताळलेली अवस्था बघता तिनं ती लगेच दिलीही. मी तिची दोन्ही इंजेक्शन्स घेण्याचं ठरवलं. अजूनही चार तासांचा प्रवास होता. थोड्या वेळानं मला वाटायला लागलं, की आता काही मी जगत नाही. पण मी जे काही करू शकत होतो ते करत राहणं माझं काम होतं. मी संपूर्णपणे संपेपर्यंत हे माझ्यासाठी भाग होतं.

मी उत्तम, सईद आणि सिंथियाशी बोललो– सगळं काही अंडर कंट्रोल होतं. गुरमीत आणि कृष्णन मीटिंग पॉइंटवर परत यायला निघाले होते. ते सुखरूप पोचतील अशी आशा होती.

अचानक मला जाणवलं की बुऱ्हानचं काय झालं हे मला समजलंच नाहीये. मी कर्नलना रेडिओवर विचारलं, ''कर्नल, मला बुऱ्हानबद्दल शेवटची गोष्ट समजली होती ती म्हणजे बुऱ्हान त्याच्या माणसांकडे जायला निघाला होता. आपण त्याचा ताबा पुन्हा मिळवू शकलो का?''

त्यांनी विचारलं, ''हा, ते होय, ती एक सॅड स्टोरी झाली. तुझ्याच्यानं ऐकवणार आहे ना?''

''हो.'' मी उत्तरलो. मी आतुरतेनं त्यांच्या बोलण्याची वाट पाहत होतो. मला माझ्या रक्तस्रावावरून लक्ष हटवायचं होतं.

कर्नल सांगायला लागले, ''आम्ही तुझ्या सिग्नलची बराच वेळ वाट पाहिली. काहीच सिग्नल आला नाही त्यामुळे बुऱ्हानला सोडून देण्यापलीकडे काही ऑप्शन नव्हता. बुऱ्हानला पळत जायचं होतं पण आम्ही त्याचा चालण्याचा वेग

कमी व्हावा म्हणून त्याच्या पायात मोठ्या बेड्या अडकवल्या होत्या, पण तरीही खूप उशीर झाला होता. तो जीपमध्ये बसला आणि त्यांच्या ड्रायव्हरने जीप सुरू केली. आम्ही काही करू शकलो नाही. जीप थांबली आणि बुऱ्हाननं आमच्याकडं पाहून हात हलवला जणू तो आम्हाला चिडवत होता. तो हसत खिदळत होता. त्याच क्षणी आम्हाला तुझ्याकडून खबर मिळाली.

"दहा सेकंदांपेक्षा कमी वेळात बुऱ्हान सोडून जीपमधले सगळे ठार मारले गेले. आपल्या स्नायपर्सनी त्यांना नेम धरून ठार मारलं होतं.

"बिचाऱ्या बुऱ्हानकडे जीप होती पण कुणी ड्रायव्हर नव्हता. तो जीपमधून उतरला आणि जसा गेला होता तसाच परत चालत आमच्याकडे आला."

"खरंच, किती सॅड स्टोरी!" सिंथिया म्हणाली तसे आम्ही सगळे हसलो.

दोन तास लोटले तसं मला वाटायला लागलं मी मृत्यूच्या जवळ आलोय, दुसऱ्या स्टेजमध्ये पोचलोय. माझी नजर आता अंधूक व्हायला लागली आणि मला श्वास घ्यायला त्रास व्हायला लागला. मला दरदरून घाम फुटला. आता सईदची इंजेक्शन्स घेण्यापलीकडं ऑप्शन नव्हता. आता अजून दोनच इंजेक्शन्स उरली होती. मी किती वेळ तग धरेन हे समजत नव्हतं. जगभरातल्या दहशतवाद्यांनी मिळून दिलेली धमकी बघता आम्ही भारत सोडून कुठेही विमान लँड करायची रिस्क घेऊ शकत नव्हतो. आमच्या कुणाच्या जिवापेक्षा मिशन महत्त्वाचं होतं.

मला याक्षणी NDAचा मोटो आठवला–सेवा परमो धर्म:।

मृत्यूची चाहूल प्रत्येक मिनिटागणिक माझ्या मनात गडद होत होती. सिंथिया मला हलवत होती, "झोपू नकोस! जागं राहण्याचा प्रयत्न कर." ती म्हणाली. मला जाणवलं की मी तीसेक सेकंद झोपलो होतो. सिंथियाकडं आता कमांड देण्याची वेळ आली होती. ते सगळे जण तयारीचे होते. मी नसताना सिंथिया सगळं काही नीट पार पाडेल याची मला खात्री होती.

मी ऑर्डर दिली, "सिंथिया यापुढं आता आपल्या मिशनची लीडर असेल. शक्य त्या ठिकाणी मी माझे प्रयत्न जोमानं करेनच."

अचानक, मी माझ्या घरी नॉयडाला होतो. आई-बाबांनी आतापर्यंतची सगळ्यात भारी पार्टी दिली होती. ते माझ्या मिशनचं सक्सेस आणि माझं घरी येणं सेलिब्रेट करत होते. सगळे जण तिथं दिसत होते. आजी मस्करी करायला तिचा पुढचा भिडू शोधत होती. जुळे काका जिन्याखालच्या खोलीत त्यांच्या स्पेशल दारू पार्टीची तयारी करत होते. लहान पोरं नागव्यानं घरभर फिरत होती. बायका ऑरेंज ज्यूस पीत होत्या.

यावर, डेव्हिड आणि मनूपण तिथं आले होते. ते एक कोपरा पकडून बसले होते. मनू काहीतरी सांगत होता. यावर आणि डेव्हिड हावरटासारखे डोळे करून

ऐकत होते. मनू नक्की कुठलीतरी सेक्स स्टोरी सांगत असणार.

मी लिव्हिंगरूममध्ये बसलो होतो. आईची किटीगँग आली होती. सगळ्या बायका रडत होत्या. आई सगळ्यात जास्त ढसढसा रडत होती. आईच्या मैत्रिणी तिला अशा पद्धतीनं समजावत होत्या जणू तिलाच चार गोळ्या लागल्यात, मला नाही. त्या बोलतील ते सगळं आईला पटत होतं.

बाबा केटररशी अजून थोड्या डिस्काउंटसाठी घासाघीस करत होते. कारण या वर्षातली ही तिसरी पार्टी होती.

मनू, यावर आणि डेव्हिडचे कुटुंबीयपण पार्टीसाठी आले होते. माझा भाऊ आणि वहिनीपण तिथं आले होते. माया, मीरा आणि शायरा खोलीतच 'रिंगा रिंगा रोझेस' खेळत होत्या. माझे शाळा-कॉलेजातले मित्र बाहेर आले होते. कारोबार सुरू झाला होता.

आई आली आणि येऊन माझ्या समोर बसली. ती माझ्याकडे अशी बघत होती, की जणू जमेल तितकी बघून मला शोषून घेणार आहे. मी तिला सांगितलं, मी पुन्हा आता कुठे जाणार नाही. तिचा विश्वासच बसला नाही. ती म्हणाली, 'मागच्या वेळी पण हेच म्हणाला होतास तू!'

तेवढ्यात उत्तमनं मला हाक मारली. अरे, उत्तम तिथं काय करत होता? त्याला पार्टीला कुणी बोलावलं? आणि त्याला माझा हा पत्ता कसा ठाऊक? उत्तमचा आवाज फार कर्कश येत होता.

शेवटी तो आवाज असह्य होऊन मी डोळे उघडले.

मी को पायलटच्या सीटवर बसलो होतो. माझ्या घरी नव्हतो. पार्टीही सुरू नव्हती. उत्तम मला काहीतरी सांगत होता, पण मला काही ऐकूच येत नव्हतं. त्याचा आवाज आणि चेहरा अंधूक होऊ लागला. उत्तमचे हातवारे वाढत गेले. मला माझ्या मानेत दोन धक्के जाणवले. मला समजलं की ती शेवटची दोन इंजेक्शन्स असणार. चला, आता इंजेक्शन्स संपली होती. किती वाजले होते ते माहीत नव्हतं, पण अजूनही आम्ही भारतापासून बरेच दूर होतो.

मला माझ्या शरीरात एक धक्का जाणवला आणि शुद्धीवर आल्यासारखं वाटलं. मला सगळं दिसू लागलं आणि ऐकू येऊ लागलं. उत्तम माझ्यासमोर उभा होता. तो बहुतेक मला काहीतरी विचारत होता. तो मला मी कसा आहे असं विचारत होता हे समजायला जरा वेळच लागला.

मी म्हटलं, "नाही, बरं वाटत नाहीये."

उत्तम म्हणाला, "डोळे उघडे ठेव, भारतात पोचायला केवळ दोन तास राहिलेत."

मी कसंबसं हसत म्हणालो, "जमेल तितके प्रयत्न करतो."

उत्तमनं माहिती दिली, ''विमानात एक डॉक्टर आहेत.''

''डॉक्टरनी काही फरक पडत नाही आता! तुम्ही विमान नीट लँड करा आणि सगळ्या प्रवाशांना लवकरात लवकर बाहेर काढा.'' हे बोलताना माझे शब्द एकमेकांत मिसळत गेले.

''रिलॅक्स आणि डोळे उघडे ठेवायचा प्रयत्न कर, मी डॉक्टरांना आणतो.'' असं म्हणत उत्तम तिथून निघून गेला.

''माझ्या घरच्यांना सांग, माझं त्यांच्यावर खूप प्रेम होतं आणि मला त्यांच्यासोबत फारसा वेळ घालवता आला नाही म्हणून त्यांना सॉरी सांग. ते समजून घेतील अशी आशा आहे.''

मी सिंथियाला सांगितलं, तर ती एक शब्द न बोलता समोर बघत राहिली.

मला बरंच काही बोलायचं होतं पण आता बोलणं शक्य नव्हतं. मी आता निरर्थक बडबडू लागलो होतो. दोन माणसं माझ्या दिशेनं येताना दिसली. एक जण काहीतरी बोलत होता, पण मला ते समजत नव्हतं. काहीतरी विचित्र आवाज ऐकू येऊ लागले. नजरेला दिसेनासं झालं. समोरचे चेहरे पूर्ण अंधूक झाले. आवाज ऐकू येईना झाला, तसा माझ्या आजूबाजूचा प्रकाशही कमी झाला.

तू पाहशील! २५

मी उडायला लागलो, या वेळी मी ढगांच्या दिशेनं उडायला लागलो होतो. आभाळातून हे जग किती सुंदर दिसत होतं. मी ढगांवर पोचलो तसा ती दृश्यं बघून केवळ आश्चर्यचकित झालो. अतिशय सुरेख निसर्गरम्य प्रदेशावरून जात होतो. खाली लुसलुशीत हिरव्या बागा आणि विशाल, देखणी घरं दिसत होती. पाण्याची सुरेख कारंजी होती. कारंज्यांमध्ये आणि आजूबाजूला स्त्रिया होत्या. खूपच स्त्रिया होत्या तिथं. त्या वेगवेगळ्या आकारांच्या, उकारांच्या आणि वंशांच्या स्त्रिया होत्या. काही जणी कारंज्यात बसल्या होत्या, काही जणी नृत्य करत होत्या आणि खेळत होत्या.

त्या सगळ्या जणी निर्वस्त्र होत्या. त्यातली प्रत्येक स्त्री अतिशय देखणी दिसत होती. तुम्ही एकीकडं पाहून म्हणालात, की हिच्याहून देखणी कुणी नसेल की लगेच दुसरी दिसायची, तिच्याहून अजून सुंदर दिसणारी. त्या स्त्रियांची ओली त्वचा सूर्यप्रकाशात चमकत होती, त्वचेचा मऊ मुलायमपणा अगदी दिसत होता. स्त्रिया धावत होत्या तेव्हा त्यांची शरीरं एखाद्या सुरेल गाण्याच्या लयीसारखी लयबद्ध रीतीनं हलत होती.

मी मोजायला लागलो-त्या ७० जणी होत्या.

माझ्या मनात विचार आला, 'ती दंतकथा खरीच आहे म्हणायची!'

त्या सुंदऱ्यांनी मला पाहिलं तसं त्या हात उंचावून, उड्या मारून मला खाली त्यांच्याकडं बोलावू लागल्या. मी स्वतःला खालच्या दिशेनं वळवलं आणि खाली येण्याचा प्रयत्न केला, हळूहळू मंद गतीनं मी त्या मधल्या कारंज्याच्या वर आलो. त्या

स्त्रियांनी माझ्यासाठी जल्लोश केला. त्या माझं नाव पुकारत होत्या आणि संपूर्ण रात्रभर माझ्यावर प्रेम करायची वचनं देत होत्या.

कधी एकदा खाली पोचतोय आणि त्या सगळ्यांना मिठीत घेतोय असं झालं, म्हणजे मी मेलो होतो का? मला काही फरक पडत नव्हता म्हणा. या क्षणी मला फक्त खाली जाऊन त्या स्त्रियांसोबत रोमान्स करायचा होता.

पण का कोण जाणे, मी जमिनीपासून ६-८ फुटांवर असताना अचानक उडायचा थांबलो. त्याऐवजी माझं शरीर दक्षिण दिशेला खेचलं जाऊ लागलं. त्या स्त्रियांचाही जे होतंय त्यावर विश्वास बसेना आणि त्या मला पकडायला उड्या मारायला लागल्या.

त्या स्त्रियांचे हात मला स्पर्श करत होते आणि मीही माझ्या हातांनी त्यांच्या मऊ मऊ हातांना स्पर्श करत होतो. अचानक एक मोठी भिंत वाटेत आली. मी त्या भिंतीच्या पलीकडं गेलो, आता त्या स्त्रिया मला दिसेनात. त्यांचे मधूर आवाजही ऐकू येईनासे झाले. मी या धक्क्यातून सावरायचा प्रयत्न करत असतानाच मला खाली अत्यंत घाणेरडी जागा दिसायला लागली. इतकी घाणेरडी जागा मी आयुष्यात पाहिली नसेन. त्या लहानशा जागेत इतकी माणसं दाटीवाटीनं बसली होती, की जमीन दिसत नव्हती. जिथं जमीन दिसत होती तिथं पिवळं कोरडं गवत होतं. तिथं गांजा आणि जंगली वनस्पती उगवल्या होत्या. त्या जागी इतकं गरम होत होतं, की मला दरदरून घाम फुटला.

तिथं मधोमध एक चिखलाचं डबकं होतं, सर्व वयाचे लोकं त्या डबक्याच्या आजूबाजूला नग्नावस्थेत उभे होते. त्या लोकांची त्वचा काळवंडलेली, जळलेली होती. ते अगदी कुरूप दिसत होते. त्यांची नजर माझ्यावर पडली तसे ते माझ्यावर दगड, चिखल फेकायला लागले.

मला वाटलं की ऑलरेडी खूप गर्दी असलेल्या त्यांच्या नरकात अजून एक आत्मा आला म्हणून ते चिडले असतील.

विचार आला, 'हा नरक आहे का? मी आधी क्रॉस केला तो स्वर्ग होता का?'

मी याच विचारात मग्न असताना उडता उडता एकदम धाडकन खाली पडलो. ज्या ताकदीनं मला उडत ठेवलं होतं तिनं मला सोडून दिलं असावं.

त्या घाणेरड्या लोकांचा जमाव माझ्यावर हल्ला करणार इतक्यात कुठून तरी एक ओळखीचा आवाज ऐकू आला. त्या आवाजानं त्या जमावाला रोखलं.

'आजी?' मी ओरडलो.

'हो, मीच आहे, अर्जून! मला जरा एक सेकंद दे!

ए भिकारड्या आत्म्यांनो, किती वेळा तुम्हाला सांगितलं, की माझ्या माणसांपासून

दूर राहायचं? बहिरे आहात का तुम्ही सगळे? प्रॉब्लेम तरी काय आहे तुमचा?' आजीनं खंतावून विचारलं.

पण काही उपयोग झाला नाही, कारण तो जमाव माझ्या दिशेनं सरकतच राहिला.

'तुम्ही ऐकणार नाही माझं? मग माझ्याकडे दुसरा पर्याय नाही.'

आजीनं खोल श्वास घेतला आणि तिचा गडगडाट सुरू झाला, 'ए रिचर्ड! जिवंत असताना तू तर एक भ्याड पुरुष होतास. कोणता पुरुष वीस वर्षं बायकोकडून मार खातो रे?

आणि तू स्वरोस्की, तू इतर बायकांसोबत लफडी करण्यात इतका गुंतलेला होतास, की तुला समजलंच नाही की तुझी बायको तिकडं फुटबॉल खेळतेय. बेस्ट पार्ट असा होता, की तिच्या टीममध्ये ती एकटीच होती आणि दुसऱ्या टीममध्ये अकरा पुरुष होते.' आजी ओरडली.

आजीच्या तोंडून मशिनगनच्या गोळ्यांपेक्षा जास्त वेगानं शब्द फुटायला लागले. प्रत्येक वाक्य रेझरसारखं धारदार आणि कोब्राच्या विषासारखं विषारी होतं. त्या जमावातले लोक इकडेतिकडे पळत सुटले. त्या लोकांनी त्यांचे कान झाकून घेतले. आजीच्या भयंकर शब्दांच्या ॲटॅकपासून स्वतःला वाचवू लागले.

थोड्या वेळात तिथं केवळ आजी आणि मीच उरलो. आजी एखाद्या कमांडोसारखी दिसत होती, ज्यानं नुकतंच शत्रूंचं एखादं खेडं उद्ध्वस्त केलं असावं. तिनं माझ्याकडे पाहिलं आणि मला तिच्या मागे यायला सांगितलं.

आम्ही काही मिनिटं थोडं अंतर चालत गेलो. तिथं एका लहानशा घरासारखं काहीतरी होतं. वर एक बोर्ड होता, 'DAMY'S RESTAURANT'.

आत गेलो तर यावर, डेव्हिड आणि मनू दिसले. माझा विश्वास बसेना. मी त्यांना एकेक करत मिठी मारली. त्या रेस्टॉरंटमध्ये मंद उजेड होता. तिथं सगळं काही जुनं होतं, पण छान सजवलेलं होतं. तिथं काही लहान टेबल्स होती आणि एक मोठं सेंटर टेबल होतं. मनूनं सेंटर टेबलकडं हात केला. आम्ही आपापल्या जागा घेऊन बसलो. मनूनं एक जुनी घाणेरडी बाटली काढली. त्यात चिखलासारखं काहीतरी दिसत होतं ते पाच गलिच्छ ग्लासमध्ये ओतलं.

तो म्हणाला, 'हा ग्लास अर्जुनच्या नावानं! तुला इतक्या काळानं बघून फार छान वाटलं मित्रा!'

आम्ही ग्लासेस किणकिणवत चिअर्स केलं आणि मी पहिला घोट घेतला. तो मी आयुष्यात चव घेतलेला सगळ्यात भयंकर चवीचा पदार्थ होता. मी काहीही कळायच्या आधीच तिथंच जमिनीवर भडाभडा ओकलो.

'होईल, तुलाही सवय होईल!' मनू मख्खपणे म्हणाला.

‘पण आहे काय हे?’ मी थुंकत थुंकत विचारलं.

डेव्हिड म्हणाला, ‘अरे मित्रा, नरकामध्ये मिळणारी बेस्ट दारू आहे ही! ती कशाची आहे हे मात्र विचारू नकोस, नाहीतर तू स्वतःचा गळा चिरून टाकशील, म्हणजे पुन्हा तुला काहीच प्यायला लागणार नाही.’

मी विचारलं, ‘मी मेलोय का? मी इथं येऊन पडण्याआधी उडत आलो ती जागा कोणती होती? हे सगळं काय चाललंय लोकांनो?’

आजी म्हणाली, ‘अरे ए केबीसी, जरा शांतपणे घे! सगळं सांगतो तुला. आधी मला ही घोड्याची शी पिऊ दे!’

मी खदाखदा हसायला लागलो. ‘हो हो, ते जे काही आहे ते खरंच घोड्यांच्या शी सारखचं घाणेरडं लागतंय.’

‘हा, खरं सांगायचं तर ती खरंच घोड्याची शी आहे. ते घोड्यांना दारू पाजतात आणि आम्ही घोड्यांची शी गोळा करून पितो. इथं त्यातल्या त्यात हेच बेस्ट मिळतं.’

‘आता यावरून तू आमची लायकी काढू नकोस हा!’ मनू म्हणाला.

मी ग्लास खाली ठेवला आणि घशात बोटं घालून जे काही थोडसं प्यायलं होतं ते सगळं ओकून काढायला लागलो, मला माझ्या सिस्टीममध्ये ते जे काही होतं त्याचा एकही थेंब ठेवायचा नव्हता.

माझं हे सगळं प्रकरण झाल्यावर यावरनं टाळ्या वाजवत स्वतःकडे लक्ष वेधून घेतलं, ‘ऑल राइट! आता सगळं काही समजावायची वेळ आलीय. तर हो, तू मेला आहेस. आधी तुला उडताना जी जागा दिसली होती ती देण्यात आली होती. तो स्वर्ग होता. तुला माहीत नाही आम्ही तुला नरकात जागा देण्यात यावी म्हणून त्यांना पटवायला किती कष्ट केलेत. किती वेळ समजावलं तेव्हा ते तयार झाले, चिअर्स!’ यावर म्हणाला.

मी सोडून त्या सगळ्यांनी ग्लास उंचावले आणि एका घोटात संपवले.

मी संतापून विचारलं, ‘एक मिनिट! मी स्वर्गात उतरणं अपेक्षित होतं? आणि तुम्ही लोकांनी ते होऊ दिलं नाही. का?’

‘चला तुम्ही मित्र बोलत बसा, मी जरा येते.’ आजी असं म्हणत तिथून निघून गेली.

डेव्हिडनं रूममध्ये पसरलेली शांतता भंग केली. ‘अरे, ‘का’ म्हणजे काय? आम्हाला वाटलं तुला आमच्यासोबत इथं राहायला जास्त आवडेल,’ डेव्हिडच्या बोलण्यातून नुसता कॉन्फिडन्स टपकत होता.

‘अरे, ही काय चेष्टा चाललीय का? त्या सुंदर सुंदर बायकांसोबत राहायचं सोडून मी इथं तुमच्यासोबत कशाला राहीन?’ मी भयंकर संतापलो होतो.

मी उसासा सोडत म्हणालो, ‘मला माहितीय की मला स्वर्गात इतर पुरुषांसोबत राहून त्या बायकांना शेअर करावं लागलं असतं, पण ठीकंय, त्याची कोण पर्वा करतो? त्या सगळ्या जणी खूपच सुंदर होत्या.’

ते तिघं एकमेकांकडे बघत होते, जणू त्यांना काही बोलायचं असावं.

‘काय?’ मी गुरगुरलो.

मनू चाचरत बोलला, ‘तिथं अजून दुसरे कोणते पुरुष नाहीयेत, तो तुझ्या एकट्याचा स्वर्ग होता. इथं प्रत्येकाला स्वतःचा वेगळा स्वर्ग मिळतो. ते संपूर्ण आवार तुझं होतं. त्या सगळ्या बायका तुझ्या एकट्यासाठी होत्या.’

आता माझा चेहरा संतापानं लाल झाला. मी टेबलावरचा ग्लास मनूकडे फेकला. त्यानं तो चुकवला आणि वाचला. मी त्याची फिकीर न करता माझा ग्लास डेव्हिडवर फेकला. डेव्हिडच्या डोक्याच्या इंचभर अंतरावरून तो गेला. मग मी पुढं होत तिथली बाटली यावरवर फेकली.

मी रुसून म्हणालो, ‘का केलंत तुम्ही असं? मी तुमची आठवण काढत होतो, पण त्या सुंदर स्त्रियांच्या मिठीत राहूनही मी तुमची आठवण काढली असती. ते जास्त छान झालं असतं.’

‘...आपण पहिल्यांदा भेटलो होतो ते आठवलं का?’

‘आपण A G समोर घातलेले क्रीम रोल्स आठवले का?’ मी अंदाजे विचारलं. त्या तिघांना त्यांचं आधीचं आयुष्य आठवत असेल का नसेल मला माहिती नव्हतं.

यावरनं लगेचच सांगितलं, ‘मनू तर दहा क्रीम रोल्स मधेच आउट झाला होता’

डेव्हिडनं अभिमानानं सांगितलं, ‘मला गोवा आठवतो यार!’

बघता बघता आम्ही सगळे जुने आनंदाचे दिवस आठवायला लागलो. आम्ही ॲकॅडमीचे दिवस, सुपरनोव्हा, गोवा आणि असं बरंच काही बोलत बसलो. नक्की किती वेळ सरला ते मला समजलंच नाही. आम्ही टेबलांवर चढून गाणी गायली आणि डान्स केला.

मी म्हणालो, ‘नरकात असणं इतकंही वाईट नाही यार! आय मिस्ड यू गाइज सो मच! करेक्ट होतं तुमचं, ही जागा सत्तर बायकांनी भरलेल्या स्वर्गापेक्षा छान आहे.’

आम्ही एकमेकांकडे मिनिटभर बघत राहिलो, मग हसायला लागलो.

अचानक बाहेरून एक धाडकन आवाज आला आणि बाहेरचं दार बंद झालं. आम्ही ते दार उघडायचा प्रयत्न केला पण ते उघडेना.

मी स्वतःलाच विचारलं, 'हे दिवसा रेस्टॉरंटचं दार का बंद करतायत आणि इथं कुठं सिक्युरिटीवाले का नाहीयत?'

'गाइज, हे सगळं काय चाललंय?' मी सावध होत विचारलं.

मनूनं समजावलं, 'ऐक! आम्ही तुला सगळं काही खरं सांगितलं नाहीये. तू मेलेला नाहीस आणि... तो स्वर्गही तुझ्यासाठी नव्हता आणि हा नरकपण तुझ्यासाठी नाहीये.'

मी गोंधळून त्याच्याकडे पाहत राहिलो, 'याचा अर्थ तरी काय आहे? मी मेलेलो नाही तर मी इथं काय करतोय?'

डेव्हिडनं समजावलं, 'हे बघ, हे जरासं अविश्वसनीय वाटेल, पण एक क्लाऊड बेस्ड कॉप्युटर सिस्टीम आहे जी जिवंत आणि मृत अशा दोघांना ट्रॅक करते. ही सिस्टीम हेदेखील सांगते, की तुम्ही स्वर्गात जाणार की नरकात. आम्ही ती सिस्टीम हॅक केली आणि आम्हाला समजलं की तू अतिशय वाईट रीतीने जखमी झाला आहेस. आम्ही ती सिस्टीम मॅनिप्युलेट करून तुला तात्पुरतं मृत केलंय.'

मी ओरडलो, 'अरे, म्हणजे काय? अर्थ तरी काय आहे याचा?' माझा पेशन्स आता संपत चाललाय हे माझ्या आवाजातून दिसत होतं.

मनूनं उत्तर दिलं, 'म्हणजे कसंय, की...एकदा का हा टेंपररी पीरियड संपला, की तू तुझ्या जगात परत जाशील, पण त्यात एक बारीकसा प्रॉब्लेम आहे.'

'आणि काय आहे तो प्रॉब्लेम...?' उत्तरानं मी पिसाळणार होतो हे मला माहीत होतं.

यावरनं स्पष्ट केलं, 'आता विश्वास ठेव किंवा ठेवू नकोस, नरकामध्ये नरकाचं एक स्वतंत्र पोलिस डिपार्टमेंट असतं. इथं त्यांचाच हुकूम चालतो. त्यांनी जर तुला पकडलं तर तुला कधीच परत जाता येणार नाही.'

मी किंचाळलो, 'हे तुम्हाला माहीत होतं तरी तुम्ही असं सगळं केलंत? तुम्ही बेसिकली मला मारून टाकलंत!'

डेव्हिड म्हणाला, 'नाही नाही, आम्ही अशा संकटासाठी तयारी केली आहे. या रूमच्या खाली एक जिना आहे, तो तुला तुझ्या जगात परत घेऊन जाईल. एकदा तू तिथं परत गेलास, की तो टेंपररी पीरियड आपोआप संपून जाईल. चल पळ आता, पटकन नीघ इथून!'

त्यानं जमिनीखाली जाणारं एक दार उघडलं.

त्यांनी हे सगळं केलं म्हणून मी त्यांच्यावर फार संतापलो होतो, तरी त्या तिघांसोबत थोडा वेळ घालवायला मिळणं किती छान होतं हे शब्दांत सांगणं

कठीण होतं. खरोखरच मेल्यावरही मला इथंच परत यायला आवडलं असतं. मनात विचार आला, 'च्यायला, त्या सत्तर सुंदर बायकांची फिकीर कोण करतो? म्हणजे हे काय अगदीच खरं नाही पण तरीही!'

मी एकेक करत त्या तिघांना मिठी मारली आणि जमिनीखाली उडी मारली. त्यांचे चेहरे अजूनही मला दिसत होते. आम्ही एकमेकांकडे शेवटचं पाहिलं. मग त्यांनी ते दार बंद केलं.

मला ऐकू आलं की वर कुणीतरी आलं होतं आणि बोलत होतं. मी जितक्या जोरात पळता येईल तितक्या जोरात पळायचं ठरवलं. माझ्या मागचं ते दार उघडलं आणि कुणीतरी माझ्या नावानं हाका मारत होतं हेही मला ऐकू आलं.

मी अंधारात धावत सुटलो. माझ्यासमोर काय येतंय याची पर्वा न करता धावत सुटलो. अचानक एका क्षणी माझ्या पायाखालची जमीन अदृश्य झाली आणि मी एका विवरात पडलो.

मला श्वास घेता येईना, मी श्वास घेण्याचा प्रयत्न करत राहिलो, पण जमेना. एकदा शेवटचा प्रयत्न करावा म्हणून श्वास घेण्याचा प्रयत्न केला आणि जमलं. शेवटी माझ्या फुफ्फुसात हवा शिरली.

मी डोळे उघडले. इतका प्रखर प्रकाश होता की काही दिसेना. डोळे मिटून पुन्हा हळूच उघडले. पांढऱ्या रंगाचं सीलिंग दिसलं फक्त. डोळ्यांच्या कोपऱ्यातून पाहिलं तर बेडशेजारी लावलेली मेडिकल इक्विपमेंट्स दिसली. मी जिवंत होतो. मी माझं डोकं हलवायचा प्रयत्न केला. पण उपयोग झाला नाही. कितीही प्रयत्न केला तरी शरीराचा कोणताच अवयव हलवता येत नव्हता.

थोड्या वेळानं मला हे प्रयत्न करायचा कंटाळा आला आणि मी शांत राहायचं ठरवलं.

काही मिनिटांनी पुन्हा प्रयत्न केला. पण पुन्हा तेच झालं. हे काय चाललं होतं? मी पॅरलाइज्ड तर झालो नाही ना? प्रचंड घाबरलो आणि पुन्हा प्रयत्न केला. सगळी ताकद पणाला लावली आणि डोकं डावीकडं हलवलं. या वेळी डोकं हलवता आलं. मला आई बसलेली दिसली.

तिचा चेहरा नीट दिसत नव्हता, पण ती आईच होती हे समजलं. तिनं माझ्याकडं पाहिलं, तिला अश्रू आवरेनात. कुणीतरी धावत आलं, ते ओरडत होते त्यातला एकही शब्द समजेना.

थोड्या वेळानं मला स्वच्छ दिसायला लागलं, आईनं माझा हात धरला होता. आई खूप खंगलेली आणि अशक्त दिसत होती. ती अनेक रात्र नीट झोपलेली नसावी हे लक्षात येत होतं. नेहमीप्रमाणं आई माझ्याकडे आसुसलेल्या नजरेनं पाहत होती, जणू बघूनच शोषून घेईल. मला बोलायचं होतं, पण घसा

दुखत होता. तिचा आवाज ऐकू येईपर्यंत मी काही वेळा बोलायचा प्रयत्न करत राहिलो.

ती थरथरत म्हणाली, "शांत राहा बेटा! नको बोलूस काहीच, तू खूप अशक्त झालायस."

बाबा तिथं आले, मी शुद्धीवर आलेलो बघून माझ्याकडं धावले, त्यांनी आईच्या हातावर हात ठेवला. मला शांत वाटलं आणि मी पुन्हा माझ्या अंधारात हरवलो. काही वेळानं पुन्हा जागा झालो, मघाशी जागा झालो त्याला किती वेळ होऊन गेला होता ते कळत नव्हतं. या वेळी माझ्या रूममध्ये खूप माणसं आलेली दिसली. आईबाबा सोडून सगळे मेडिकल टीममधले असावेत.

या वेळी मला नीट दिसत होतं आणि ऐकू येत होतं. ते सगळे जण माझ्या ब्लडप्रेशरची चर्चा करत होते. मी खूप प्रयत्नांनी माझा हात आईच्या दिशनं उंचावला. तिनं चटकन उठून हात धरला. एक डॉक्टर पुढे येऊन मला प्रश्न विचारायला लागले. मला ते बोलत होते ते समजत होतं; पण माझ्यात उत्तर देण्याचं त्राण नव्हतं. मी पुन्हा एकदा डोळे मिटून घेतले. हे किती दिवस चाललं ते सांगता येत नाही. मी डोळे उघडायचो, माझ्या घरातल्यांकडे पाहायचो, ते माझा हात धरायचे आणि मी पुन्हा झोपी जायचो.

हळूहळू माझा डोळे उघडे ठेवायचा कालावधी वाढायला लागला. आधी जितका थकवा वाटायचा तितका आता वाटेनासा झाला. मी उठून बसायचा प्रयत्न केला. एका मर्यादेपर्यंत ते जमलंही, पण मग पोटात इतक्या प्रचंड वेदना झाल्या, की मी बसायचा प्रयत्न सोडून दिला. काही दिवसांनी नर्सेस येऊन मला बसवायचा प्रयत्न करायला लागल्या. त्या मला आधार देऊन उठवत आणि उशीचा सपोर्ट देत टेकून बसवायचा प्रयत्न करत, पण इतक्या प्रचंड वेदना होत, की मी किंचाळत असे.

अजून काही दिवसांनी मी नर्सेसच्या मदतीनं बसू लागलो. काही दिवसांनी मी स्वतःचा स्वतः बसू लागलो. पोटातल्या वेदना हळूहळू कमी होऊ लागल्या, मग अगदीच कमी झाल्या. बोलायचा प्रयत्न केला, की घशात अजूनही फार दुखायचं, एका आठवड्यांनंतर मला माझा आवाज परत मिळाला.

मी बोलायचा प्रयत्न करत होतो, "आम्ही—"

आईनं मला गप्प करत उत्तर दिलं, "हो, विमान सुरक्षितपणे उतरलं, पायलट्स सोडून विमानतले सगळे जण सुखरूप आहेत." आईनं माझा हात धरत सांगितलं.

"माझी—"

परत एकदा आईनं मला गप्प करत सांगितलं, "हो हो, तुझी टीमपण

सुखरूप आहे. तू एकटाच जखमी झालास.''

मी विचारलं, ''तो कुठे आहे —''

आईनं सांगितलं, ''बुऱ्हान कस्टडीत आहे. त्याला फाशीची शिक्षा झाली आहे.''

''आणि तुम्ही सगळे...''

आई म्हणाली, ''आम्ही सगळे ठीक आहोत, तुझे बाबा आणि घरीही सगळे जण ठीक आहेत. आता आराम कर बरं! तू या हॉस्पिटलमध्ये पंधरा दिवसांपासून आहेस. तू एका विचित्र प्रकारच्या कोमामध्ये होतास आणि एके दिवशी एकदम जागा झालास. डॉक्टर्सपण कन्फ्युज झालेत.''

मी हसलो. मी कुठल्या विचित्र कोमात होतो ते मला माहीत होतं. सगळ्या बातम्या ऐकून मला सुटल्यासारखं झालं. सगळे सुखरूप होते, ठणठणीत होते आणि मिशन सक्सेसफुल झालेलं होतं.

पुढचे काही दिवस मी फिजिकल थेरपी घेत होतो. सुरुवातीला ते सगळं फार पेनफुल होतं.

मी जमिनीवर पाय ठेवायचा प्रयत्न केला तेव्हा वाटलं, की कुणीतरी शेकडो सुया पायात घुसवल्यात. माझा अनेकदा तोल गेला आणि मी पडलो. ती फार मंद प्रोसेस होती, खूप फ्रस्ट्रेशन येत असे. शेवटी, पाच दिवसांच्या कंटाळवाण्या प्रयत्नांनंतर मी स्वतःचा स्वतः चालू लागलो.

मी जेमतेम काही पावलं चाललो, पण निदान स्वतःचा स्वतः चाललो.

डॉक्टर आनंदानं म्हणाले, ''तो फिट आहे आता. अजून थोडासा वेळ लागेल रिकव्हर व्हायला.''

आईनंपण होकारार्थी मान हलवली.

मी उत्साहानं विचारलं, ''घरी जायचं का?''

डॉक्टर उत्तरले, ''नाही. इतक्यात नाही. अजून बरीच प्रगती करायचीय.''

''मग?''

''मग, तू पाहशील!'' आई म्हणाली तसे डॉक्टर आणि ती एकमेकांकडे पाहून हसले.

आई रूमबाहेर गेली आणि कुणावर तरी ओरडली. ती येताना बाबांना आणि करणला घेऊन आली.

करण तिला सांगत होता, ''ओके, मी त्यांना सांगतो की वेळ आलीय. त्यांनी तयारी सुरू करायला हवी.''

मी वैतागून विचारलं, ''कसली तयारी?'' माझा पेशन्स संपत चालला होता.

सगळेजण कोरसमध्ये म्हणाले, ''तू पाहशील!''

मी वैतागून म्हणालो, "हो, हो. मी पाहीन!"

त्या बदल्यात मला त्यांचं मोठमोठ्यानं हसणं ऐकायला मिळालं.

***

दुसऱ्या दिवशी उठलो तर दिसलं, की वीसेक तरी चेहरे माझ्यासमोर होते. त्यात माझे कुटुंबीय होते आणि इतर मेडिकल स्टाफ होता. माझ्या बेडशेजारी व्हील चेअर होती. सगळ्यांनी माझ्याकडं पाहिलं आणि मग त्या व्हील चेअरकडे पाहिलं.

मी म्हणालो, "लेट मी गेस, तुम्ही मला कुठेतरी घेऊन जाणार आहात, जिथे 'मी पाहणार' आहे."

सगळे जण हसायला लागले.

मी स्वतःला उचलून व्हील चेअरमध्ये बसवलं. आईबाबा व्हील चेअर ढकलत होते, बाकीचे सगळे त्यांच्या मागून येत होते. सगळे जण इतके एक्सायटेड दिसत होते, की जणू त्यांच्या कुटुंबातील मुलीचं लग्न होत असावं.

आई म्हणाली, "आलोच बघ आपण!"

"कुठे आलोय?"

आई म्हणाली, "तुझ्यासमोर बघ."

आम्ही एका विशाल पडद्यासमोर थांबलो होतो. पडद्याच्या आजूबाजूनं थोडा उजेड येत होता.

मी आईकडं पाहिलं. तिनं माझ्या खांद्यावर हात ठेवून मला पुढे चालत जायला सांगितलं.

मी एकट्यानंच चालत जावं अशी तिची इच्छा असल्याचं स्पष्ट दिसतं होतं. मी मंद गतीनं उठलो आणि चालत पडद्याच्या दिशेनं गेलो. मला हे काहीतरी एक्सायटिंग वाटत होतं.

पडद्याजवळ जाऊन मी थांबलो, पलीकडे काय असेल या विचारानं थोडा नर्व्हस झालो.

मी आईबाबांकडं वळून पाहिलं.

आई उत्साहात ओरडली, "आता!"

तो पडदा सरकत उघडला. पलीकडून येणाऱ्या उजेडामुळं मला काही क्षण काहीच दिसेना.

मग दिसलं की माझ्यासमोर एक बाल्कनी होती. मी बाल्कनीत चालत गेलो. खाली पाहिलं तर समोर माणसंच माणसं होती. हजारो माणसं होती. इतकी माणसं होती, की खालची जमीन दिसत नव्हती. काय रिॲक्ट व्हायचं ते समजेना म्हणून मी निःशब्द होऊन तिथं उभा राहिलो.

ती सगळी माणसं माझ्याकडं शांतपणे पाहत होती.

एकदम त्या शांततेची जागा प्रचंड जल्लोशानं घेतली. ती माणसं टाळ्यांचा कडकडाट करत होती, उड्या मारत होती, आनंद साजरा करत होती आणि आरोळ्या ठोकत होती.

एकजूट झालेला देश २६

त्या गर्दीच्या मागे अनेक कॅमेरे आणि न्यूज चॅनेल व्हॅन्स होत्या. मला हे सगळं काही एखादा भास असल्यासारखं वाटत होतं. हा एखाद्या हॉलिवूड फिल्ममधला सीन वाटत होता. माझे कुटुंबीय आणि डॉक्टर्सपण माझ्यामागं बाल्कनीत आले. मी गर्दीकडे पाहून हात हलवला, त्यामुळे लोकांचा जल्लोश अजूनच वाढला. गर्दीचा आवाज इतका जोरदार येऊ लागला, की कुणीतरी बहिरा होईल. थोडा वेळ त्या गर्दीला अभिवादन करून मी आतमध्ये आलो.

आई मला सगळं काही सांगायला लागली, ''पंधरा दिवसांपूर्वी जनतेचं वाढतं प्रेशर आल्यामुळे भारतीय सरकारला तुझी ओळख उघड करावी लागली आणि या हॉस्पिटलचं लोकेशनपण सांगावं लागलं, इथं तुझ्यावर उपचार सुरू होते. ही सगळी गर्दीपण तेव्हापासून इथं आहे.''

माझा कानांवर विश्वास बसेना, मी विचारलं, ''खरंच?''

आई सांगत होती, ''हो, यातले खूप जण अनेक दिवस इथेच थांबलेत, ते दिवस दिवस तुझ्यासाठी प्रार्थना करत असतात. बाकीचे लोक त्या प्रार्थना करणाऱ्यांची काळजी घेतात. खाणं आणतात, पाणी, औषधं आणतात. या एरियातल्या सगळ्या घरांची दारं खुली आहेत, कुणीही कुणाकडे जाऊन खाऊ शकतो, विश्रांती घेऊ शकतो. संपूर्ण जगातून पत्रकार इथं आलेत. त्यांनी प्रार्थना सुरू असताना शांत राहण्याची शपथ घेतलीय. ते आम्हाला आणि डॉक्टर्सना त्रास देत नाहीत. आम्ही परवानगी दिल्यावरच ते प्रश्न विचारतात. जगातल्या प्रत्येक मोठ्या शहरात इथल्या

बातम्या दाखवल्या जातायत. आतापर्यंत सर्वांत जास्त प्रमाणात पाहिलं गेलेलं हे कव्हरेज असेल आणि अतिशय शांत घटनेचं.''

माझ्या मनात विचार आला, 'प्रचंड प्रमाणात जमलेत लोकं!'

मी जे पाहिलं होतं त्या धक्क्यातून अजून बाहेर आलो नव्हतो. थोडा वेळ तिथं घालवल्यावर मला थकल्यासारखं झालं आणि मी रूममध्ये परत जाऊन आराम करायचं ठरवलं.

***

''कसा आहेस आता?'' कानांवर एक मधुर आवाज पडला. आजपर्यंत इतका गोड आवाज मी ऐकला नसेन. मी जागा झालो तेव्हा समजलं की मला झोप लागली होती. मी तिच्याकडं पाहिलं आणि पाहतच राहिलो. तोंडातून शब्द फुटेना. ती एखाद्या परीसारखी दिसत होती. ती स्वर्गात पाहिलेल्या त्या स्त्रियांसारखीच सुंदर होती, खरंतर त्यांच्यापेक्षा अधिक सुंदर होती.

तिनं पांढरा कोट घातला होता.

'ओह! ती डॉक्टर होती.'

''मी बराच बरा आहे आता!'' मी कसाबसा बोललो. तिनं काळजीनं डोळे बारीक करत माझ्याकडं पाहिलं.

''नक्की का? तू जरासा हरवल्यासारखा दिसतोयस.''

''नाही, मी खरंच पुष्कळ बरा आहे आता!'' मी सरळ बसायचा प्रयत्न करत म्हणालो. तिनं आलेल्या नर्सशी बोलणं सुरू केलं आणि माझी तब्येत व्यवस्थित आहे याची खात्री करून घेतली.

मला तिच्याशी बोलायचं होतं म्हणून तिला म्हणालो, ''मला वाटत नाही की आपण भेटलोय.''

''ओह, आपण भेटलोय. विमानात जिनं तुझ्यावर उपचार केले ती डॉक्टर मीच होते, आठवतंय का?''

''नाही आठवत.'' मी उत्तरलो.

मी इतकी महत्त्वाची गोष्ट कशी विसरलो म्हणून मला अस्वस्थ वाटलं.

ती म्हणाली, ''खरंच? कारण तू त्या दिवशी मला माझं नाव विचारलं होतंस आणि मी नाव सांगितलं तर हसला होतास.''

आम्ही अजून काही बोलणार तितक्यात आई रूममध्ये आली.

''अगंबाई, तू परत आलीस का. कशी झाली तुझी ट्रिप? तुझे वडील आता कसे आहेत?''

आईनं तिच्यावर प्रश्नांचा भडीमार केला.

ती म्हणाली, ''ते आता खूपच बरे आहेत, थँक्यू!''

"अर्जुन, मी तुला हिच्याबद्दल सांगायचं विसरले. ही मुलगी त्या विमानात नसती तर तू त्या विमानातच मेला असतास. हिनं तुझा अजून रक्तस्राव होणार नाही असं बघितलं." हे सांगताना आईच्या डोळ्यांत पाणी आलं.

"थँक यू, डॉक्टर! मला वाचवल्याबद्दल थँक्स. तुमचं नाव काय? परत सांगता का?" मी विचारलं.

"यू आर वेलकम, अर्जुन. माझं नाव रश्मी. तुझे प्राण वाचवून मला खरंच खूप आनंद झालाय." ती मोकळं हसत म्हणाली.

"हॅलो रश्मी!" मी म्हणालो. हे नाव कुठेतरी ऐकल्यासारखं वाटत होतं. एकदम काहीतरी आठवलं.

'अरे, हीच ती रश्मी, जिच्याबद्दल आजीनं सांगितलं होतं!' या विचारानं मला आश्चर्याचा धक्का बसला. त्या क्षणी मला फार बरं वाटलं, की मी तो स्वर्ग सोडून पुन्हा इथं आलो. त्या सगळ्या स्त्रियांपेक्षा रश्मी जास्त देखणी होती.

"ए बघ! पुन्हा तू तसाच हसतोयस!" रश्मी लाजून म्हणाली.

◆